महात्मा फुले-केशवसुतांपासून नारायण सुर्वे आदींच्या
क्रांतिकारी मूर्तिभंजनाच्या प्रवासाचे मौलिक संशोधन

मराठी कवितेतील मूर्तिभंजन

प्रा. डॉ. वीणा नाखले

डायमंड पब्लिकेशन्स

मराठी कवितेतील मूर्तिभंजन
प्रा. डॉ. वीणा नाखले
Marathi Kavitetil Moortibhanjan
Prof. Dr. Veena Nakhale

© प्रा. डॉ. वीणा नाखले

ISBN 978-81-8483-391-1

अक्षरजुळणी
अक्षरवेल, पुणे

मुखपृष्ठ
शाम भालेकर

प्रकाशक
डायमंड पब्लिकेशन्स
१२५५ सदाशिव पेठ
लेले संकुल, पहिला मजला
निंबाळकर तालमीसमोर
पुणे – ४११ ०३० ☎ ०२० –२४४५२३८७

diamondpublications@vsnl.net
www.diamondbookspune.com

प्रमुख वितरक
डायमंड बुक डेपो
६६१ नारायण पेठ, अप्पा बळवंत चौक
पुणे ४११ ०३० ☎ ०२० – २४४८०६७७

मनोगत

स्वामी रामानंद तीर्थ मराठवाडा विद्यापीठास विद्यावाचस्पती (Ph.D.) पदवीसाठी सादर केलेल्या 'मराठी कवितेतील मूर्तिभंजन' या प्रबंधाचे हे ग्रंथरूप वाचकांना सादर करीत आहे.

मराठीतील लोकसाहित्याचे ख्यातनाम समीक्षक, ज्येष्ठ लेखक प्रा. डॉ. मधुकर वाकोडे यांचे ह्या प्रबंधास मार्गदर्शन लाभले, हे येथे कृतज्ञतापूर्वक नमूद करते. सामाजिक विज्ञान व लोकसाहित्य संस्था, परभणी या शोधसंस्थेच्या संचालिका डॉ. सुनीता धर्मराव यांच्या सहकार्यामुळे हे संशोधनाचे काम मार्गी लागले. आमचे प्राचार्य डॉ. बबनराव तायवाडे यांची प्रेरणा माझी सतत पाठराखण करीत होती.

भजन आणि भंजन यांचे प्रयोजन एकच असते, ते म्हणजे उद्धार. 'कळवळा' हा त्यांचा स्थायी भाव. 'या रे या रे लहान–थोर हा त्यांचा मंत्र,' असे धक्कादायक विधान करून नव्या संशोधनाची दृष्टी देणारे आमचे कुटुंबस्नेही प्राचार्य रामदास डांगे यांच्या स्नेहार्द्रतेची येथे नोंद न करणे योग्य ठरणार नाही.

माझा 'मूर्तिभंजना'चा प्रवास कसा झाला, हे ठरविण्यास सुज्ञ वाचक समर्थ आहेत.

वीणा नाखले

विषयानुक्रम

मूर्तिभंजन : मौलिक संशोधनाचा उत्तम नमुना

'मूर्तिभंजन' हा आधुनिक मराठी कवितेचा एक विशेष आहे आणि मूर्तिभंजन हे विद्रोहाचे एक शस्त्र असले तरी त्यामागे प्रबोधन हीच प्रेरणा आहे, हे गृहीतक घेऊन डॉ. वीणा नाखले यांनी पीएच. डी. पदवीच्या निमित्ताने जे संशोधन केले आहे, ते अत्यंत मौलिक आहे. कोणत्याही संशोधनातील तत्त्वशोधन हे त्या क्षेत्रातील विचारमंथनाला पुढे नेणारे असले पाहिजे. पुढील संशोधकांना नवी वाट दाखविणारे आणि प्रेरणा देणारे असले पाहिजे. पण त्यासाठी संशोधकाने निवडलेले गृहीतकच मुळात अस्सल असले पाहिजे. डॉ. वीणा नाखले यांनी आपल्या प्रबंधाचे मूळ गृहीतकच इतके सबळ आणि वस्तुनिष्ठ निवडल्यामुळेच त्यांच्या संशोधनातून मौलिक असे तत्त्वशोधन हाती आले आहे. मराठी कवितेच्या समीक्षेत या प्रबंधामुळे मोलाची भर पडली आहे.

प्रबंधाच्या प्रारंभी डॉ. नाखले यांनी 'मूर्तिभंजन' ही संकल्पना स्पष्ट केली आहे. भारतीय वैचारिक परंपरेत स्वातंत्र्य, समता आणि बंधुता या जीवनमूल्यांना पायदळही तुडविणाऱ्या कर्मठ विचारव्यूहाला आपल्या बंडखोर विचारांनी विरोध करणाऱ्या चार्वाक–बुद्धापासून संत तुकाराम–महात्मा फुल्यांपर्यंतच्या विद्रोही परंपरेची अत्यंत साक्षेपी मांडणी त्यांनी केली आहे. महाराष्ट्रातील प्रबोधनाला मूर्तिभंजनाची कशी परंपरा आहे, ते त्यांनी साधार स्पष्ट केले आहे. महात्मा फुल्यांनी आपल्या 'शेतकऱ्याचा असूड' आणि 'गुलामगिरी' या ग्रंथांतून विषमतावादी मूल्यव्यवस्थेलाच सुरुंग लावला. फुल्यांची प्रेरणा घेऊन वेद, वेदप्रामाण्य, सनातन धर्मग्रंथ, रूढी परंपरा, श्रद्धा व कर्मकांड या सगळ्या गोष्टींना कृतिशीलपणे नाकारले. त्यांचे हे मूर्तिभंजनच पुढे दलित कवितेने स्वीकारले आणि मराठीच नव्हे, तर भारतीय साहित्याच्या इतिहासात आपले स्वतंत्र स्थान निर्माण केले. आधुनिक मराठी कवितेतील विद्रोह आणि प्रबोधनाच्या अनुभवविश्वामागे 'मूर्तिभंजन' ही प्रेरणा कशी आहे, ते डॉ. वीणा नाखले यांनी प्रारंभीच सिद्ध केले आहे.

साधारणपणे केशवसुतांपासून आधुनिक मराठी कवितेच्या विवेचनाचा प्रारंभ केला जातो. परंतु डॉ. वीणा नाखले यांनी महात्मा फुले यांच्या कवितेपासून सुरुवात करून खऱ्या अर्थाने 'मूर्तिभंजनाचा' व्यापक अर्थाने स्वत:ही अवलंब आपल्या या प्रबंधलेखनात केला आहे. यासाठी त्यांचे अभिनंदन केले पाहिजे. मूर्तिभंजन ही नकारात्मक संकल्पना आहे, तर प्रबोधन ही विधायक प्रक्रिया आहे. मात्र एकीकडे देव आणि देवांचे राज्य यांचे मूर्तिभंजन करणाऱ्या फुल्यांनी 'निर्मिक' ही संकल्पना मांडून प्रबोधनाच्या

एका विधायक परंपरेची पायाभरणी कशी केली, त्याची मार्मिक मांडणी केली आहे. पुढे केशवसुत यांच्यापासून तर नारायण सुर्वे यांच्यापर्यंतच्या मराठी कवींच्या कवितेमध्ये याच मूर्तिभंजनाची विद्रोही ज्वाला अधिकच जोमाने धगधगताना दिसते. केशवसुतांनी 'इहवादाची तुतारी' फुंकून मूर्तिभंजनाला नवे तात्त्विक आयाम दिले. गोविंदाग्रज, बी आणि कुसुमाग्रज असा प्रवास करीत मराठी कवितेतील मूर्तिभंजन पुढे इतके प्रगल्भ रूप धारण करीत गेले की, संपूर्ण जगाचा युगविचार म्हणून संबोधला गेलेला मार्क्सवादी विचार तिसरे केशवसुत मानले गेलेल्या नारायण सुर्वे यांच्या कवितेचा मूलाधार झाला.

या सर्व विवेचनात मूर्तिभंजन हे सूत्र घेऊन आधुनिक मराठी कवितेची नव्याने मांडणी करणाऱ्या डॉ. नाखले यांनी काही अत्यंत नवी आणि मौलिक निरीक्षणे नोंदविली. ती ही की, जर मूर्तिभंजन हे आधुनिकतेचे महत्त्वाचे मध्यवर्ती सूत्र असेल, तर ते सर्वप्रथम महात्मा फुले यांच्या कवितेने व्यक्त केले आहे. पुढे उदयास आलेल्या इहवाद आणि मार्क्सवाद या नव्या तात्त्विक मांडणीचा विधायक प्रारंभ फुले यांच्या 'निर्मिक' या संकल्पनेतून झाला आहे आणि हे जर मान्य केले, तर आधुनिक मराठी कवितेचे आद्यत्व हे महात्मा फुले यांच्याकडे जाते. परिणामी मर्ढेकर आणि सुर्वे हे अनुक्रमे दुसरे–तिसरे केशवसुत न ठरता केशवसुत यांना मराठी काव्याच्या क्षेत्रातील दुसरे महात्मा फुले आणि मर्ढेकर–सुर्वे यांना तिसरे–चौथे फुले असे संबोधावे लागेल. असा नवा अन्ययार्थ या प्रबंधाच्या निमित्ताने हाती येतो, हेच या संशोधनाचे खरे मौलिकत्व आहे.

या मौलिक प्रबंधलेखनाबद्दल आणि त्याचे ग्रंथरूपात प्रकाशन होत असल्याबद्दल डॉ. वीणा नाखले यांचे मन:पूर्वक अभिनंदन आणि शुभेच्छा !

डॉ. प्रमोद मुनघाटे

प्रकरण पहिले

मूर्तिभंजनाची वैचारिक परंपरा

'मराठी कवितेतील मूर्तिभंजन' या विषयानुषंगाने अभ्यासारंभ करताना मराठी कवितेचे कालखंडाच्या आधारे केलेले भेद लक्षात घेणे गरजेचे वाटते. मराठी कवितेच्या अभ्यासाच्या दृष्टीने 'प्राचीन कविता' आणि 'अर्वाचीन कविता' असा भेद केला जातो. मराठीत ज्याला प्राचीन कविता असे म्हटले जाते ती कविता मुळात कालखंडाच्या दृष्टीने मध्ययुगीन ठरते. म्हणूनच काही इतिहासकार प्राचीन मराठी वाङ्मयाला 'मध्ययुगीन वाङ्मय' असेही संबोधतात. मध्ययुगीन कालखंडामध्ये संत – पंत आणि तंत साहित्य निर्माण झालेले दिसते. परंतु संतांचे साहित्य धर्माच्या एका विशिष्ट चौकटीतच लिहिले गेलेले दिसते. पंत साहित्यानेही सामाजिक जीवनामध्ये कुठले स्थित्यंतर घडविण्याचा कृतिशील प्रयत्न केलेला दिसत नाही. मध्ययुगीन कालखंडाचा विचार करता तंत साहित्य किंवा शाहिरी वाङ्मय केवळ मनोरंजनासाठीच अस्तित्वात असलेले दिसते.

''आधुनिक मराठी कविता' हा शब्दप्रयोग निश्चित कालखंड दर्शवितो. त्याबरोबर या शब्दाला स्वतंत्र असे अस्तित्व आणि अर्थ आहे. डॉ. यशवंत मनोहर आधुनिकतेच्या संदर्भात म्हणतात –

''खरे तर आधुनिकता ही बाब धार्मिक मनाला शत्रू वाटणारी बाब आहे. धार्मिक मनाच्या भावविश्वावर आधुनिकता प्रहार करते. या संस्कारांनी, भावनांनी व विचारांनी आग्रही झालेल्या भावविचाराला आधुनिकता पार मोडीत काढते. असे असेल तर धार्मिक मन आधुनिकतेवर प्रेम कसे करू शकेल?'' (मराठी कविता आणि आधुनिकता, पृ. ७)

आधुनिक मराठी कवितेचा मूर्तिभंजनात्मक अभ्यास करीत असताना आधुनिकता आणि नवता या दोन्ही गोष्टी महत्त्वपूर्ण ठरतात. साधारणत: इंग्रजी अमलाखालच्या कालखंडास आधुनिक युग म्हणून ओळखले जाते. पेशवाईचा अंत होऊन इंग्रजी अंमल सुरू झाला आणि इंग्रजी अमदानीमध्ये विविध प्रकारच्या चळवळी आकाराला आल्या. शेकडो वर्षे परकीयांच्या गुलामगिरीत असणाऱ्या माणसाला अस्मितेची, स्वराष्ट्राची जाणीव झाली आणि त्यातून स्वातंत्र्य-लढा आणि सुधारणावादी चळवळीचा उदय झाला. या

सर्व गोष्टींच्या पाठीमागे इंग्रजांनी भारतात आणलेले इंग्रजी शिक्षण होते हे मान्य करावे लागते. युरोप खंडात पहिल्या महायुद्धानंतर मूर्तिभंजनास आरंभ झाला. भारतात १९३० नंतर हे वारे वाहू लागले. स्वातंत्र्यप्राप्तीपर्यंत मात्र मूर्तिभंजनाची वाङ्मयीन चळवळ आक्रमक नव्हती. स्वातंत्र्योत्तर स्वप्नभंग आणि दुसऱ्या महायुद्धाने केलेला विध्वंस यामुळे भारतात पर्यायाने मराठी वाङ्मयात भूर्तिभंजनाच्या चळवळीने वेग घेतला.

अठराव्या शतकातील भारतीय सामाजिक जीवन अत्यंत अंदाधुंद अशा स्वरूपाचे होते. सनातनी धर्मव्यवस्थेचे प्राबल्य येथील प्रत्येक जाती–धर्मावर आपली मजबूत पकड ठेवून होते. चातुर्वर्ण्यव्यवस्था, सतीप्रथा, बालविवाह अशा अनेक कुप्रथा या वेळी समाजात अस्तित्वात असलेल्या दिसून येतात. मराठी सत्तेचा अस्त होऊन पेशव्यांची सत्ता या ठिकाणी प्रस्थापित झालेली होती. या सत्तेखालील महाराष्ट्राची अवस्था काय होती हे तपासणे क्रमप्राप्त ठरते.

आधुनिक मराठी कवितेतील मूर्तिभंजकता स्पष्ट करण्यासाठी पेशवाई कालखंडातील कर्मकांडादी बाबींचा आढावा घेणे आवश्यक ठरणार आहे. पेशवाईमध्ये कर्मकांडादी प्रकारांचे स्तोम माजलेले दिसते. व्रत–वैकल्ये, यज्ञ–याग आणि विविध काल्पनिक गोष्टींना धर्मामध्ये स्थान होते. हिंदुधर्माच्या नावाखाली पुरोहित भटशाही येथील सर्वसामान्य माणसाला कर्मकांडामध्ये गुंतवून त्यांच्या तूप – मलिद्यावर गब्बर होत होती. मध्ययुगीन महाराष्ट्राच्या सामाजिक जीवनातील नियामक सत्ता राज्यसंस्था वतनसंस्था आणि जातिसंस्था या त्रयीत विभागलेली होती. पेशवाई कालखंडात महाराष्ट्रीय जीवनावर धर्माचा प्रभाव फार मोठा होता. या काळात धर्म माणसासाठी नसून माणूस धर्मासाठी जगत होता. त्यामुळे समाजामध्ये वर्णभेदाची दाहकता माजलेली होती.

पेशव्यांच्या काळात व्रतवैकल्यांना अधिक महत्त्व होते. पेशवे विशेषत: गणेश, लक्ष्मी, शिव इत्यादी देवतांचे भोक्ते होते. त्यांनी मंदिर, मठ, घाट, इत्यादी जीर्णोद्धार केला. पेशवाई कालखंड म्हणजे सामाजिक जीवनाच्या अध:पतनाचा कालखंड. या कालखंडामध्ये शूद्रांना अतिशय हीनत्वाची वागणूक मिळत असे. बहुजनांना पेशव्यांच्या पुढे ब्र काढण्याची हिंमत होत नसे. असा हा पेशव्यांचा एकछत्री अंमल होता. पेशवे अतिशय सनातनी आणि कर्मठवादी भूमिकेचे होते. त्यामुळे पेशवे कालखंडामध्ये कर्मकांडादी प्रकाराने समाजजीवन पार रसातळाला गेले. ईश्वर ही संकल्पना मानून ईश्वराची आराधना करण्यासाठी आणि ईश्वराला प्राप्त करण्यासाठी किंबहुना ईश्वराकडून काही प्राप्त करून घेण्यासाठी पुरोहितशाहीने लोकभावना जागृत करून अनेक विधींची योजना केली. त्या सर्व विधी कर्मकांडामध्ये समाविष्ट होत्या. पेशवाई कालखंडामध्ये ब्राह्मणी धर्मव्यवस्था राजसत्ता भोगू लागली. त्याचे दूरगामी परिणाम समाजजीवनावर आणि समाजमनावर झाले. त्यातून वैफल्यग्रस्त समाजाला कर्मकांडादी अनिष्ट रूढी, प्रथांच्या मार्गी लावण्याचे

महापाप पेशवाई राजसत्तेने केले. त्यातून समाजामध्ये दुही निर्माण झाली. सर्वच सामाजिक स्तरामध्ये श्रेष्ठ–कनिष्ठ वर्गाची निर्मिती होण्यास खतपाणी मिळाले. कर्मकांडाच्या नादी लागलेला भोळाभाबडा समाज आपल्यामधील अस्मिता आणि विचारप्रक्रिया यांची गतिमानता गमावून बसला आणि धर्मसत्तेचा तो गुलाम बनला. कर्मकांडाने माणूस धार्मिक गुलाम बनला. माणसामाणसातील प्रेमाच्या नात्यापेक्षा धर्माचे अवडंबर माजले आणि माणूस माणसाला हीन लेखू लगला. माणसातील माणुसकी मारण्यास कर्मकांडादी प्रकार कारणीभूत ठरले. केवळ कल्पनांवर आणि चैतन्यावर आधारलेल्या कर्मकांडादी संकल्पना बहुजन माणसात रुजल्या आणि त्यांच्या गळ्यातील ताईत बनल्या. जाती–धर्मासहित कर्मकांडाचे वेगवेगळे प्रकार अस्तित्वात आले आणि त्यातूनच समाजजीवन पोखरण्यास सुरुवात झाली. समाजाला सत्यापासून दूर ठेवण्याचे कार्य धर्ममार्तंडांनी केले. त्यातही पेशवाई कालखंडात तर या प्रकाराला चालना मिळाली आणि समाजजीवनाची विपरीत अशी हानी झाली.

अठराव्या शतकातील सामाजिक जीवनाचा अभ्यास करीत असताना या कालखंडातील सामाजिक जीवन मनुप्रणीत वर्णव्यवस्थेवर आधारलेले होते. स्मृतीमध्ये मनू महाराजांनी जी काही धर्माचाराची सूत्रे सांगितली होती ती सूत्रे शिरसावंद्य मानून भारतीय समाजजीवन जगत होता. ज्या धर्मामध्ये माणूस जन्माला आला त्याने त्याच धर्मात जगावयाचे आणि त्याच धर्मात मरावयाचे. त्यातही जन्मल्यापासून मृत्यूपर्यंत धर्म अनेक विधींच्या माध्यमातून त्यांच्या अंगाला इतका चिकटला होता की जशी शरीराला कातडी चिकटलेली असते आणि तिला काढण्याचा प्रयत्न केला तर शरीरातून भळाभळा रक्त बाहेर येते; त्याचप्रमाणे मानवी जीवनात या कालखंडात धर्माचे स्थान कातडी इतकेच अभिन्न अशा स्वरूपाचे होते. त्यामुळे धर्मामध्ये अनेक प्रकारच्या मिथ्याचाराचे प्राबल्य वाढलेले होते. हे मिथ्याचारच सदाचार बनले होते. मिथ्या धर्माचाराचे प्राबल्य समाजजीवनात किती मोठ्या प्रमाणात होते हे लोकहितवादींचे 'शतपत्रे' किंवा बाबा पद्मनजीच्या 'अरुणोदय' वरून लक्षात येते. ''श्रेष्ठ मानलेल्या देवाची उपासना व क्षुद्र दैवतांची भक्ती एकाच काळी मनुकडून चालली होती. एकीकडे शिवरात्री व एकादशी करावी दुसरीकडे छांछू करणाऱ्या पंचाक्षऱ्याच्या नादी लागावे. एका दिवशी पुराण कीर्तन श्रवण करावे, दुसऱ्या दिवशी नागाची कहाणी ऐकत बसावे. देवळात विष्णू किंवा कृष्ण सर्व देवांत थोर आहे, रामनामासारखे दुसरे काही नाही, असे साधूंच्या मुखे ऐकावे व तिकडे खंडोबाची तळी भरताना 'एलकोट' म्हणावे व मुरळ्याचे गाणे ऐकावे.'' (अरुणोदय, पृ. ७१)

वरील संदर्भावरून असे स्पष्ट होते की, धर्मावडंबरांचे, मिथ्याचाराचे प्राबल्य समाजात मोठ्या प्रमाणात माजले होते. सर्वसामान्य माणसाला देवाधर्माच्या नादी लावून स्वत:ची

पोळी भाजण्याचा प्रकार होता. या शिवाय भिक्षुकशाहीच्या या जमान्यात देवपूजेतील भावशून्य बाह्योपचार, अर्थहीन व अन्यायमूलक रूढी, भिक्षुकांचा लोभीपणा व लाचारी, व्रतवैकल्यातील संपत्तीचा व काळाचा अपव्यय, दानधर्मातील अविचार व अनौचित्य या सर्व बाबींमुळे धर्माला मिथ्याचाराचे स्वरूप आले होते. धर्माने अनेक गोष्टींमध्ये नको तेथे प्रवेश करून समाजजीवनाला उद्ध्वस्त करून टाकले होते. 'धर्मनियमानुसार स्त्रियांना शिक्षण घेता येत नसे, स्त्रीला पुरुषापेक्षा कमी लेखले जात होते. वर्णव्यवस्था, सतीप्रथा, बालविवाह या धर्मविघातक बाबींना धर्माने मान्यता दिली होती. त्यामुळे धर्मात सत्यता राहिली नाही. धर्म सर्वसामान्य माणसाच्या प्रगतीची गुरुकिल्ली असावयास हवा होता; परंतु धर्माने माणसाचे जगणेच मुश्कील करून टाकले. धर्माला माणसापेक्षा त्याचे अस्तित्व महत्त्वाचे वाटले आणि हा धर्म मूठभर लोकांच्या हातात राहिला पाहिजे, धर्माच्या नावाखाली मूठभर लोकांनी आपला विकास साधत असतानाच सर्वसामान्यांना अंधाराच्या, अज्ञानाच्या खाईतक लोटले पाहिजे', अशी ही मिथ्याचार धर्माची कूटनीती होती.

अठराव्या शतकातील समाजजीवनाच्या अध्ययनाच्या अंगाने विचार करीत असताना तत्कालीन समाजव्यवस्थेमधील पुरोहितांचे स्थान अभ्यासणे महत्त्वाचे ठरते. तत्कालीन समाजावर पुरोहितांचे आधिपत्य होते. पुरोहित हा या समाजजीवनाचा सर्वेसर्वा घटक होता. पुरोहिताने जो निर्णय दिला तो समाजाला मान्य करावा लागत असे. महात्मा फुल्यांनी 'गुलामगिरी' ग्रंथाच्या प्रस्तावनेमध्ये पुरोहितशाहीचे प्राबल्य स्पष्ट करीत असताना अनेक दाखले दिले आहेत. ते असे "त्यांनी (भटांनी) त्या लोकास इतके तुच्छ मानावे की, एखादे वेळेस कोणी शूद्र नदीकाठांवर आपली वस्त्रे धूत असतां त्या स्थळी जर एखादा भट आला, तर त्या शूद्रास आपली सर्व वस्त्रें गोळा करून, बऱ्याच दूर अंतरावर, जेथून भटाच्या अंगावर पाण्याचा शिंतोडा येण्याचा संभव नसेल, अशा स्थळी जाऊन आपली वस्त्रे धुवावी लागत असे. तेथून जर भटाच्या अंगावर पाण्याचा शिंतोडा आला, अथवा आला असा खोटा भास झाला, तर त्या भटाने अग्निसारखे रागाने तप्त होऊन जवळचे भांडे त्याचे मस्तक रोखून मोठे त्वेषाने मारावे. त्याजमुळे त्यांचे मस्तक रक्तबोंबाळ होऊन मूर्च्छित होत्साता जमिनीवर धाडकन पडावे, पुढे काही वेळाने शुद्धीवर येऊन आपली रक्ताने भरलेली वस्त्रे घेऊन निमूटपणे घरी जावे, सरकारास जर कळवावे तर सर्व भटशाई पडली, उलटी त्यासच सजा देणार, हर! हर! परमेश्वरा केव्हढा हा अन्याय! असो. एक दु:ख आहे म्हणून सांगावे, अशी व यापेक्षा अधिक दुसरी पुष्कळ दु:खे शूद्रादिअतिशूद्रांस सोसावी लागत असत." (म. फुले समग्र वाङ्मय पृ. ८९)

वरील अवतरणावरून पुरोहितशाही ही अन्यायी, जुलमी, क्रूर अशा स्वरूपाची होती हे स्पष्ट होते. पुरोहितशाहीमध्ये सामान्य माणसाला विविध अंगाने दाबण्याचा हेतुपुरस्पर प्रयत्न केला जात असे. त्याने नेहमी खालच्या मानेनेच राहिले पाहिजे. त्याची

मान ताठ होता कामा नये, याची जाणीवपूर्वक काळजी घेतली जात असे. समाजव्यवस्थेने मनुप्रणीत धार्मिकशाही स्वीकारल्यामुळे समाजात पुरोहितांना सर्वात वरच्य दर्जाचे स्थान होते. अठराव्या शतकातील समाजजीवनात तर पुरोहितशाहीने कळस गाठला होता. प्रत्येक गोष्टीमध्ये पुरोहिताचा हस्तक्षेप असे. सामान्य माणूस अन्नान्नदशा होऊन मरत असताना पुरोहितांनी त्यांच्या स्वातंत्र्याची अनेक बाजूंनी गळचेपी करण्याचा प्रयत्न कूटनीतीने केला. महात्मा फुल्यांनी यास ''आर्याच्या कुरापती'' असे म्हटले आहे. समाजाच्या सर्व स्तरांत या काळात पुरोहितशाही आपले ठाण मांडून बसलेली होती. पुरोहितशाहीशिवाय कुठल्याही प्रकारचा निर्णय समाजाला घेता येत नसे.

''मूर्तिपूजा' हा हिंदुधर्माचा महत्त्वाचा कुलाचार म्हणूनच प्रसिद्ध पावला होता. देवादिकांच्या प्रतीकात्मक मूर्तिपूजेची प्रथा हिंदुधर्मामध्ये हजारो वर्षांपासून आजतागायत सुरू आहे. मूर्तिपूजा म्हणजे प्रत्यक्ष परमेश्वराची पूजा असा समाजमनाचा कयास आहे. त्यामुळे लाखो देवळांमध्ये विविध देवदेवतांच्या मूर्ती अस्तित्वात असलेल्या दिसतात. हिंदुधर्मामध्ये तेहतीस कोटी देवदेवता करून ठेवल्या आहेत. तेहतीस कोटी देवदेवतांच्या वेगवेगळ्या स्वरूपामध्ये पूजा–अर्चा होताना दिसतात. अठराव्या शतकातील समाजजीवनामध्ये मूर्तिपूजेचे अवडंबर होते. भटशाहीने आपल्या पोटापाण्याचा प्रश्न सहज आणि सुलभतेने मिटविण्यासाठी कष्टप्रद कामधंद्यामध्ये न पडता केवळ देवळात पुजारी म्हणून बसणे, यज्ञ–याग, अभिषेक करणे आणि देवाच्या, मूर्तीच्या पूजे–अर्चेची दक्षिणा आपल्या घशात उतरवून घेण्यासाठी मूतिपूजेची प्रतिष्ठापना केली. प्रत्यक्ष देव काही कुणी पाहिला नाही, परंतु मूर्तीच्या माध्यमातून का होईना आपल्याला देव भेटेल अशी समाजाची खुळी कल्पना करून देऊन भटांनी आपली तुंबडी भरण्यासाठी राबविली. त्यातून मूर्तिपूजेच्या प्रकाराला सुरुवात झाली. मूर्तीची पूजा करावयाची असेल तर तत्कालीन समाजजीवनामध्ये भटांनाच देवाच्या मूर्तीपर्यंत पोचता येत असे. शूद्रातिशूद्र बहुजन समाज देवाच्या मूर्तीचे दर्शन घेण्यापासून भटशाहीने वंचित ठेवला. मूर्तिपूजा करण्याचा अधिकार केवळ ब्राह्मणांनाच असे. मूर्तिपूजा करण्याचा जो विधी असे तो पार पाडण्याचा, विधीचे मंत्र उच्चारण्याचा अधिकार केवळ उच्चवर्णीय ब्राह्मणांना. शूद्राअतिशूद्रांनी जर वेदमंत्र उच्चारला तर त्याची जीभ छाटली जावी, त्याने वेदमंत्र ऐकला तर त्याच्या कानात तप्त शिसे ओतावे असे मनुस्मृतीमध्ये वैधानिक भाषेत सांगितले होते. प्रत्यक्ष त्याची अंमलबजावणीही होत असे.

अठराव्या शतकातील सामाजिक जीवनामध्ये धर्माला अनेक प्रकारची ग्लानी येऊन हिंदुधर्म टिकून होता; कारण धर्माला अनेक विधींचे अधिष्ठान ब्राह्मणांनी प्राप्त करून दिले होते. बहुजन माणसाची अधोगती होत असली तरी बहुजन माणूस देवापासून दूर गेला नव्हता. बळजबरीने मुस्लिमांनी धर्मांतर करण्याचा प्रयत्न केला तरी इस्लामशाहीला म्हणावे

तेवढे यश आले नव्हते. अनेक हिंदू देवदेवतांची मंदिरे नष्ट करण्याचाही प्रयत्न झाला. परंतु त्यातून फारसे काही इप्सित साध्य झाले नाही. शिवकाळामध्ये शिवाजी महाराजांनी प्रजेचे राज्य आणले; परंतु शिवाजी महाराजांच्या नंतर मराठी साम्राज्य अस्तास जाण्यास सुरुवात झाली, भट–ब्राह्मणांनी सर्व सूत्रे आपल्या हाती घेतली. शिवाजी महाराजांइतका द्रष्टेपणा असलेला नेता नंतरच्या काळात महाराष्ट्राला लाभला नाही. त्यातच पेशव्यांनी अंतर्गत दुही, अनाचार, अन्याय, विषमता पेरण्यास सुरुवात केली. धर्ममार्तंडांनी मंदिराच्या माध्यमातून आर्थिक कारखाने उघडण्यास सुरुवात केली आणि त्यातूनच पूर्वापार चालत आलेली मूर्तिपूजा या काळात पुन्हा विकसित झाली. मूर्तिपूजेच्या अवडंबरातून सामान्य माणसाच्या जीवनात कधी प्रकाश आला नाही. त्याला कधी सुखाची दोन वेळेची भाकरी मिळाली नाही. अनेक मार्गांनी धर्ममार्तंडानी त्यांचे विकासाचे रस्ते रोखले होते.

मनुष्य हा समाजशील प्राणी आहे. त्याच्य विचारांचा बरा–वाईट परिणाम त्याच्या लगतच्या लोकावर होत असतो. समाजाचाही परिणाम त्याच्या विचारावर होत असतो. मनुष्य हा जन्मजात श्रद्धाळू असतो. त्याच्या या उपजत गुणामुळेच रूढिप्रियता कायम राहत असते. बुद्धी व तर्काने भावनेचा अतिरेक कमी करून मनुष्याच्या विचारामध्ये पुरोगामी परिवर्तन घडत असते आणि त्याचे विचार विकास पावत असतात. तत्त्वज्ञानाने मानवी बुद्धीला व तर्कशक्तीला जर बाद केले तर अंधश्रद्धाळू भावनेशिवाय काही शिल्लक राहणार नाही. भारतीय समाजव्यवस्थेमध्ये मानवी बुद्धीला पंगू बनविण्याचे कार्य शतकानुशतके चालले. त्यातून अंधश्रद्धा आणि धार्मिक अनाचार बळावला. भारतीय समाजजीवनामध्ये अंधश्रद्धाळूपणाचा अतिरेक माजलेला दिसतो. 'मनुस्मृती' हा ग्रंथ या सर्व अंधश्रद्धा आणि धार्मिक अनाचारामागे केंद्रबिंदू बनलेला दिसतो.

स्मृतिकाराने सामाजिक विषमतेचे बीज पेरले. वेदावर जो श्रद्धा ठेवत नाही त्याविषयी मनू म्हणतो –

"जो वेदावर श्रद्धा ठेवत नाही तो कितीही विद्वान ब्राह्मण असला तरी त्याचा सामाजिक बहिष्कार करावा." (राजवीर शास्त्री : मनुस्मृति - २, पृ. १०)

वेदाच्या श्रद्धेच्या भावनेतूनच पुढे अंधश्रद्धा समाजात पसरली आणि त्यातून धार्मिक अनाचार वाढला. वेद हे प्रमाण मानावे. वेद म्हणजे अंतिम अशी टोकाची भूमिका घेतल्यामुळे धार्मिक असंतुलन फोफावले. धर्मा - धर्मांत, जाती - जातीत तेढ निर्माण झाली. अनेक प्रकारच्या अंधश्रद्धाळू विचारांना समाजमान्यता मिळाली.

अठराव्या शतकातील समाजजीवनामध्ये तर धार्मिक अनाचार आणि अंधश्रद्धा यांना सीमाच नव्हती. विज्ञानवादी, आधुनिकता हे शब्द या काळातील समाजाच्या स्वप्नातही नव्हते. पूर्वपारंपार चालत आलेली, बुरसटलेली विचारसरणी कवटाळून अंधश्रद्धेच्या जोरावर हा समाज जगत होता. यज्ञयाग, होमहवन, तंत्रमंत्र, जादूटोणा,

भूतपिशाच्च, देवदेवता अशा एक ना अनेक काल्पनिक गोष्टींच्या शोधात हा समाज भरकटत चालला होता. आजही काही प्रमाणात समाजामध्ये या गोष्टीवर विश्वास असलेली माणसे दिसतात. काल्पनिक, अतार्किक, सारासार बुद्धीला न पटणाऱ्या, विवेकाचा खून करणाऱ्या या अलौकिक गोष्टी लौकिकामध्ये शोधण्याचा प्रयत्न येथील अंधश्रद्धाळू समाज करू लागला.

अठराव्या शतकामध्ये जशी अंधश्रद्धा होती त्याचबरोबर धार्मिक अनाचारही होता. जातीयता हा येथील समाजव्यवस्थेचा कणा होता. जातीच्या नावाखाली, धर्माच्या नावाखाली येथील समाजजीवनामध्ये सर्वसामान्य खालच्या स्तरातील माणसाला हीन लेखले जाई. त्याचा स्पर्श चालत नसे, त्याच्या सावलीचा विटाळ होई, त्याच्या पावलाच्या ठशावर आपले पाऊल पडले तर आपण भ्रष्ट होऊ अशी भीती येथील धर्मामार्तंडांना होती. जगाच्या इतिहासात माणसाच्या सावलीचा विटाळ मानणारा हा एकच देश होता. अठराव्या शतकामध्ये तर जातिसंस्था अत्यंत बळकट असल्यामुळे धार्मिक अनाचाराच्या विविध बाबी समाजजीवनात अस्तित्वात होत्या. धर्माने स्त्रीला शिक्षण नाकारले होते. धर्माने अनेक कुप्रथांना या काळात जन्म दिला. त्यातून धार्मिक अनाचाराची प्रक्रिया वाढत गेली आणि हे सर्व संपविण्यासाठी एकोणविसावे शतक उजाडावे लागले. एकोणविसाव्या शतकामध्ये अनेक सुधारणावादी विचारवंत जन्माला आले आणि त्यातून समाजाला लागलेली ही कीड समूळ नष्ट करण्याचा प्रयत्न होऊ लागला.

आधुनिक युगाचा उदय प्रथमत: युरोपमध्ये इसवी सनाच्या पंधराव्या शतकाच्या अखेरीस झाला. मध्ययुगीन कालखंडाच्या अस्तानंतर कृषिक्रांतीनंतर औद्योगिक क्रांती झाली. औद्योगिकीकरणामुळे अनेक नवनवीन यंत्रे, अवजारे निर्माण झाली. यंत्राच्या अद्‌भुत शक्तीमुळे माणसाचे जीवन बदलले. त्यातूनच त्याची विचारप्रक्रियाही बदलली. विज्ञानाच्या क्रांतीमुळे माणूस वास्तव परिस्थितीचे भान बाळगू लागला. स्वर्ग-नरक यासारख्या काल्पनिक गोष्टींना तो महत्त्व देईनासा झाला. विज्ञानामुळे मानवाला अनेक प्रश्नांची उत्तरे सापडली. त्यातूनच धर्मसंस्थेविरुद्ध बंड पुकारले गेले. यामधून नवीन प्रबोधन चळवळीचा उगम झाला. युरोपमध्ये पंधराव्या शतकात सुरू झालेली ही आधुनिकतेची लाट अठराव्या शतकापर्यंत संपूर्ण युरोपभर पसरली. अठराव्या शतकामध्ये अमेरिका स्वतंत्र झाली. लोकशाही मूल्यांचा स्वीकार करून अमेरिकी लोकशाही अस्तित्वात आली. फ्रांसमधील लोकांनी भाकरीसाठी केलेली राज्यक्रांती अठराव्या शतकामधील एक सर्वश्रेष्ठ घटना ठरली. संपूर्ण जगावर या क्रांतीची छाप पडली. विज्ञानाने जगातील अनेक गोष्टींचा वेध घेतला. नवनवीन शोधांमुळे समाजजीवन ढवळून निघाले. यंत्रज्ञान आणि तंत्रज्ञान यांमुळे मानवी जीवन बदलले त्यातून जुनी विचारसरणी, दैववाद, देववाद, अंधश्रद्धा इत्यादी गोष्टींना मूठमाती मिळाली. एकंदरीत मानवी जीवनामध्ये या कालखंडात प्रचंड

उलथापालथ झाली. माणूस हा बुद्धिजीवी प्राणी बनू लागला. जुन्या संकेतांची जागा नवीन संकेतांनी घेतली. विवेकशील बुद्धीने माणूस विचार करू लागला. थांबलेले जीवन वेगवान झाले. जुने आचार विचार मागे पडू लागले. संस्कृतिमिश्रणाची प्रक्रिया सुरू झाली.

बदलाची ही प्रक्रिया समाजातील विविध स्तरांत पोचली. विज्ञान, साहित्य, कला या क्षेत्रांमध्येही आता बदल होणे अपरिहार्य ठरले. मानवी मन आधुनिकतेच्या दिशेने वाटचाल करू लागले. अर्थात ही एका नव्या युगाची सुरुवात होती. विज्ञान, औद्योगिक क्रांती, धर्मविरोध, नवी यंत्रसंस्कृती या सर्वांमुळे नव्या युगाच्या या वाटचालीला आधुनिकता असे म्हटले जाऊ लागले. युरोपमधील ही आधुनिकता एकोणिसाव्या आणि विसाव्या शतकांत संपूर्ण जगभर पसरली. आज एकविसावे शतक तर आधुनिकतेचे पुढचे पाऊल म्हणता येईल.

आधुनिक युगाचा पडसाद जीवनातील प्रत्येक क्षेत्रावर पडला. साहित्यासारखे क्षेत्र त्यापासून कसे अलिप्त राहू शकेल? मुळात मराठी माणूस अठराव्या-एकोणिसाव्या शतकाच्या उत्तरार्धापर्यंत परंपरावादी, आधुनिक युगापासून दूर होता. इंग्रजांनी एकोणिसाव्या शतकामध्ये इथे राज्यारोहण केले. त्यातून इंग्रजांनी विविध आधुनिक गोष्टी या देशात आणल्या. त्यात सर्वांत महत्त्वाचे म्हणजे इंग्रजी शिक्षण होय. इंग्रजाच्या अगोदर आपल्या देशातील शिक्षणव्यवस्था 'गुरुकुल' पद्धतीची होती. गुरुकुलामध्ये विशिष्ट वर्गातील लोकांनाच प्रवेश मिळत असे. शिक्षणाचा अधिकार विशिष्ट वर्गाकडेच राखून ठेवण्यात आला होता. इंग्रजांनी शिक्षणाची दारे सर्वांसाठी खुली केली. त्यांनी शाळा काढल्या. इंग्रजी कालखंडातच म्हणजे १८५७ साली मुंबई विद्यापीठाची स्थापना झाली. त्यामुळे उच्चशिक्षण घेण्याची संधी अनेक मराठी तरुणांना मिळाली. इंग्रजी वाङ्मयाच्या अभ्यासातून मराठी तरुण वस्तुस्थितीचा विचार करू लागला. पारंपरिक, काल्पनिक मराठी वाङ्मयाकडे तो चिकित्सक दृष्टीने पाहू लागला. इंग्रजी वाङ्मयातील आधुनिक युगाची चाहूल त्याच्या मनाला भावली. त्यातूनच मराठी वाङ्मयातील आधुनिकतेची पायाभरणी झाली.

आधुनिक कालखंडामध्ये मानवी जीवनमूल्ये बदलली. आधुनिक मानव ही आधुनिक जीवनमूल्ये अंगीकारू लागला. बुद्धिप्रामाण्य, वैज्ञानिक दृष्टिकोन, व्यक्तिस्वातंत्र्य, समता, स्वातंत्र्य, सहजीवन, प्रयोगशीलता.

या जीवनमूल्यांनी आधुनिक मानवी जीवन व्यापले. जुन्या विचारसरणी, जुनाट श्रद्धा, परंपरा आधुनिक जीवनमूल्याने नाकारल्या. ही जीवनमूल्ये वैश्विक मानवतेचा पुरस्कार करणारी ठरली. भूतलावरील संबंध मानवी जीवनाचा आणि त्याच्या प्रगतीचा विचार आणि विकास करणारी ही जीवनमूल्ये ठरली. मानवाच्या प्रगतीची आणि त्याच्या चौफेर विकासाची दारे या मानवीमूल्यांनी खुली केली. अ. भि. शहा यांनी जीवनमूल्याच्या

संदर्भात विचार करताना असे म्हटले आहे की – ''परंपरागत विचार, मूल्ये आणि संस्था यांची या प्रक्रियेच्या दृष्टीने चिकित्सा करून त्यांपैकी प्रगतीच्या आड येणारे विचार, मूल्ये व संस्था यांची खंत न बाळगता त्याग करणे व मानवी विकासास पोषक घटकांचा (उदा. करुणा, सहिष्णुता, ज्ञानोपासना) आजच्या नवीन संदर्भात परिपोष करणे हे आधुनिकत्वाचे वैशिष्ट्य होय.'' (मराठी विश्वकोश खंड - २, पृ. ५२)

म्हणजेच आधुनिकता ही मानवी जीवनाच्या विकासाची गुरुकिल्लीच आहे. परंपरागत जीवनामध्ये मानवी स्वातंत्र्याची, मानवी विकासाची, मानवी बुद्धीची, मानवी विचारस्वातंत्र्याची गळचेपी झाली. आधुनिक जीवनमूल्याने मानवी विकासाला गती आणि प्रगती दिली. या जीवनमूल्यांना स्वीकारून मराठी कविता जन्माला आली. मराठी कविता पूर्वपारंपार चालत आली होती. संत साहित्यामध्ये आणि अगदी शाहिरी काव्यापर्यंत मराठी काव्य पारंपरिक दृष्टीने पुढे जात होते. अठराव्या आणि एकोणिसाव्या शतकांच्या पूर्वार्धापर्यंत मराठी कविता पारंपरिक स्वरूपातच पुढे जात होती. महात्मा फुल्यांनी १८६५ साली शिवाजीचा पोवाडा लिहून आधुनिक कवितेला जन्म दिला. पुढे केशवसुतांनी आधुनिक कवितेचा विकास केला. फुले – केशवसुत काळात मराठी कविता आधुनिक अंगाने निर्माण होत गेली. फुल्यांनी मराठी कवितेला स्वत्व आणि स्वाभिमान दिला.

इंग्रजी राजवटीने १८१८ साली भारतामध्ये आपले पाय रोवले. इंग्रजांच्या आगमनाबरोबरच या देशामध्ये विविध गोष्टी आल्या. इंग्रजी शिक्षण, इंग्रजी संस्कृती, इंग्रजी विचारसरणी याचा हळूहळू भारतीय समाजमनावर परिणाम होण्यास सुरुवात झाली. पेशवाई कालखंडामध्ये समाज दिशाविहीन झाला होता. इंग्रजी आक्रमणामुळे अनेक फायदे या देशाला झाले हे मात्र आपणास नाकारता येणार नाही. आधुनिक जीवनाची विचारसरणी इंग्रजी आमदानीतच या देशात रुजली आणि विकसित झाली. नव्या जीवनाचे संदर्भ भारतीय मनाला भिडू लागले. 'आपण किती मागासलेले आहोत' याची जाणीव भारतीय तरुण मनाला झाली. नवजीवनाची जाणीव वाढत गेली त्यातून इहवाद, बुद्धिप्रामाण्यवाद आणि व्यक्तिस्वातंत्र्यवाद या नव्या जीवन-जाणिवांशी इथला माणूस इंग्रजी राजवटीमुळे जोडला गेला. मनपरिवर्तनाची ही पहाट होती. मनामधील प्राचीन संकल्पना, भोंगळ आशावाद गळून पडू लागला आणि आधुनिक जीवनशैलीच्या सीमारेषेत भारतीय माणूस आला. त्यात मराठीजनही मागे नव्हते. राष्ट्रवाद, प्रगती, स्वातंत्र्य, व्यक्तिस्वातंत्र्य या संकल्पना या काळात रुजायला लागल्या. स्वातंत्र्य आणि व्यक्तिस्वातंत्र्य या दोन मूल्यांभोवती आधुनिक मराठी वाङ्मयाची निर्मिती होऊ लागली. देव आणि देवाच्या राज्यापेक्षा माणसाचे राज्य, अलौकिकापेक्षा लौकिक जीवन या गोष्टींना महत्त्व आले. व. दि. कुलकर्णी आपले मत नोंदविताना असे म्हणतात की – ''राष्ट्र स्वातंत्र्याबरोबर व्यक्तिस्वातंत्र्य हे नवे मूल्य जन्मास आले. प्रामुख्याने या दोन मूल्यांच्या भोवती त्यांना

केंद्र मानून अर्वाचीन मराठी वाङ्मय वाढत, विकास पावत गेले. देव आणि देवाचे स्वर्गातील राज्य यापेक्षा माणूस आणि माणसाचे इहलोकाचे राज्य यावर आपला अधिक विश्वास बसत गेला. परलोकनिष्ठा जाऊन आपल्या अंगी इहनिष्ठा बळावली, राष्ट्रनिष्ठा प्रज्वलित झाली. अर्वाचीन मराठीतील सामाजिक आणि राजकीय वाङ्मयाचे उगम या निष्ठांतून झाले आहेत.'' (अर्वाचीन मराठी सारस्वतकार.)

समाजजीवनाने आधुनिकता अशी काही एकाएकी स्वीकारली नाही. त्यास अनेक गुंतागुंतीच्या प्रक्रियेतून आधुनिकतेशी नाते जोडावे लागले. हळूहळू प्रतिकूल असलेले समाजमन काही प्रमाणात का होईना आधुनिकतेशी अनुकूल झाले. आधुनिकतेची समाजमनामध्ये रुजवात होत असताना अनेक आरोप-प्रत्यारोप झाले. सनातनविरुद्ध आधुनिक असा संघर्ष सुरू झाला. 'धर्म बाटला' म्हणून अनेक ठिकाणी बोंब उठली. धर्म रसातळाला जातो की काय अशी भीती धर्ममार्तंडांना वाटू लागली. धर्मशास्त्रे, परंपरा, देव, अध्यात्म, विषम समाजरचना, रूढी आणि संस्कार यांच्याविरुद्ध या काळात संघर्ष सुरू झाला. आधुनिक क्रांतिकारी विचाराच्या या कालखंडामध्ये ज्योतिबा फुले, लोकहितवादी, गो. ग. आगरकर यांचे लेखन समाजजीवनाला आधुनिक विचाराचे दिशादर्शक होकायंत्र ठरले. यांच्या लेखनामधून तत्कालीन समाज परिस्थितीची चित्र पाहावयास मिळते.

मराठी कवितेचा आणि आधुनिकतेचा संबंध तपासत असताना आपणास प्रामुख्याने महात्मा फुलेंच्या अखंडादी काव्यरचनेमधून ही आधुनिकता पाहावयास मिळते. आधुनिक जीवनमूल्यांचा पुरस्कार करणारी कविता पुढे केशवसुतांनी लिहिली. महात्मा फुलेंनी भारतीय समाजशास्त्राचा आणि धर्मशास्त्राचा जवळून अभ्यास केलेला होता. फुलेंना भारतीय सामाजिक संरचना जवळून माहीत होती. त्यामुळे त्यांची कविता आधुनिक विचाराने प्रभावित झालेली कविता होती. त्यांच्या कवितेमध्ये व्यक्तिस्वातंत्र्य, बुद्धिप्रामाण्यवाद, विज्ञानवाद, समता, स्वातंत्र्य, बंधुता आणि विश्वमानव्याची संकल्पना रुजलेली दिसते. फुले ज्या काळात लिहीत होते, त्या काळात लोकपरंपरेला अनुसरून लिहिणारेही कवी होते. पारंपरिक विचाराने मरगळलेले मन काही आधुनिक संकल्पना स्वीकारीत नव्हते. फुल्यांनी मराठी काव्यप्रांतात प्रथम आधुनिकतेची विद्रोही हाक दिली आणि येथूनच मराठी कविता आधुनिक बनली. मानवी जीवनमूल्यांचा प्रभावी आणि सर्वांगपरिपूर्ण आविष्कार महात्मा फुल्यांच्या कवितेमधून झाला. आधुनिक जीवनमूल्ये महात्मा फुलेंनी जवळून अभ्यासली होती. इंग्रजी विद्या त्यांनी संपादित केलेली होती. इंग्रजी जीवन आणि संस्कृती, इंग्रजी राजसत्ता याविषयी महात्मा फुलेंना आस्था होती याचे प्रमुख कारण इंग्रजी विद्येमध्ये असलेला मानवी विश्वव्यापी संकल्पनेचा मूलाधार हाच होय. पुढे हाच मूलाधार फुल्यांच्या कवितांचा आधार बनला.

आधुनिक मराठी कवितेतील मूर्तिभंजनाचा अभ्यास करीत असताना महात्मा फुले हे आधुनिक मराठी कवितेचे जनक ठरतात. महात्मा फुलेंची कविता अभ्यासल्याशिवाय मूर्तिभंजनात्मक कवितेची संकल्पना खऱ्या अर्थाने मांडता येणार नाही. १८१८ साली पेशवाईचा अस्त आणि इंग्रजी राजवटीचा उदय ही भारतीय इतिहासातील महत्त्वपूर्ण घटना म्हणाली लागेल. इंग्रजी राजसत्ता आणि इंग्रजी शिक्षण यामुळे भारतीय समाजामध्ये क्रांतिकारी बदल होण्यास सुरुवात झाली. समाजप्रबोधनाच्या विविध चळवळी याच काळात आकारास आल्या. महाराष्ट्रामध्ये या काळात परिवर्तनाची एक लाट निर्माण झाली. जीवनाला गतित्व प्राप्त झाले.

इंग्रजी राजवटीमुळे परंपरागत जुनी मूल्यव्यवस्था मोडीत निघण्यास प्रारंभ झाला. हजारो वर्षे पोकळ आणि भोंगळ कल्पनांवर समाज जगत होता; परंतु त्याला जगण्याची दिशा सापडत नव्हती. 'ठेविलें अनंतें तैसेंचि रहावें!' या वचनाप्रमाणे महाराष्ट्रीय माणूस आपल्यामध्ये असलेली निर्मितिप्रक्रिया व्यवस्थेच्या रेट्यामुळे मारून टाकत होता. सनातनी व्यवस्थेने मानवी विकासाच्या वाटा रोखल्या होत्या. मुक्त मानवतेची संकल्पना या पुरोहितशाहीत गुलाम बनली होती. विषमताधिष्ठित समाजरचनेला या कालखंडामध्ये खिंड पडली आणि आधुनिकतेच्या प्रकाशात नवसमाजनिर्मितीचे स्वप्न काही सुधारक पाहू लागले. त्यामध्ये कृतिशील असलेले समाजसुधारक म्हणून महात्मा फुल्यांची महती अवर्णनीय अशीच आहे.

पारंपरिक मराठी कविता जुन्या मूल्यव्यवस्थेला कवटाळून तिचे गोडवे गात होती. थोडक्यात ही परमेश्वरभक्तीची कविता म्हणता येईल. ज्ञानेश्वरांनी भावार्थदीपिकेच्या माध्यमातून ईश्वरी सत्तेला मान्यता दिली आणि पुढे अनेक संतांची कविता अध्यात्म या विषयाभोवती रेंगाळत राहिली. मराठी कवितेच्या आरंभकाळापासून ते इंग्रजी राजवटीच्या उदयानंतरच्याही काही काळापर्यंत मराठी कविता परमेश्वरभक्ती, परमेश्वरप्राप्तीसाठीच निर्माण होत होती. या कवितेला ब्राह्मणी वर्चस्व, सामाजिक विषमता या भयंकर गोष्टी मान्य होत्या. मानवी मूल्यांची संकल्पना या कवितेमध्ये आलेलीच नव्हती; कारण व्यवस्थेने सबंध समाजाला गुलामीची वागणूक दिली होती. पूर्वसुरींची कविता अशी जुन्या पारंपरिक मूल्यावर अढळ श्रद्धा असलेली होती.

आधुनिक भारताच्या परिवर्तनवादी चळवळीतील आणि महाराष्ट्राच्या क्रांतिक्षितिजावर उगवलेला देदीप्यमान प्रज्ञासूर्य म्हणून महात्मा फुलेंचा उल्लेख करावा लागतो. फुल्यांनी आपले सबंध आयुष्य समाजासाठी वाहून घेतले होते. केशवसुतांच्या अगोदर महात्मा फुल्यांनी केलेले लेखन विद्रोही स्वरूपाचे होते. फुल्यांनी समाज-जागृतीसाठी कृतिशीलपणे कार्य केले. आधुनिक कवितेचा विचार करीत असताना आपणास महात्मा फुलेंची कविता अभ्यासणे महत्त्वपूर्ण ठरते. सनातनी समाजव्यवस्थेमध्ये

महात्मा फुलेंनी पारंपरिक लोकरंजन आणि लोकप्रबोधन करणाऱ्या पोवाड्याच्या माध्यमातून आपली पहिली कविता लिहिली. महात्मा फुलेंनी लिहिलेला पोवाडा आणि अखंडादी काव्यरचना करून फुल्यांनी आधुनिक कवितेला जन्म दिला.

महात्मा फुलेंची कविता आधुनिक मराठी कवितेतील पहिली मूर्तिभंजनात्मक कविता होय. समाजव्यवस्थेमधील चातुर्वर्ण्यावर आणि ब्राह्मणवादावर महात्मा फुलेंच्या कवितेत कडाडून हल्ला केला. मृतवत समाजाला संजीवन देण्याचे काम त्यांच्या कवितेने केले.

ज्योतिराव फुल्यांची समग्र कविता ही क्रांतिकविता आहे. मानवी मूल्यांचे पूजन करणारी ही कविता प्रस्थापित समाजव्यवस्थेवर तुटून पडते. प्राचीन मराठी कवितेच्या साचेबंदपणातून बाहेर पडून एका नव्या युगाची पहाट ही कविता आपणास दाखविण्याचा प्रयत्न करते. ज्योतिराव फुल्यांच्या समकालामध्ये इतरही काही कवी पारंपरिक पद्धतीने कविता निर्माण करीत होते. त्यात भास्कर पाळंदे, कान्होबा कीर्तिकर आणि विठोबा दप्तरदार या मंडळीचा उल्लेख करावा लागेल. फुल्यांची कविता या कवींपेक्षा वेगळी अशी मानवी मूल्यांची जोपासना करणारी कविता होती. फुल्यांवर आणि त्यांच्या कवितेवर एकंदरीत त्यांच्या लेखनाला शूद्र मानणारे महाभागही त्या काळात होते. अनेक संकटांना तोंड देत फुल्यांनी आपली सामाजिक क्रांती चळवळ चालू ठेवली आणि त्यासाठी त्यांनी साहित्याला जवळ केले. त्यातूनच त्यांची कविता निर्माण झाली आणि त्यांच्या कवितेने सामाजिक समतेचे नवे दालन उघडून दिले. विषमताप्रवृत्त प्रवृत्तींना हादरे देण्याचे काम फुल्यांच्या कवितेने केले.

फुल्यांच्या अगोदरची कविता ही विषमतेवर आधारलेली कविता होती. महात्मा फुल्यांनी सामाजिक विषमतेवर कवितेच्या माध्यमातून प्रहार केले. सामाजिक समता, सामाजिक न्याय फुल्यांनी आपल्या कवितेतून मांडला. हजारो वर्षांपासून विषमताधिष्ठित समाजव्यवस्थेमध्ये जो माणूस अन्याय, अत्याचार, जुलूम याखाली दबला जात होता त्या शेवटच्या माणसासाठी महात्मा फुल्यांची कविता होती. म्हणून फुल्यांची कविता ही सामाजिक क्रांतीची आद्य कविता ठरते. विद्रोह हा फुल्यांच्या कवितेचा आत्मा होता. 'आत्मपरीक्षण' करणारी ही कविता सर्वसामान्य माणसाला विचारप्रवृत्त करणारी कविता होती. वर्षानुवर्ष ज्या समाजाला दाबले गेले, ज्यांची पिळवणूक-छळवणूक झाली त्या समाजामध्ये क्रांतीची चेतना करण्याचे काम महात्मा फुलेंच्या कवितेने केले. परिवर्तनाची पहाट महात्मा फुल्यांच्या कवितेने दाखविली. 'शेतकऱ्याचा आसूड' या ग्रंथाच्या प्रारंभी महात्मा फुलेंनी पद्यमय भाषेत समाजाला विद्येची महती सांगितली ती अशी –

विद्येविना मति गेली; मतीविना नीति गेली;
नीतीविना गति गेली! गतीविना वित्त गेलें,
वित्ताविना शूद्र खचले, इतके अनर्थ एका अविद्येनें केले.

महात्मा फुले कृतिशील कार्य करणारे पहिले समाजशिक्षक होते. समाजामधील वैफल्यग्रस्त स्थितीला सुधारण्यासाठी त्यांनी जिवापाड कष्ट केले. त्यांच्या कवितेमधून सामाजिक क्रांतीची बीजे ठायी ठायी दिसतात. दस्यूच्या पोवाड्यामध्ये फुल्यांनी मांडलेला सामाजिक विद्रोही आणि क्रांतिकारी विचार महत्त्वपूर्ण वाटतो. 'मनुस्मृती' मुळे समाजामध्ये विषमतेचे पेव फुटले. सामाजिक विषमतेचा मूळ पाया मनुस्मृती आहे हे सांगत असताना ज्योतिबा फुले म्हणतात –

आर्यांची मनुस्मृती बघा, तीत आहे दगा, वाची ग्रंथाला॥
जंवर हात भिजे तंवर भट भजे, आले प्रत्ययाला॥
बुद्धांनी खोड मोडिली, कीर्ती जोडली, सर्व जगांत॥
मनीं आर्यभट्ट कुढती, उघड रडती, उर पिटीत॥११॥

समाजातील तळागाळातील माणूस पेटून उठावा, त्याने त्याच्या आत्मोन्नतीची कास धरावी त्यासाठी महात्मा फुलेंनी क्रांतिकारी भाषेमध्ये काव्यलेखन केले. फुलेंच्या कवितेमध्ये सामाजिक जाणीव पदोपदी दिसते. कल्पित धर्मग्रंथांचा महात्मा फुलेंनी खरपूस समाचार घेतला. आर्य धर्मग्रंथ हे बहुजन-हितकारक नसून ते बहुजनांचे विनाशकारी ग्रंथ आहेत. आर्यनीतीमुळे बहुजन समाजाच्या जीवनाची कशी राखरागोळी झाली हे आपल्या काव्यामधून फुल्यांनी सांगितले. सत्य हे फुल्यांच्या कवितेचे प्राणतत्त्व होते. सत्याच्या मार्गावर जो समाज जातो त्याची प्रगती होते. सत्यासंबंधीचे आपले काव्यविचार मांडताना फुले म्हणतात –

सत्य सर्वांचें आदी घर। सर्व धर्मांचें माहेर॥धृ.॥
जगांमाजी सुख सारें। खास सत्याचीं तीं पोरें॥१॥
सत्य सुखाला आधार। बाकी सर्व अंधकार॥१२॥

फुल्यांची कविता समाजातील सर्व स्तरांतील माणसाला ऐक्याची शिकवण देते. समाजाला प्रेमाची, करुणेची आणि विश्वबंधुत्वाची शिकवण देणारी ही कविता ठरते. फुल्यांची कविता सामाजिक क्रांतीची अग्रदूत ठरते. फुल्यांच्या अगोदर सामाजिक समतेची भाषा क्रांतिकारी शब्दांमध्ये कुणीही मांडलेली नव्हती. त्यामुळे आधुनिक माणसाला सामाजिक समतेचे धडे देणारी ही कविता तत्कालीन समाजव्यवस्थेमध्ये महत्त्वपूर्ण ठरते. फुल्यांच्या सामाजिक विचाराचे प्रतिबिंब त्यांच्या कवितेमध्ये पडलेले दिसते. फुल्यांना जातीयता मान्य नव्हती. सामाजिक समतेचा लढा देणारा हा युगपुरुष कवितेच्या माध्यमातून बहुजन समाजाला जागृत करीत होता. निद्रिस्त समाजाला जागविण्याचे काम या कवितेने केले. फुल्यांच्या अगोदर अशी बंडखोर कविता निर्माण झाली नव्हती. प्राचीन कवितेपेक्षा निराळी आधुनिक कविता महात्मा फुल्यांनी जन्मास घातली. आधुनिक जाणिवांची भक्कम जाण असलेली ही कविता समाजामध्ये क्रांतीची बीजे पेरत होती. फुल्यांच्या

कवितेत विद्रोह आहे, निखारे आहेत, भावनांची उग्र वादळे आहेत. त्यांच्या कवितेमध्ये विचाराची, चिंतनाची शक्ती ती सामाजिक क्रांतीसाठी माणसाला उद्युक्त करते.

तत्कालीन मराठी कविता मूठभर लोकांचे मनोरंजन करणारी कविता होती. मूठभर समाजाशिवाय इथे बहुसंख्य समाजाची लोकसंस्कृती नांदते आहे, याची या कवितेला खबर नव्हती. लोकसंस्कृतीचे अस्तित्व मान्य करून तिच्यासंबंधी तिच्य उन्नयनासंबंधी अतिशय आत्मीयतेने बोलणारा विद्रोही कवी म्हणून महात्मा फुल्यांचेच नाव घ्यावे लागते.

फुल्यांची कविता ही समाजमन घडविणारी कविता आहे. महात्मा फुल्यांची कविता सामाजिक जाण, सामाजिक भान आणि सामाजिक ज्ञान असणारी कविता सामान्य माणसाच्या प्रगतीच्या विकासवाटा खुल्या करण्याचे ध्येय बाळगते. आधुनिक विचारांचा पहिला आवेग महात्मा फुल्यांच्या कवितेतून आला. इहवादी जाणीव असलेल्या या कवीने सामाजिक क्रांतीची बीजे आपल्या कवितेमध्ये पेरून समाजाला चेतना दिली, बोथट झालेली संवेदना ऊर्जित केली.

आधुनिक मराठी कवितेचा मूर्तिभंजनात्मक अभ्यास करीत असताना मूर्तिभंजन संकल्पना क्रांतिकाळामध्ये मान्य पावली असल्याचे दिसून येते. हजारो वर्षे गुलामीच्या खाईत सापडलेल्या समाजाला महात्मा फुल्यांसारख्या क्रांतिकारी युगपुरुषांनी विचारांची नवसंजीवनता दिली. आधुनिक कालखंडामध्ये विविध सामाजिक चळवळींना उधाण आले. रूढी, परंपरा या विरुद्ध माणसे पेटून उठली. ईश्वर, अध्यात्म, स्वर्ग – नरक या कल्पनामधील निरर्थकता माणसाला कळू लागली. ''देव हा काही साक्षात्कारी नाही. देव कुणाला भेटत नाही. या सर्व पोकळ कल्पना आहेत. सामान्य माणसाला गुलाम करण्याची ही साधने आहेत.'' हे बहुजनातील काही लोकांना कळायला लागले आणि त्यातून परिवर्तनवादी विचारांचा जन्म झाला. परिवर्तनाची पहाट जनसामान्याच्या मनात उगवू लागली. ज्या देवा – धर्माच्या नावावर अनेक वर्षे फसविले गेले, नेस्तनाबूत करण्यात आले त्या फसवेगिरी करणाऱ्यांना त्यांची जागा दाखविण्याची क्रांतिकारी भाषा बोलली जाऊ लागली. विज्ञानाच्या क्रांतीमुळे माणूस वास्तववादी बनला. स्वत:च्या जीवनाविषयी तो गंभीरपणे विचार करायला लागला. विज्ञानातील नवनवीन नेत्रदीपक शोधामुळे पोकळ कल्पना त्याला व्यर्थ वाटू लागल्या. खऱ्या धर्माची आणि खऱ्या माणसाची त्याला ओढ लागली. त्याची जिज्ञासा जागृत झाली. हजारो वर्षे ज्या देवादिकांची आपण पूजा – अर्चा केली त्या देवाने आपणास काय दिले. असा प्रश्न तो विचारू लागला. ब्राह्मणी समाजव्यवस्थेने स्वत:च्या स्वार्थासाठी या सर्व गोष्टींचा सापळा रचला आणि त्यात आपण वर्षानुवर्ष अडकलो याची जाणीव या क्रांतिकाळामध्ये व्हायला लागली. बुद्धफुले – आंबेडकर हेच आमचे खरे आदर्श होत. विज्ञानवादी भूमिकेतून जगणे म्हणजेच जीवन असा ठाम विश्वास निर्माण व्हायला लागला.

क्रांतिकालामध्ये अनेक विचारवंत निर्माण झालेत. या विचारवंतांनी समाजाला खऱ्या विचारांची जाण करून दिली. यातून नास्तिक विरुद्ध आस्तिक असा संघर्ष सुरू झाला. आधुनिक काळाच्या कितीतरी अगोदर अगदी प्राचीनतम कालखंडाकडे चिकित्सक दृष्टीने विचारवंत पाहू लागले. समाजातील विषमता, माणसामाणसांतील भेदभाव या गोष्टी त्यांना अस्वस्थ करू लागल्या. त्यातून क्रांतीची बीजे रोवली गेली. नवसमाजनिर्मितीची प्रतिज्ञा या विचारवंतांनी घेतली

मूर्तिभंजन म्हणजे देव, ईश्वर, आत्मा, परमात्मा, परलोक या संकल्पना नाकारणे. आधुनिक क्रांतिकाळामध्ये महात्मा फुले आणि पुढे डॉ. बाबासाहेब आंबेडकर यांनी मूर्तिभंजनाची मुहूर्तमेढ रोवली. सनातनी व्यवस्थेला छेद देणारी प्रतिव्यवस्था या युगपुरुषांनी निर्माण करण्याचे ठरविले आणि तसे केलेही. फुल्यांनी सत्यशोधक समाजाच्या माध्यमातून रूढिप्रियता, परंपरा नाकारली. सत्याचा शोध घेतला. धर्मग्रथांमधील कुटिलता आणि असत्यता चव्हाट्यावर आणली. फुल्यांनी ईश्वरी अंशाला निर्मिकाच्या माध्यमातून स्वीकारले. त्यांच्याही आधी चार्वाक - बुद्धांनी विज्ञानवादी दृष्टिकोनातून सामाजिक विचाराची मांडणी केली. चार्वाक बुद्धांचा आपण पुढे सविस्तर अभ्यास करणार आहोतच. येथे फक्त मूर्तिभंजन ही क्रांतियुगाची गरज कशी ठरली. हेच पाहणे योग्य ठरेल.

मूर्तिभंजन हे विद्रोहाचे दुसरे रूप म्हणावे लागेल. रूढी, परंपरा नाकारून जे जे कालबाह्य, पीडक आणि अन्यायकारक ते सर्व लाथाडण्याची प्रक्रिया मूर्तिभंजनात घडते. विद्रोहात्मकता हा मूर्तिभंजनाचा प्रमुख गुणधर्म म्हणावा लागेल. मूर्तिभंजन म्हणजे केवळ मूर्तिपूजा न मानणारा असा साधा सरळ अर्थ आपणास घेता येणार नाही. मूर्तिभंजनाची ही प्रक्रिया अस्मितेची लढाई ठरते. वर्षानुवर्षे ज्या समाजाला छळले गेले, टाळले गेले, दूर लोटले गेले त्या समाजाने परंपरेने चालत आलेल्या अनेक रूढी, परंपरा नाकारणे आणि त्याचबरोबर विज्ञानवादी दृष्टिकोन स्वीकारणे ही मूर्तिभंजनाची महत्त्वाची प्रेरणा ठरते.

मूर्तिभंजनाला आधुनिक काळखंडामध्ये क्रांतिदर्शी विचारपुरुषांमुळे गती मिळाली. आधुनिक मराठी कवितेमध्ये मूर्तिभंजनात्मक कविता निर्माण होण्यास त्या काळातील राजकीय स्थित्यंतरेही कारणीभूत ठरली. इंग्रजी राजवट इथे आली. इंग्रज इथे व्यापाराच्या उद्देशाने आले होते; परंतु केवळ व्यापार वा राजसत्ता एवढेच उद्दिष्ट इंग्रजाचे नव्हते. ते असले तरी त्यांना आपला हेतू सिद्धीला नेण्यासाठी पाश्चात्त्य संस्कृतीचा हेतुपुरस्सर प्रचार करणे महत्त्वाचे वाटले. इंग्रजी संस्कृतीची मूल्ये व त्यांच्या प्रचाराची साधने या सत्तेच्या छायेखालीच परिचित आणि उपलब्ध झाली. नवी शासनव्यवस्था, शिक्षणसंस्था, मुद्रणालये, ग्रंथप्रसार, वृत्तपत्रे, ख्रिस्ती धर्मोपदेशक आणि एतद्देशीय लोक यांनी या अनुसंधानाने केलेल्या सामुदायिक वा व्यक्तिगत हालचाली या सर्वांच्या क्रियाप्रतिक्रियांतून या नव्या मूल्यांचे येथे कमीजास्त प्रमाणात संवर्धन होत गेले. गीवनाच्या राजकीय, धार्मिक,

आर्थिक, सांस्कृतिक अंगांकडे पाहण्याचा एक नवा दृष्टिकोन त्यामुळे येथील लोकांना प्राप्त झाला. राजकीय क्रांतीबरोबरच एक मानसिक क्रांती घडू लागली. मूर्तिभंजनाची प्रक्रियाही याच अंगाने वर आली. नवी जीवनमूल्ये, नवा विचार अंगीकारून परंपरावादी विचारसरणी या मनाने झटकली आणि मराठी कवितेत मूर्तिभंजन निर्माण झाले. महात्मा फुल्यांची कविता या दिशेने पहिले पाऊल म्हणता येईल.

१७५० नंतर झालेल्या औद्योगिक क्रांतीमुळे युरोपात भौतिक सुधारणांना चालना मिळाली. राजकीय क्षेत्रात लोकशाही, सामाजिक क्षेत्रात समता व धार्मिक क्षेत्रात अंत:करण-प्रवृत्ती महत्त्वाची मानण्यात येऊ लागली. विज्ञानाच्या सामर्थ्याच्या प्रयत्नामुळे व तज्जन्य नव्या उत्साहामुळे एक नवी जीवनदृष्टी मिळाली. युरोपातील जनतेत ऐहिक सौख्य, आर्थिक विकास, उपयुक्तता व बुद्धिप्रामाण्य इत्यादी मूल्यांना अनन्यसाधारण महत्त्व प्राप्त झाले. व्यापार स्वातंत्र्यातून व्यक्तिस्वातंत्र्याचा जन्म झाला. मानवतेबद्दलची नवी जाणीव झाली.

आधुनिक जीवनमूल्यांचे वारे जगभर पसरले आणि धार्मिक परंपरेतील विफलता लोकांच्या लक्षात यायला लागली. यातूनच मूर्तिभंजन ही संकल्पना निर्माण झाली. जगातील वाङ्मय या आधुनिक जीवनमूल्याने व्यापले. जगातील साहित्यात या नवीन मूल्यांचा शिरकाव झाला आणि मूर्तिभंजक विचारों प्रसरण झाले. आधुनिक मराठी साहित्यात देखील या नवजीवन-मूल्यांच्या अनुषंगाने मूर्तिभंजन कविता जन्माला आली. मूर्तिभंजनाचे स्वरूप या कवितेने आपल्या शब्दांत मांडले.

मूर्तिभंजनाची वैचारिक परंपरा प्राचीनतम काळापासून आलेली आहे. प्राचीन काळातील समाजव्यवस्थेमध्येही कर्मठ विचारसरणीला कडाडून विरोध करणारे तत्त्वज्ञ होते. प्रस्थापित समाजव्यवस्थेतील कर्मठ सनातनी विचारांना फाटा देण्याचे काम त्यांनी केले. त्यात अग्रणी होते चार्वाक आणि पुढे बुद्ध.

ही वैचारिक परंपरा पुढे आधुनिक काळात फुले, आंबेडकर यांच्यासारख्या विचारवंतांनी चालूच ठेवली, मूर्तिभंजनाची निर्माण झालेली ही वैचारिक परंपरा केवळ विरोधासाठी विरोध म्हणून अस्तित्वात आली नाही तर सनातन व्यवस्थेमधील मानवद्रोह या विचारवंतांनी जवळून पाहिला होता. मानवी मूल्यांना समानतेच्या निकषावर उभे करण्यासाठी हा सनातन्यांना केलेला विरोध होता. ढोंग, थोतांड यांचे वाढते स्तोम हे मूर्तिपूजनाच्या कर्मकांडीय आंधळ्या श्रद्धेमुळेच माजलेले होते. होम, हवन, व्रत – वैकल्ये, उपासतापास, पूजाअर्चा यांमुळे बहुजन माणूस पार खंगून गेला होता. विविध धार्मिक कर्मकांडांमधून त्याची पिळवणूक चालूच होती. या पिळवणुकीला विरोध करणारे समाजामध्ये लोक नव्हतेच. श्रद्धेतून अंधश्रद्धा निर्माण होत गेली आणि मूर्तिपूजेचे सगळीकडे पस्थ वाढले. प्राचीन काळातही देवदेवतांची वेगवेगळी मंदिरे उदयास आली, कर्मकांडाचे

प्राबल्य वाढतच गेले. मूर्तिभंजनाच्या वैचारिक परंपरेचा अभ्यास करीत असताना प्रामुख्याने आद्य मूर्तिभंजक म्हणून चार्वाक परंपरेचा किंवा लोकायत दर्शनाचा विचार करावा लागेल.

चार्वाकाविषयी सुसंगत अशी माहिती सनातनी व्यवस्थेमुळे उपलब्ध होऊ शकत नाही. चार्वाकाने तत्कालीन धर्मव्यवस्थेवर प्रहार केले. त्यामुळे 'चार्वाक' इतिहासातून नामशेष करण्यात आला. चार्वाकाचे तत्त्वज्ञान मूर्तिभंजनाचा आद्य स्रोत म्हणावा लागेल. चार्वाक बुद्धाच्या अगोदर झाला. चार्वाकाचे तत्त्वज्ञान बुद्ध तत्त्वज्ञानाअगोदर बहुजन समाजाने आपली जीवनशैली म्हणून स्वीकारले होते. चार्वाकाच्या तत्त्वज्ञानाला 'लोकायत' या नावाने संबोधले गेले. चार्वाक तत्त्वज्ञान आणि बुद्ध तत्त्वज्ञान, नास्तिक तत्त्वज्ञान म्हणून प्रसिद्ध आहे. सेक्युलॅरिझमच्या जवळ जाणारे हे तत्त्वज्ञान म्हणता येईल. नास्तिक तत्त्वज्ञानाच्य संदर्भात बोलत असताना देवीप्रसाद चट्टोपाध्याय म्हणतात -

''तर्कशास्त्र के साथ दिक्कत यह थी की उसमें आस्था की सीमाओं में जकडे न रहने अन्तनिर्हित प्रवृत्ती थी और वह लोगों को ऐसे प्रस्थ उठाने को प्रोत्साहित करता था जो विधि-निर्माताओं को झटपटे और अप्रिय लगते थे - नतीजा यह होता की लोगो में असंतोष फैलना और उनमें विद्रोह की भावना जन्म लेती इसीलिए तर्कानुयायियों को और बेशक धर्म – विरोधियों को खदेड भगाने की आज्ञाएं जारी की गयी'' (प्राचीन भारत में भौतिकवाद)

चार्वाक असो की बुद्ध, धर्मप्रवृत्तीच्या विरोधात ज्यांनी ज्यांनी बंड केले त्या सर्वांना धर्मसत्तेने नाकारले. त्यांची विकृत विटंबना धर्मसत्तेने मांडली. त्यांच्या विचारांची राखरांगोळी करण्याचा प्रयत्न सनातनी धर्मसत्तेने केला. त्या धर्मसत्तेला प्रतिआव्हान इसवी सनाच्या पूर्वी चार्वाकाने दिले. चार्वाक तत्त्वज्ञानी मूर्तिभंजक आहे असे आपण का म्हणतो? तर चार्वाकाने मांडलेले विचार आधुनिक काळात पुढे प्रसरण पावले. मूर्तिभंजकता जशी विचारात आली तशी ती आधुनिक साहित्यातही आली आणि त्यातही कवितेमध्ये ती मोठ्या जोमाने पुढे आली. मूर्तिभंजकतेचे विचार माधवाचार्याच्या सर्वदर्शन संग्रहातील काही पदांवरूनदेखील स्पष्ट होतात :

न स्वर्गो नापवर्गो वा नैवात्मा पारलौकिकः।
नैव वर्णाश्रमादीनां क्रियाश्च फलदायिकाः॥
अग्निहोत्रं त्रयो वेदास्त्रिदण्डं भस्मनुण्ढम।
बुद्धिपौरुषहीनानां जीविका धातृनिर्मिता॥ (सर्वदर्शनसंग्रह)

चार्वाक हा नास्तिकवादाचा जनक त्याने स्वर्ग, परलोक, वेद, श्रुती, ईश्वर, अध्यात्म या सर्व भोगंळ आणि पोकळ कल्पना नाकारल्या. त्यामुळे मूर्तिभंजनाच्या परंपरेतील चार्वाक हा उगमस्रोत ठरतो. त्याचे लोकायत तत्त्वज्ञान मूर्तिभंजन तत्त्वज्ञानच होय.

वैदिक परंपरेच्या अगोदर 'लोकायत' तत्त्वज्ञानाचा उगम झाला. प्राचीनतम असलेली

ही विचारधारा कृषिक्रांतीशी निगडित अशा स्वरूपाची दिसत होती. मानवाला जेव्हा शेतीचा शोध लागला तेव्ह किंबहुना त्याही अगोदर 'चार्वाक' उदयाला आलेला असावा. चार्वाकाने मांडलेले वैचारिक तत्त्वज्ञान तत्कालीन धर्मव्यवस्थेला, धर्मश्रद्धेला नाकारणारे होते. म्हणून वैदिक कालखंडामध्ये आणि वैदिकोत्तर कालखंडात 'चार्वाक' आणि त्याचे तत्त्वज्ञान नामशेष करण्याचे प्रयत्न पुराणशास्त्रकारांनी केले.

मूर्तिभंजनाच्या वैचारिक परंपरेमध्ये चार्वाकाच्या तत्त्वज्ञानाचा आधार घेतल्याशिवाय पुढे जाताच येत नाही. मूर्तिभंजन ही संकल्पना रूढी, परंपरा नाकारणारी आहे. ईश्वर, अध्यात्म, आत्मा – परमात्मा, व्रत – वैकल्ये, पारायण – नारायण या सर्व गोष्टी 'चार्वाक' दर्शन नाकारतो म्हणून मूर्तिभंजनात्मक संकल्पनेची सुरुवात चार्वाक विचारधारेतून झाली असे स्पष्ट होते.

इ. स. च्या पूर्वी सहाव्या शतकामध्ये गौतम बुद्धाचा जन्म झाला. बुद्ध हा एक विचार आहे. बुद्धाचे तत्त्वज्ञान बुद्धानंतर सबंध जगभर पसरले. बौद्ध धर्माचा प्रचारप्रसारही झाला. मानवी दुःखाचे मूळ म्हणजे तृष्णा असे बुद्धाने सांगितले. तृष्णेवर मात केली की मानव विजयी होतो. सिद्धार्थ हा मुळात एका कुलसंपन्न राजघराण्यातील पुत्र. परंतु एका राजपुत्राने दुःखमुक्तीचा मार्ग शोधला. त्यासाठी त्याला विविध व्योमांतून जावे लागले. हा राजपुत्र म्हणजेच गौतम बुद्ध.

बुद्धाने मूर्तिभंजन स्वीकारले. आत्मा, ईश्वर, परमात्मा या सर्व गोष्टींपासून बुद्ध दूर गेला. ऐहिक सुखाला त्याने त्यागले. बुद्धाने सनातन धर्माला नाकारले. ''ईश्वर व त्याच्याशी जीवाचा संबंध जोडणारा धर्म सर्व विश्वाला मानवी समाजाला व प्रत्येक मानवाला व्यापून आहे. मनुष्याच्या वैश्विक, सामाजिक, वैयक्तिक जीवनाचे नियम हे सर्व धर्मच होत. त्या सगळ्यांचा मिळून सनातन धर्म बनतो. भारतीयांचे समाजशास्त्र आध्यात्मिक आहे. व्यक्तिजीनाची भौतिक, मानसिक, नैतिक, आर्थिक, राजकीय, आध्यात्मिक, ऐहिक, पारलौकिक व वांशिक, ही सर्व अंगे त्यात समाविष्ट आहेत. अशा समाजशास्त्राचे नियम म्हणजे सनातन धर्मतत्त्वप्रणाली होय. हे समाजशास्त्र शाश्वत व परिपूर्ण असून सर्वांच्या निर्वाहाची व सुखशांतीची निश्चिती, सर्वांना आत्मोन्नती साधण्याची सुलभता सर्वांच्या अभ्युदय, निःश्रेयस इत्यादींच्या योगाने साधतील व चिरकाळ राहतील अशा समाजरचनेची तत्त्वे मुख्यतः सनातन धर्मात सांगितली आहेत.'' (भारतीय संस्कृतिकोश)

बुद्धाने या सनातनी व्यवस्थेच्या विरोधात नवी मूल्यव्यवस्था मांडली. सनातनी परंपरा ही परिवर्तनविरोधी परंपरा आहे. तर बुद्धाने परंपराविरोधी भूमिका घेऊन आधुनिक परिवर्तनशीलता त्या काळामध्ये प्रस्थापित करण्याचा प्रयत्न केला. भारतीय इतिहासात बुद्ध परंपरा सर्वश्रेष्ठ जीवनमूल्यांची परंपरा बनली. बुद्धाने सत्याचा शोध घेण्याचा प्रयत्न केला. बुद्ध जीवनजाणिवा जाणण्यासाठी, जीवनाचे खरे मर्म अभ्यासण्यासाठी वनात

गेला. अंधश्रद्धा, विषमता या गोष्टींना बुद्धाने झिडकारले. बुद्धाने वेद नाकारले. वर्णव्यवस्था मोडीत काढली. बुद्धाने धर्मातीत, ईश्वरातीत अशा नवीन तत्त्वज्ञानाची मांडणी केली. आणि बुद्धाचे हे तत्त्वज्ञान म्हणजेच मूर्तिभंजनाचे वैचारिक परंपरेतील पुढते पाऊल म्हणावे लागेल. बुद्ध आणि चार्वाक यांच्या तत्त्वज्ञानात वैचारिक पातळीवर काही विरोधस्थळे असतील, परंतु चार्वाक आणि बुद्धाने मांडलेले तत्त्वज्ञान मूर्तिभंजनाच्या वैचारिक परंपरेचा महत्त्वपूर्ण आधार होता. या तत्त्वज्ञानाचा आधार घेतच पुढे मूर्तिभंजनाची वैचारिक परंपरा सुरू राहिली. बुद्धाने वेदप्रामाण्य नाकारले. वेदप्रामाण्य, ईश्वरवाद, स्नानामुळे पुण्य मिळते ही भावना, जातीचा अहंकार आणि पापमुक्त होण्यासाठी शरीरपीडा या सर्व गोष्टींना बुद्धाने मूर्खपणाची लक्षणे मानली. अध्यात्मवादी परंपरेच्या विरुद्ध जाऊन बुद्धाने इ. स. पूर्वी दु:खाचे अस्तित्व सांगितले. डॉ. बाबासाहेब आंबेडकर म्हणतात त्याप्रमाणे –

*"That suffering and unhappiness in the world
he thought was an incontrovertible fact."*
(Buddha and his Dhamma)

त्यामुळे वेद, गीता, मनुस्मृती, ज्ञानेश्वरी यांसारखे वेदप्रामाण्य ग्रंथ आधुनिकतावादी किंवा मूर्तिभंजनवादी ठरत नाहीत. बुद्धाचा वैचारिक दृष्टिकोन मूर्तिभंजनाच्या परंपरेतील महत्त्वपूर्ण विचार होता हे मान्य करावे लागते. बुद्धाची विचासरणी सबंध मानवजातीला व्यापून उरणारी आहे. बुद्धाने मानव केंद्रीभूत मानून प्रेम, करुणा, दया, मैत्री, बंधुभाव, वैश्विक जाणीव या सर्व मूल्यांचा विचार वास्तविक पातळीवर केला. बुद्धाला विषमता मान्य नव्हती. तो सबंध मानवाला एक मानीत असे. बुद्धाची शिकवण ही समतेची शिकवण होती. 'बौद्ध धर्माचा सार' या ग्रंथात पी. लक्ष्मीनरसू बुद्धविचार पुढीलप्रमाणे व्यक्त करतात.

''जो भिक्षू संघ मे प्रविष्ट होते है, उनके लिये कही कोई जाति नही रहती। जिस प्रकार गंगा, यमुना, अचिरवती सरयु तथा महानदी जैसी बडी बडी नदियाँ भी जब समुद्र मे प्रविष्ट होती है तो अपना पुराना नाम भूल जाती है, तदोपराना वे केवल महासमुद्र कहलाती है, उसी प्रकार प्रव्रजित होने से पूर्व वे भले ही किसी भी जाति के रहे हो, प्रव्रजित होने से पूर्व वे भले ही किसी भी जाति के रहे हो, प्रव्रजित होने पर सभी कुल पुत्रो के पूर्व के नाम गोत्र विलीन हो जाते है।''

बुद्धविचार हे संबंध मानवजातीच्या कल्याणाचा विचार आहे. बुद्ध हा केवळ एका काळात अडकला नाही. बुद्धाने मांडलेले तत्त्वज्ञान विज्ञानवादी दृष्टिकोन असलेले तत्त्वज्ञान होय. मूर्तिभंजन ही संकल्पना आधुनिक मराठी कवितेच्या संदर्भात अभ्यासत असताना चार्वाक बुद्ध, धम्मकीर्ती, दिग्नाग यांच्य विचारातील मूर्तिभंजनात्मकता समजावून घ्यावी लागते. बुद्धाचे तत्त्वज्ञान अनेक विचारवंतांनी पुढे नेण्याचा प्रयत्न केला. बुद्ध तत्कालीन समाजव्यवस्थेमध्ये आधुनिक होता. बुद्धाने सबंध जगाला आपल्या विचाराने सीमित

केले. बुद्ध हा मानवी कल्याणाचा उद्गाता ठरला. बुद्धाने मानवी प्राण्यांना खऱ्या जीवनाची ओळख करून दिली. बुद्ध हा आधुनिक विचाराचा होता. आजही बुद्धाचे विचार अनेक शतके उलटल्यानंतरही आधुनिकच आहेत. याचे प्रमुख कारण बुद्धाच्या विचारातील मूर्तिभंजकता होय. बुद्धाला सनातनी समाजव्यवस्थेने नाकारले. बुद्ध तत्त्वज्ञानाचा पाडाव करण्याचा प्रयत्न झाला, परंतु बुद्धविचार आजतागायत टिकून आहे. बुद्धाने वेद नाकारले, वर्णव्यवस्था मोडीत काढली. त्याने धर्मातीत, ईश्वरातीत अशा समाजवादी तत्त्वज्ञानाची मांडणी केली. समतेचे, मानवी उज्ज्वलतेचे आणि बुद्धिवादाचे नवे धडे बुद्धाने सबंध मानवजातीला दिले. त्यामुळे बुद्ध खरा आधुनिक मूर्तिभंजक म्हणावा लागेल. समता, स्वातंत्र्य, बंधुता, वैश्विक मानवतावादाची शिकवणूक बुद्धाने फ्रेंच राज्यक्रांतीच्या अगोदर मानवी समूहाला दिली. वैदिक वर्णव्यवस्था नाकारून एक नवीन समाजव्यवस्था बुद्ध तत्त्वज्ञानाच्या रूपाने बुद्धाने आणली. सबंध जग बुद्धविचाराने प्रभावित झाले.

आधुनिक मराठी कवितेचा मूर्तिभंजनात्मक अभ्यास करीत असताना प्राचीन काळापासून आपण आता पुढे पुढे सरकत आहोत. चार्वाक, बुद्ध, धम्मकीर्ती, दिग्नाग आणि यांसारखे काही मूर्तिभंजन-विचार मांडणारे तत्त्वज्ञ, विचारवंत प्रामुख्याने कालिक दृष्टीने प्राचीन काळातच झाले. एकंदरीत मानवी जीवनावर आणि त्या अनुषंगाने साहित्यावरही त्यांच्या विचाराचा परिणाम झाला. मध्ययुगीन कालखंडामध्ये संत वाङ्मयाची निर्मिती झाली. ज्ञानेश्वरांना संत साहित्याचा पाया मानले जातात तर तुकाराम कळस. बहुजनाचे संत साहित्य हे प्रामुख्याने देव – ईश्वर या संकल्पनेभोवतीच फिरते. संतांच्या मांदियाळीत सर्व जाती – जमातीतील लोक होते. लोहार, कुंभार, महार, माळी अशा अठरापगड जातींतील भक्त देवाची विनवणी करीत होते. विठ्ठलभक्तीत ते स्वत:ला विसरले होते. संतांच्या उदयाचा काळ ऐतिहासिक कालक्रमानुसार मध्ययुगीन कालखंड. या कालखंडामध्ये मराठी भाषेला अवकळा आली होती. अशा पडत्या काळात मराठी भाषा, मराठी मन आणि माणूस टिकविण्याचे कार्य संतांनी केले. हे कार्य करीत असताना संतांनी वैदिक चौकट स्वीकारूनच समाजसेवा केली.

पांडुरंगाला केंद्र मानून वाङ्मयनिर्मिती करणाऱ्या संतमालेत एक संत विद्रोही, बंडखोर निघाला. सनातन समाजव्यवस्था त्याने समजावून घेतली आणि आयुष्यभर विद्रोही स्वरूपाची अभंगरचना केली. तो संत म्हणजे तुकाराम होय. प्रत्यक्ष काव्यनिर्मिती करणारा तुकाराम संसाराच्या अनेक तापदायक चक्रातून गेला होता. वैयक्तिक तसेच सामाजिक पातळीवर दु:खाचे अनेक चटके तुकारामांना बसले होते. त्यामुळे तुकारामाची अभंगवाणी अभंग ठरली. इहवादी असलेल्या तुकारामाच्या अभंगात मूर्तिभंजकता दिसते. तुकारामाचे काही अभंग समाजव्यवस्थेची चिरफार करणारे आहेत. समाजातील भोंदुगिरी, ढोंगीपणा, लबाडी, कूटनीती तुकारामांनी अभंगाच्या माध्यमातून सर्वसामान्य माणसाला दाखवून

दिली. तुकारामाचे अभंग व्यवस्थेविरुद्ध बंड करणारे होते. तुकारामाने त्यामुळेच परमेश्वर नाकारला नसला तरी समाजव्यवस्थेमधील दोष आणि भोंदुगिरीवर तुकाराम बोट ठेवू लागला. तुकाराम सनातनी व्यवस्थेच्या विरोधात बंड करण्यासाठी उठला आणि व्यवस्थेने तुकाराम संपवून टाकला. एवढेच नव्हे तर तुकारामाचे अभंगही इंद्रायणीत बुडविण्यात आले असे सांगितले जाते. मध्ययुगीन कालखंडामध्ये अभंग हा वाङ्मय प्रकार स्वीकारून आधुनिक मराठी कवितेतून मोठ्या प्रमाणात तुकारामाने मूर्तिभंजकता मांडली. तुकारामाचा अभंग जनसामान्याच्या ओठावर आजही खेळतो. तुकाराम अभंगरूपाने आजही जिवंत आहेत. तुकारामाची कविता मूर्तिभंजनाचे कवितेमधील एक पायाभूत दिशास्थान म्हणून आपणास स्वीकारावे लागेल.

आधुनिक मराठी वाङ्मयसृष्टीमध्ये नवतेचे वारे वाहण्यास, नवता स्वीकारण्यास अनेक घटना कारणीभूत ठरल्या. इंग्रजी सत्ता, इंग्रजी शिक्षण या घटनांबरोबरच १८५७ मध्ये झालेली मुंबई विद्यापीठाची स्थापना ही एक त्यातील महत्त्वपूर्ण घटना म्हणावी लागेल. आधुनिक मराठी कविता रूढी-परंपरांना छेदत पुढे आली, मराठी साहित्याचा चेहरा – मोहराच या आधुनिकतेमुळे बदलला. आधुनिक विचाराने अनेक व्यक्ती प्रभावित झाल्या. त्यामध्ये महात्मा ज्योतिराव फुल्यांचे नाव आपणास अग्रक्रमाने घ्यावे लागते. महात्मा फुले हे महाराष्ट्रातील सामाजिक चळवळीचे महत्त्वाचे प्रेरणास्थान आणि प्रेरणास्त्रोत ठरतात.

महात्मा फुल्यांनी केलेली वाङ्मयनिर्मिती ही बहुजनाच्या जीवन-उद्धारासाठी होती. दलित, पददलित माणूस जागा झाला पाहिजे, ही फुल्यांच्या लेखणीची तळमळ होती. फुल्यांनी विविध वाङ्मय प्रकारांमध्ये लेखन केले. नाटक आणि त्यातही कविता हे ललित साहित्याला जवळ असलेले वाङ्मय प्रकार फुल्यांनी हाताळले. फुल्यांनी लिहिलेला छत्रपती शिवाजी महाराजांचा पोवाडा प्रसिद्ध आहे. फुल्यांनी अभंग या पारंपारिक लोकरंजन प्रकाराला स्वीकारून अखंडादी काव्यरचना केली. 'नाटक' या वाङ्मय प्रकारामध्ये फुल्यांनी 'तृतीय रत्न' नावाचे नाटक लिहिले. फुल्यांचे विचारदर्शन पुरोगामी स्वरूपाचे होते. त्यांनी केलेली वाङ्मयनिर्मिती रंजनासाठी नव्हती तर ती प्रबोधनासाठी होती.

सामाजिक विचारमंथनाची प्रक्रिया वेगाने वाढावी ही महात्मा फुल्यांची आत्मिक तळमळ होती. आधुनिक कालखंडामध्ये सनातनी ब्राह्मणी व्यवस्थेच्या गडगंज पाशात महात्मा फुल्यांनी केलेले लेखन विद्रोहाने ओतप्रोत भरलेले आहे. सामाजिक विषमतेची फुल्यांना तीव्र चीड होती. मधल्या कालखंडामध्ये भारतावर अनेक लोकांची आक्रमणे झाली. पोर्तुगीज, मोगल, शिवशाही आणि शेवटी इंग्रजाची सत्ता आली. राजकीय स्थित्यंतरे जरी देशात झाली तरी धार्मिक स्थित्यंतर मात्र काही फारसे घडले नाही. धर्मयुद्ध झाले, धर्माची आक्रमणे झाली. धर्मांतर करण्याची बेबंदशाहीही इंग्रज आणि मोगल काळांत

झाली, परंतु धर्मांतराला काही फारसे यश आले नाही. हिंदूधर्माची धार्मिक सत्ता ब्राह्मणांकडे होती. एका अर्थाने धार्मिक गुलामगिरी भारतीय माणसाने स्वीकारली होती; पण त्या बेड्या त्याला सोनेरी वाटत होत्या. अनेक कर्मकांडांमध्ये गुंतून तो सुखाची स्वप्ने पाहत होता. मात्र त्यया हाती फारसे काही लागत नव्हते. प्राचीन काळापासून चालत आलेली ही परंपरा कुठलीच राजकीय सत्ता आणि धर्मसत्ताही मोडू शकली नाही. लोकांना धर्माविषयी प्राणाहूनही जास्त प्रेम असते. हिंदूधर्म व्यवस्थेमध्येही माणसे माणसापेक्षा धर्माला श्रेष्ठ मानू लागली. यादव कालखंडामध्ये 'स्वराज्य' असताना सुद्धा माणसे माणसांपासून जातीपातीच्या नावावर, धर्माच्या नावावर दूर होती. शिवकालखंडामध्ये खऱ्या अर्थाने प्रजेचे राज्य राबविण्याचा महाराजांनी त्यांच्या हयातीत प्रयत्न केला. परंतु महाराज गेल्यानंतरक सत्तेच्या हव्यासापोटी घरातच भांडणे सुरू झाली. त्यातून पेशवाई आली. पेशवाईच्या कालखंडामध्ये सामाजिक विषमता कळसाला पोचली. शूद्र – अतिशूद्रांना अतिशय घृणास्पद वागणूक पेशव्यांनी दिली. सनातनी धर्मव्यवस्थेची बेबंदशाही पेशवाईत नांदत होती. समाजामध्ये सगळीकडे हाहाकार माजला होता. माणूस माणसाला तोडून खाण्यासाठी उठला होता. दुष्काळ, रोगराई, दारिद्र्य, उपासमार, अज्ञान, अंधश्रद्धा, देव – दैववाद या अनिष्ट गोष्टींभोवती माणूस गुरफटला होता. कुठल्याही गोष्टीचा अतिरेक झाला की तिचा सर्वनाश होतो.

पेशव्यांची राजसत्ता १८१८ साली गेली आणि इंग्रजी कालखंडाचा उदय झाला.

राजकीय पारतंत्र्यात भारतीय माणूस जरी इंग्रजाच्या ताब्यात गेला तरी तो मात्र सनातनी प्रस्थापित व्यवस्थेचाच धार्मिक गुलाम होता. देशावर अनेक आक्रमणे आली, राजकीय सत्तांतरे झाली, परंतु धार्मिकक गुलामी मात्र भारतीय माणसाने कायम सनातनी प्रस्थापित वैदिक व्यवस्थेची स्वीकारलेली होती.

मूर्तिभंजनाच्या वैचारिक परंपरेचा आढावा घेत असताना आपण चार्वाक, बुद्ध , तुकाराम आणि ज्योतिबा फुले यांच्यापर्यंत येऊन पोचलो. परिवर्तनाची आणि खऱ्या अर्थाने मूर्तिभंजनाची ज्योत आधुनिक काळात प्रज्ज्वलित करण्याचे काम ज्योतिबांनी केले. वर्षानुवर्षांनंतर मूर्तिभंजनाची आणि खऱ्या अर्थाने परिवर्तनाची खंडित झालेली वैचारिक परंपरा आधुनिक काळामध्ये जोडण्याचे महत्त्वाचे कार्य महात्मा ज्योतिबा फुल्यांनी केले. त्यांची सामाजिक क्रांती संबंध महाराष्ट्राने आणि मराठी माणसाने जवळून पाहिली आणि त्यांच्या ग्रंथरूपाने अनुभवली. फुल्यांच्या वैचारिक अधिष्ठानातून सामाजिक क्रांतीला गती मिळाली. तत्कालीन समाजव्यवस्था वैदिक, धार्मिक परंपरेचा कडवट काळ होय. फुल्यांनी धर्मव्यवस्थेला प्रतिधर्मव्यवस्था निर्माण केली. त्यांनी सत्यशोधक समाजाची केलेली स्थापना ब्राह्मणी धर्मव्यवस्थेला दिलेले आव्हान होते. फुल्यांचे वैचारिक अधिष्ठान परिपूर्ण होते. आंग्ल विद्येचे बाळकडू त्यांनी प्यायले होते. पाश्चात्त्य विचारवंतांचा

फुल्यांवरती प्रभाव होता. फुल्यांची ज्ञानाची पातळी अतिशय खोल आणि सूक्ष्म होती. 'शेतकऱ्याचा आसूड', 'गुलामगिरी', 'हंटर आयोगाला दिलेली साक्ष' यांवरून फुल्यांच्या ज्ञानाची पातळी किती खोल होती हे लक्षात येते. फुल्यांची वैचारिक सर्जनशीलता कालातीत अशा स्वरूपाची आहे. पारंपरिक व्यवस्थेला सुरूंग लावण्याचे काम महात्मा फुलेंच्या कृतिशील विचारांनी केले आहे.

मूर्तिभंजनाच्या वैचारिक परंपरेत आधुनिक कालखंडातील एक महत्त्वपूर्ण व्यक्तिमत्त्व म्हणूनक डॉ. आंबेडकरांचाही उल्लेख करावा लागतो. आंबेडकरी प्रेरणेतून दलित साहित्याचा उद्‌गम आणि विकास झाला. आंबेडकरी कविता मूर्तिभंजनाचे शस्त्र हातात घेऊन उभी राहिली. तिने स्वत:चे असे वेगळे एक शास्त्र निर्माण केले. डॉ. आंबेडकरांनी दालितांसाठी जी सामाजिक कामगिरी केली ती जगात अतुलनीय अशीच आहे. हिंदुधर्मव्यवस्थेला नाकारून स्वतंत्र अशी बौद्ध धर्माची देण त्यांनी भारतातील दीन–दुबळ्या दलित समाजाला दिली. वेद, वेद–प्रामाण्य, सनातन धर्मग्रंथ, रूढी, परंपरा, श्रद्धा, पूजा – अर्चा या सगळ्या गोष्टींना आंबेडकरांनी कृतिशीलपणे आणि जाहीरपणे नाकारले. त्यांनी स्वतंत्र अश समाजाची आणि आधुनिक भारताची पायाभरणी केली. मूर्तिभंजन परंपरेतील आंबेडकर हे फुल्यांनंतर येणारे एक महत्त्वपूर्ण विचारवंत. आंबेडकरांनी फुल्यांना गुरुस्थानी मानले. त्यामुळे फुल्यांच्या विचाराने प्रभावित झालेल्या या महान व्यक्तीने नवा इतिहास घडविला. फुल्यांच्या मूर्तिभंजन विचारांना आंबेडकरांनी आत्मसात करून नवसमाज निर्मितीसाठी या विचारांचा उपयोग केला. आधुनिक मराठी कवितेच्या मूर्तिभंजनाच्या स्वरूपाचा अभ्यास करीत असताना ही वैचारिक परंपरा खऱ्या अर्थाने इथपर्यंत येते. आंबेडकरांनी काही काव्यनिर्मिती केली नाही; परंतु आंबेडकरी विचारावर काव्यनिर्मिती झाली आणि ती मूर्तिभंजन स्वरूपाची आहे.

आधुनिक कालखंडामध्ये धर्माच्या बाबतीत नवप्रवाहात्मक विचार पुढे आले. आपण जगाच्या तुलनेत मागे का? कशामुळे? इंग्रजी मुलूखगिरीने आपला पराभव का केला? आपल्या धर्माची विविध जातीजमातीत का शकले पडली? अशा एक ना अनेक प्रश्नांनी सर्जनशील विचारवंतांचे डोके विचार करू लागले. या विविध प्रश्नांची कारणमीमांसा करण्यातही विचारवंत मंडळी गुंतली. त्यातून सुशिक्षित समाजचिंतकांना प्रथम जर कोणती गोष्ट जाणवली असेल तर आपण केवळ अध्यात्मविचारावर भर देऊन माणसातील वैचारिक सर्जनशीलता संपविली ही होय. 'अध्यात्मविद्या विद्यानां' या गीतावचनाप्रमाणे आपल्या धर्ममार्तंडानी त्यांची बुद्धी केवळ निरर्थक कामासाठी खर्ची घातली.

आंग्ल विद्येने प्रभावित झालेला तत्कालीन तरुण वर्ग समाजातील दु:स्थितीविषयी गंभीरपणे विचार करायला लागला. ज्ञानाचा उपयोग आध्यात्मिक, काल्पनिक अशा

तकलादू गोष्टींमध्ये व्यर्थ खर्च करण्याऐवजी ज्ञानाची व्यावहारिकतेशी सांगड घातली तर समाजामध्ये नवचैतन्य निर्माण होईल, समाजातील दुष्ट रूढी, प्रथा नष्ट होतील आणि सामाजिक प्रगतीला चालना मिळेल यासाठी त्या काळी मुंबईतील काही नवशिक्षित तरुण मंडळी एकत्रित येऊन त्यांनी 'उपयुक्त ज्ञान प्रसारक सभा'' नावाची संस्था स्थापन केली. शास्त्रीय व व्यावहारिक विषय मातृभाषेत शुद्ध आणि योग्यप्रकारे लिहिता यावे व स्वदेशामध्ये उपयुक्त ज्ञानप्रसार व्हावा हा या सभेचा मुख्य उद्देश होता. आधुनिक कालखंडाच्या या प्रारंभ अवस्थेतील टप्प्यात सामाजिक सुधारणा की राजकीय सुधारणा असा मतप्रवाहही निर्माण झाला. राजकीय स्वातंत्र्यापेक्षा सामाजिक स्वातंत्र्य महत्त्वाचे. सामाजिक स्वातंत्र्यातून राजकीय स्वातंत्र्याची लढाई यशस्वीपणे लढता येऊ शकते असे काही विचारवंतांना वाटले आणि त्यातूनच समाजसुधारणेची चळवळ गतिशील झाली. या जोडीला धर्मसुधारणाही आल्या. मुळात समाज आणि धर्म या दोन संकल्पना अभिन्न अश स्वरूपाच्या आहेत. ब्रिटिशांच्या आगमनामुळे भारतीय समाजसंस्कृती ढवळून निघाली. नवीन शिक्षण व नवीन राजवट या स्थित्यंतराचे परिणाम भारतीय समाजजीवनाच्या विविध अंगांवर झाले. सामाजिक, धार्मिक क्षेत्र या बदलाने ढवळून निघाले. विचारवंतांनी नवविचाराच्या माध्यमातून मूर्तिभंजक विचाराची स्फोटके सनातनी व्यवस्थेत पेरली व त्यातून उद्रेकाचे अनेक स्तंभ तयार झाले. त्यात लोकहितवादी, गो. ग. आगरकर आणि महात्मा फुले यांचा अग्रक्रमाने विचार करावा लागतो.

लोकहितवादी, गो. ग. आगरकर, महात्मा फुले यांसारख्या समाजसुधारकांनी सामाजिक विषमतेला नकार दिला. समाजातील दुष्ट चालीरीतींचा खरपूस समाचार घेतला. हिंदू समाजव्यवस्थेची चिरफाड सुरू झाली आणि त्यातून सामाजिक सुधारणांना चालना मिळाली. सुधारणा युगाच्या या काळातील नेते दोन प्रकारचे होते : एक बोलके सुधारक आणि दुसरे कर्ते सुधारक. बोलके सुधारक केवळ भाषणबाजी करून समाजातील रूढी, प्रथांवर टीका करीत, परंतु प्रत्यक्ष कृतीत मात्र ते शून्य असत. कर्ते सुधारक प्रत्यक्ष कृतिशीलता दाखवीत. महात्मा फुले हे सामाजिक सुधारणेचे एक मुर्तिमंत प्रतीक होते. सामाजिक सुधारणा या संदर्भात विचार करीत असताना महात्मा फुल्यांनी सबंध आयुष्य समाजासाठी वाहिले होते. स्त्री – शिक्षणाची मुहूर्तमेढ फुल्यांनी रोवली. स्वत:च्या पत्नीला शिकवून स्त्री – शिक्षणाला पुण्यासारख्या सनातन प्रस्थापित धर्मव्यवस्थेच्या बेबंदशाहीत स्त्री – शिक्षणाचा पाया रावला. अस्पृश्यांसाठी मोठ्या मनाने स्वत:च्य घरचा पाण्याचा हौद खुला करणारा हा कृतिशील समाजसुधारक भ्रूणहत्या-प्रतिबंध करण्याच्या कार्यात सर्वात पुढे होता. बालविवाह, जरठकुमारीविवाह, विधवाविवाह, सतीप्रथा, अस्पृश्यता, स्त्री – स्वातंत्र्य अशा एक ना अनेक प्रश्नांवर कृतिशीलपणे महात्मा फुल्यांनी प्रहार केला.

सनातनी समाजव्यवस्थेला नाकारण्याचे काम त्या काळामध्ये महात्मा फुल्यांनी

केले ही महत्त्वपूर्ण घटना आहे. विवेकशील दृष्टिकोनातून समाजातील तळागाळातील माणसांचा विचार करणारा हा समाजसुधारक आधुनिक युगातील मैलाचा दगड ठरला. धर्मव्यवस्थेला टक्कर देणे ही काही साधी बाब नसते. फुल्यांनी धर्मव्यवस्थेवरच आघात करून धर्माचा बेगडीपणा, ढोंगीपणा जगासमोर आणला. सामाजिक सुधारणा ह्या काही एकाएकी होत नसतात. त्यासाठी समाजमनाची मशागत करावी लागते आणि ही मशागत करण्याचे काम साहित्य करीत असते, हे फुल्यांनी हेरले आणि त्यातूनच त्यांनी वाङ्मय-निर्मिती केली. काव्य, नाटक, इत्यादी वाङ्मय प्रकारांमध्ये लेखन केले; परंतु ह्या लेखनामागचा प्रमुख उद्देश सामाजिक परिवर्तन हाच होता. समाजामध्ये अमंगळ जाऊन मंगल निर्माण व्हावे यासाठी वेगवेगळ्या कृतिशील कार्याच्या माध्यमातूनही फुल्यांनी सामाजिक सुधारणा घडवून आणल्या. समाजातील दुष्ट प्रवृत्तीचा नायनाट करून नवीन काहीतरी समाजासाठी निर्माण करण्याचा प्रामाणिक हेतू फुल्यांच्या मनामध्ये होता. फुल्यांनी विविध अंगांनी समाजसुधारणेसाठी कार्य केले. राजकीय, सामाजिक, शैक्षणिक, आर्थिक, कृषी, शिक्षण या सर्व विषयांना त्यांनी हेरले आणि आधुनिकतेच्या पातळीवर ते समाजासमोर आणले. हे सर्व करीत असताना फुल्यांना पुष्कळ त्रास सोसावा लागला, परंतु आपली समाजसुधारणेची चळवळ फुल्यांनी शेवटच्या क्षणापर्यंत चालूच ठेवली. महात्मा फुले आणि समाजसुधारक हे आधुनिक युगातील महत्त्वपूर्ण समीकरण म्हणता येईल.

मूर्तिभंजन आणि महात्मा फुल्यांनी केलेल्या सामाजिक सुधारणा या दोन जवळजवळ असणाऱ्या संकल्पना आहेत. समाजसुधारणेची जी चळवळ महात्मा फुल्यांनी मोठ्या परिश्रमाने आणि नेटाने पुढे नेली ती चळवळ परिवर्तनवादी, पुरोगामी, परंपरा नाकारणारी आणि देव – दैववादावर विश्वास न ठेवणारी मूर्तिभंजन चळवळ ठरते. समाजमनाची मूर्तिभंजक मशागत करण्याचे फुल्यांनी केलेले कार्य अतुलनीय अशाच स्वरूपाचे आहे. त्यामुळे महात्मा फुल्यांनी केलेल्या सामाजिक सुधारणा मूर्तिभंजक संकल्पनेच्या जवळ जाणाऱ्या आहेत. मूर्तिभंजकता स्वीकारणाऱ्या आहेत.

आधुनिक मराठी कवितेचा प्रारंभ महात्मा फुल्यांच्या काव्यरचनेने झाला. महात्मा फुल्यांनीच मूर्तिभंजकतेच मूल्य कवितेत प्रथम आणले. त्यामुळे मूर्तिभंजन आणि मराठी कविता हा प्रवास लक्षात घेत असताना पुढे आधुनिक शिक्षण, आधुनिक युग आणि आधुनिक मूल्ये यांतून मूर्तिभंजनाची संकल्पना वाढीस लागली असल्याचे दिसते. पुढे जीवनाचे प्रत्येक क्षेत्र आधुनिक जीवनप्रणालीने व्यापण्यास सुरुवात झाली. आधुनिकता न स्वीकारणारी मनेही आधुनिकतेकडे कुतूहलाने पाहायला लागली. जीवनाची मूल्यगर्भता सर्वसामान्यांच्या लक्षात यायला लागली. सर्वसामान्य माणूस जागृत होण्याची प्रक्रिया सुरू झाली. शिक्षण सर्वसामान्यापर्यंत पोचले. समाजातील विविध स्तर जागृत व्हायला

लागले. अस्मितेची ओळख त्यांना व्हायला लागली आणि डावललेल्या, कोंबलेल्या भावनांना कोंभ फुटण्यास सुरुवात झाली. फुले-आंबेडकर विचारांचे बाळकडू प्यायलेली पिढी जागृत झाली. तिला स्वभान आले. मूर्तिभंजन-स्वरूपाचे विचार पुढे यायला लागले; यातून वाङ्मयही सुटले नाही.

मराठी कवितेमध्ये आधुनिक मूर्तिभंजनाची ही प्रेरणा फुल्यांपासून पुढे केशवसुतांनी स्वीकारली.

''जुनें जाउं द्या मरणालागुनि,
जाळुनि किंवा पुरूनी टाका,
सडत न एक्या ठायीं ठाका,
सावध! ऐका पुढल्या हाका!''

अशी हाक केशवसुतांनी काव्यक्रांतीच्या माध्यमातून दिली. मूर्तिभंजनात्मकता म्हणजे केवळ देव, ईश्वर, अध्यात्म नाकारणे नव्हे तर याहीपुढे जाऊन आपणास विस्तृत स्वरूपामध्ये मूर्तिभंजनाचा विचार आणि स्वीकार करावा लागेल. आधुनिक मराठी कवितेमध्ये मूर्तिभंजनात्मकता काही एकाएकी आली नाही. वैचारिक मंथनाची ही प्रक्रिया प्रदीर्घ काळ सुरूच होती. बुद्धापासून आणि त्याही अगोदर चार्वाकापासून सुरू झालेला हा प्रगमनशील परिवर्तनाचा सिद्धांत पुढेही चालूच राहिला. त्याचे स्वरूप काळानुरूप बदलले असेल. काळाची गतिशीलता परिवर्तनाला लाभली. सनातनी धर्मव्यवस्थेच्या विरोधात पारंपरिक विचारसरणींना मूठमाती देण्याचे कार्य परिवर्तनवादी चळवळीने आणि साहित्याने केले त्यामध्ये कविता अग्रक्रमावर राहिली.

आधुनिक काळात मराठी कविता सगळीच्या सगळीच मूर्तिभंजनात्मक दृष्टिकोनातून लिहिली असे मात्र नाही. आधुनिक काळाच्या प्रारंभी तर साहित्यावर प्रस्थापित प्रतिगाम्यांचा प्रभाव होता. बहुतांश साहित्यनिर्मिती प्रस्थापितांनीच केली आणि त्यांच्या मनाला भावेल तशी साहित्यनिर्मिती त्यांनी केली. 'रंजन' हेच साहित्याचे प्रमुख प्रयोजन मानले; परंतु बदलत्या काळानुरूप शिक्षणाचे लोण सर्वसामान्य बहुजन माणसापर्यंत पोचले. शिकून तो बुद्धिमान झाला. त्याची विचारशीलता वाढली. सत्य-असत्य या बाबींचा तो गांभीर्याने विचार करायला लागला. वर्षानुवर्षे ज्या धर्माने आणि समाजाने सामान्य बहुजन माणसाच्या आयुष्याची राखरांगोळी केली त्याविरुद्ध तो बंड करून उठला. विद्रोहाने तो लिहायला आणि बोलायला लागला. त्यातून वाङ्मयही सुटले नाही. त्यातल्या त्यात कवितांमधून त्यांच्या दबलेल्या भावनांचा आणि आक्रोशाचा स्फोट झाला. केशवसुतांसारखे पुरोगामी विचाराने प्रभावित झालेले आणि सत्याची कास धरणारी काही उच्चवर्णीय मंडळीही मूर्तिभंजनाच्या या लढ्यात सामील होती. हेही आपणास अनेक कवींच्या कवितांवरून दिसते; पण ही सर्व मंडळी हाताच्या बोटावर मोजण्याइतकीच.

प्रतिगामी विचाराने प्रभावित झालेले कवी या प्रस्तुत आधुनिक मराठी कालखंडात लिहीत होते, सामाजिक सुधारणांचा हा कालखंड समाजातील दुष्ट प्रवृत्तीचा वेध घेत होता, एक मूर्तिभंजनाचे मूल्य उराशी ठेवूनच.

फुल्यांनी सामाजिक सुधारणांना कृतिशीलपणे नवा आयाम दिला. १८२७ ते १८९० असा फुल्यांचा कालखंड मानला जातो. फुल्यांनी मांडलेले विचार तत्कालीन प्रस्थापित समाजाने झिडकारले. 'अतिसामान्य माणसाच्या प्रगतीची दारे खुली झाली पाहिजेत' हा फुल्यांचा आग्रह होता. तो त्यांनी प्रत्यक्ष कृतीने करून दाखविला. आधुनिक जीवनमूल्यांची मुहूर्तमेढ फुल्यांच्या अखंडादी काव्यरचनेत दिसते. आधुनिक मराठी कवितेमध्ये मूर्तिभंजन पुढे केशवसुत, रे. टिळक, एकनाथ रेंदाळकर, बी. नरहर, शंकर रहाळकर, वा. रा. कांत, माधव जूलियन, वा. गो. मायदेव, अनिल, कुसुमाग्रज, बा. सी. मर्ढेकर, शरच्चंद्र मुक्तिबोध आणि समग्र दलित कवितेच्या रूपात दिसून येते. प्रारंभीच्या आधुनिक मराठी कवितेमध्ये मूर्तिभंजनाचे स्वरूप दाहक स्वरूपामध्ये नसेल; परंतु मूर्तिभंजनाची महात्मा फुल्यांनी रोवलेली मुहूर्तमेढ वरील कवींनी मूर्तिभंजक स्वरूपाची कविता लिहिली. आधुनिक मराठी कवितेमध्ये मूर्तिभंजनाचे प्रखर प्रखर स्वरूप प्रगट झाले ते दलित कवितेच्या माध्यमातून. आंबेडकरी प्रेरणेने निर्माण झालेली ही कविता मानवी मुक्तीचा आक्रोश व्यक्त करू लागली. सनातन परंपरावादी मूल्यांना झिडकारून नवसमाजनिर्मितीचे स्वप्न ती पाहू लागली. योगेंद्र मेश्राम, दया पवार, केशव मेश्राम, वामन निंबाळकर, वामन कर्डक यांसारख्या दलित कवींनी वैश्विक पातळीवर मानवमुक्तीचा लढा कवितेच्या माध्यमातून पुकारला. आधुनिक मराठी कवितेमध्ये मूर्तिभंजनाची सुरू झालेली ही चळवळ आज प्रखर बनलेली दिसते. एकविसाव्या शतकातील बहुजन समाज आधुनिक जीवनमूल्याना स्वीकारतो आहे. परिवर्तनाची नांदी सर्वसामान्य स्तरापर्यंत पोचते आहे. छोटे-छोटे गट आता जागे होऊ लागले आहेत. परिवर्तनाची चळवळ आज जोराने फोफावते आहे. मूर्तिभंजनात्मकता दलित कवितेपर्यंत येऊन थांबली आहे.

प्रकरण दुसरे

महात्मा फुले यांचे 'अखंड' आणि मूर्तिभंजन

आधुनिक महाराष्ट्राच्या क्रांतिक्षितिजावर जे काही कृतिशील समाजसुधारक निर्माण झाले. त्यामध्ये महात्मा फुल्यांचे नाव अग्रस्थानी आहे. फुल्यांनी केलेले सामाजिक कार्य संबंध महाराष्ट्राला ज्ञात आहे. महाराष्ट्र ज्योतिबांच्या ऋणातून कधीही मुक्त होऊ शकणार नाही. आपल्या आयुष्याच्या शेवटच्या श्वासापर्यंत फुल्यांनी कृतिशीलता समाजसुधारणा कायम ठेवली.

फुल्यांनी हेरले होते की, सर्वसामान्य माणसाला जर जागृत करावयाचे असेल तर त्यासाठी त्याला शिक्षणाचे महत्त्व पटवून दिले पाहिजे. तत्कालीन समाजव्यवस्थेमध्ये शूद्रातिशूद्र यांना शिक्षणाचा अधिकार नव्हता. धर्मव्यवस्थने शिक्षणाची दारे त्यांच्यासाठी वर्षानुवर्ष बंद करून ठेवली होती. फुल्यांनी सामाजिक क्रांतीच्या माध्यमातून बहुजन माणसाला शिक्षणाचे महत्त्व पटवून दिले. शिक्षण हे हवा, पाणी आणि अन्नाइतके मूलभूत आहे असे बुद्धांनी सांगितले. विद्येचे महत्त्व फुल्यांनी ओळखले होते. बहुजन माणसाच्या प्रगतीसाठी फुल्यांनी विविध प्रकारची वाङ्मयनिर्मिती केली. फुल्यांचा विद्याव्यासंग प्रचंड स्वरूपात होता. त्याचबरोबर सामाजिक आकलन आणि निरीक्षण शक्तीही फुल्यांकडे प्रगल्भ अशा स्वरूपाची होती. क्रांतिदर्शी दृष्टिकोन असलेल्या या महामानवाने समाजाची नाडी ओळखून गद्य – पद्य स्वरूपामध्ये साहित्यनिर्मिती केली.

महात्मा फुल्यांनी विषमतेविरुद्ध बंड पुकारून समतेचा लढा दिला. त्यांचा पिंड मुळातच कृतिशील क्रांतिकारकाचा होता. महात्मा फुल्यांच्या व्यक्तित्वाची जडणघडण होण्यामागे अनेक कारणे आहेत. तत्कालीन समाजव्यवस्थेमध्ये 'ब्र' काढण्याचा सर्वसामान्य माणसाला अधिकार नसताना, फुल्यांनी प्रस्थापित व्यवस्थेविरुद्ध बंड पुकारणे ही काही साधारण गोष्ट नव्हती. केवळ बंड पुकारले असेच नव्हे तर स्वत:च्या व्यक्तिगत जीवनापासूनच त्यांनी परिवर्तनाला सुरुवात केली. सर्वसामान्य माणसाला चेतविण्यासाठी, त्याच्यातील विचार पेटविण्यासाठी वाङ्मयाशिवय दुसरा पर्याय नाही हे फुल्यांनी ओळखले आणि त्यातूनच तत्कालीन समाजाला काव्यामध्ये प्रिय असलेला अभंग हा प्रकार

स्वीकारला. फुल्यांनी गद्य – पद्य या दोन्ही प्रकारांमध्ये लेखन केले. एकंदरीत फुल्यांचे लेखनाचे प्रमुख सूत्र प्रस्थापित सनातन व्यवस्थेविरुद्ध लढा हेच होते.

फुल्यांच्या काव्यनिर्मितीच्या प्रेरणा शोधत असताना एकंदरीत फुल्यांच्या व्यक्तिमत्त्वाचा विचार करणेही महत्त्वाचे ठरते. केवळ ग्रंथपांडित्यावर फुल्यांचा विश्वास नव्हता. ते समाजजीवनाचा खोल विचार करीत असत आणि मग समाजातील भल्याबुऱ्या प्रवृत्तीचा शोध घेत घेत त्यावर बोलत असत. फुले स्वानुभवावरच प्रामुख्याने विशेष भर देत असत. त्यांच्या अखंडादी काव्यरचनेकडे पाहिले की त्यांची सामाजिक दृष्टी किती प्रगल्भ आणि वेधक होती याचे प्रत्यंतर आपणास येते.

१८२७ मध्ये पुणे येथे फुल्यांचा जन्म झाला. फुल्यांच्या घरची परिस्थिती तशी चांगली होती. वयाच्या सातव्या वर्षी सुरू झालेला शिक्षणप्रवास मध्येच बंद पडला. तत्कालीन समाजव्यवस्थेमध्ये पुण्यासारख्या शहराच्या ठिकाणी त्या काळी जातीजातींच्या पेठा असत. त्यामुळे एका जातीच्या मुलाचा दुसऱ्या जातीच्या मुलाशी फारसा संबंध येत नसे. पुढे १८४१ मध्ये फुल्यांचे बंद पडलेले शिक्षण सुरू झाले. ब्राह्मण मुलांपेक्षा फुल्यांची मैत्री काही मुसलमान परिवारातील मुलांशी होती. या मुलांच्या तोंडून फुले हिंदू धर्मावरील टीका ऐकीत असत. त्यातून फुल्यांना हिंदूधर्मातील अन्याय, उच्चनीचता, धर्मांधता याची प्रथम जाणीव व्हायला लागली. ''हिंदूधर्म संस्थेची चिरफाड झाली पाहिजे.'' असे त्याना वाटू लागले. आपल्या विचारपरिवर्तनाच्या संदर्भात बोलत असताना फुले म्हणतात -

''मी लहान असताना, माझे आसपासचे शेजारी मुसलमान खेळगडी यांच्या संगतीने मतलबी हिंदूधर्माविषयी व त्यातील जातीभेद वगैरे कित्येक खोट्या मतांविषयी माझ्या मनात खरे विचार येऊ लागले. त्याबद्दल त्यांचे उपकार स्मरतो.'' (शेतकऱ्याचा आसूड)

फुल्यांची वाङ्मयीन जडणघडण अशी बाल्यावस्थेपासूनच होत होती. इंग्रजी राजवटीमुळे समाजात अनेक महत्त्वपूर्ण बदल घडून आले. सामाजिक क्षेत्रातही पुरोहितशाहीचे असलेले प्राबल्य ढिले होण्यास सुरुवात झाली. धार्मिक बंधनातून मुक्त होण्यासाठीची मशागत या काळात सुरू झाली. परंतु इंग्रजी सत्तेवर उघडपणे नाही; मात्र मनातल्या मनात असंतुष्ट असणारे पारंपरिक सरंजामदार, भट ब्राह्मण होते. लोकहितवादी त्या संदर्भात आपल्या 'निबंध संग्रहा'च्या पृ. २३७ वर म्हणतात –

''इंग्रज सरकार या देशात आहेत. याविषयी लोक उघड नाही; परंतु मनातले मनात कुरकुर पुष्कळ करतात व मुख्यत्वेकरून भट, पंडित, शास्त्री हे तर फार हैराण आहेत.''

फुल्यांच्या वाङ्मयीन जडणघडणीमध्ये तत्कालीन सामाजिक, राजकीय परिस्थितीचाही हातभार आहे हे विसरता येणार नाही.

फुल्यांच्या काव्यनिर्मितीच्या प्रेरणेमागे प्रमुख प्रेरणा म्हणजे तत्कालीन सामाजिक

विषमता आणि त्या विषमतेचे फुल्यांना आलेले दाहक अनुभव. सामाजिक विषमता माणसा–माणसामध्ये श्वापदाची बीजे पेरते. माणूस माणसास दूर लोटतो. विषमताच माणसामध्ये अहंगंडता निर्माण करते. त्यामधून उच्च–नीच असा भेदभाव सुरू होतो. फुल्यांनी सामाजिक विषमतेला छेद देण्यासाठी आपली संपूर्ण काव्यनिर्मिती केली. समतेचा पुरस्कार हा त्यांच्या काव्याचा प्राण आहे म्हणून तत्कालीन सामाजिक विषमतेमध्ये फुल्यांनी जे जे पाहिले, साहिले ते त्यांना सहन झाले नाही. विषमतेच्या उद्वेगातूनच सामाजिक समतेची हाक फुल्यांनी आपल्या क्रांति कवितेतून दिली. विषमतेला पायदळी तुडविण्याची, तिला लाथेखाली चिरडण्याची नव्हे तर विषमतेला सुरुंग लावण्याची बंडखोर भाषा फुल्यांच्या काव्यनिर्मितीतून अवतरली. विषमतेने ग्रासलेल्या समाजाला सामाजिक समतेची शिकवण, बंधुभाव, प्रेम – व्यवहार, विज्ञान अशा कितीतरी गोष्टी फुल्यांच्या कवितेने शिकविल्या. समतेची तहान फुल्यांच्या कवितेला आयुष्यभर लागली आणि कृतिशीलपणे सामाजिक समता पेरण्याचे काम फुल्यांनी केले.

पारंपरिक सनातन मुल्यांना झुगारून नव – आधुनिक समाजनिर्मितीची पायाभरणी फुल्यांनी आपल्या कवितेच्या माध्यमातून केली. प्रत्यक्ष कृतिशीलपणे सत्यशोधक समाजाची स्थापना केली. जो धर्म माणसाला दूर लोटतो, ज्या धर्मात माणसाची किंमत नाही, जो धर्म माणसाला पशुवत जीवन जगण्यासाठी प्रवृत्त करतो, ज्या धर्मात अनाचाराचे थैमान माजलेले आहे, जिथे धर्मासाठी माणूस आहे – अशा धर्माच्या विरोधात फुल्यांनी कवितेच्या माध्यमातून बंड पुकारले. सनातनी धर्मव्यवस्थेवर प्रहार केले. सनातनी हिंदू – धर्म मानवाचा नसून मूठभर दानवाचा आहे, याची प्रचिती फुल्यांना आली आणि त्यामुळेच फुल्यांनी सर्वसामान्य शेवटच्या तळातील माणसाला जागविण्यासाठी हिंदू धर्मसंस्थेची चिरफाड केली. या प्रेरणेतूनच त्यांची कविता जन्माला आली.

फुल्यांची समग्र कविता जनसामान्यांना वाहिलेली कविता आहे. फुले जनसामान्यांना कवितेच्या माध्यमातून नवजीवन मूल्यांची प्रेरणा देतात. जनसामान्यांना खऱ्या–खोट्याची ओळख करून देतात. समाजाच्या शेवटच्या स्तरातील माणसांची उन्नती हा फुल्यांच्या काव्यनिर्मितीचा प्रमुख उद्देश आहे. म्हणून फुल्यांची कविता मूठभरांसाठी नसून ती जनसामान्यांसाठी आहे. जनसामान्यांच्या जीवनाला आलेली अवकळा दूर करण्यासाठी ही कविता आहे. सर्वसामान्य माणसाच्या खडतर व दुःखमय जीवनाशी फुल्यांची कविता तादात्म्य पावते. 'कुळंबीण' या नावाखाली लिहिलेल्या अखंडातून हे स्पष्ट दिसून येते.

फुल्यांच्या काव्यामध्ये समाजव्यवस्थेवर प्रहार आहेत. आक्रमक भूमिका घेऊन फुल्यांनी केलेले काव्यलेखन सर्वसामान्यांच्या प्रबोधनासाठी होते. तसा फुल्यांवर कबीराचा काही प्रत्यक्ष वाङ्मयीन प्रभाव नव्हता. पण फुल्यांच्या काव्यंनिर्मितीकडे पाहिले की फुल्यांची काव्यप्रणाली कबीराच्या तत्त्वप्रणालीशी साधर्म्य दर्शविणारी ठरते. ''समुझाये

समुझै नही, देहू धका हुइ और'' बेशरमाला समजून सांगितलेले समजले नाही तर अशा माणसाला दोन दणके देऊनच ताळ्यावर आणावे लागते. असे कबीराने आपल्या बीजक ग्रंथातील 'विप्रमतीसी' या प्रकरणात म्हटले आहे. फुल्यांच्या काव्यनिर्मितीच्या प्रेरणा कबीरापर्यंत या विद्रोहाच्या अंगाने पोचतात.

ज्योतिरावांची काव्यप्रेरणा सर्वसामान्य माणसाच्या विकासाच्या ध्यासातून आली. आक्रमकता हाच त्यांच्या चित्तवृत्तीचा आणि वाणीचा स्थायीभाव होता. जे जे काही म्हणून अमंगल, अन्यायकारक व अनर्थ असे दिसते त्यावर फुल्यांची काव्यलेखणी तुटून पडत असे. कुठलाही आडपडदा न ठेवता त्यावरती फुले सरळ वार करीत असत.

फुल्यांच्या काव्यप्रेरणेचा शोध घेत असताना फुल्यांनी केलेली अखंडादी काव्यरचना अभंगसदृश आहे. तुकारामांनी आपल्या अभंगाच्या माध्यमातून सामाजिक दंभावर कोरडे ओढले. फुल्यांनीही आपल्या काव्यक्रांतीच्या माध्यमातून सामाजिक विषमतेला तडे देण्याचा प्रयत्न केला. ''देव्हाऱ्यावरी विंचू आला। देवपूजा नावडे त्याला। तेथे पैजारेंचे काम। अधमासि तो अधम'' (तुकाराम गाथा : अभंग ४३७८)

महात्मा फुल्यांनीही तुकारामाप्रमाणे धार्मिक अधम प्रवृत्तीचा 'पैजारी' भाषेत खरपूस समाचार घेतला. फुल्यांची कविता ही क्रांतिकारी कविता आहे. फुल्यांच्या कवितेत असलेली विद्रोही बीजे तुकारामाच्या अभंगाशी साधर्म्य दाखवितात. त्यामुळे फुल्यांच्या काव्यनिर्मितीच्या प्रेरणा सुप्त प्रमाणात इथेही दडलेल्या दिसतात. फुल्यांनी संत वाङ्मयाचा तसा व्यासंगी अभ्यास केलेला होता. फुल्यांची सत्यान्वेषणता प्रबळ आणि प्रांजळ होती. दंभ प्रवृत्ती त्यांनी नाकारल्या. समाजातील नाटकी प्रवृत्तीवर त्यांनी सडेतोडपणे विचार मांडले. क्रांतिकारी भाषेमध्ये समाज जागा करण्याचा प्रयत्न केला. फुल्यांमध्ये असलेली ही विद्रोही दाहकता तुकारामाच्याही अभंगातून दिसून येते. फुल्यांनी अखंडादी काव्यरचना अभंगाच्या स्वरूपामध्येच लिहिली त्यामुळे तुकारामाची मूर्तिभंजक कविताही फुल्यांची काव्यप्रेरणा आहे असेच म्हणावे लागते.

फुल्यांवर थॉमस पेनच्या विचारांचा प्रभाव होता. ज्योतिबा फुले हे चिकित्सक वृत्तीचे होते. त्यांची धर्मावर श्रद्धा होती, पण ती आंधळी नव्हे. ईश्वराला फुल्यांनी 'निर्मिक' म्हटले. पेन हेसुद्धा एकेश्वरवादी होते. पेनचा झगडा दुहेरी स्वरूपाचा होता. एकीकडे लोकांची फसवणूक करणाऱ्या स्वार्थी धर्मसत्तेवर ते तुटून पडत होते. तर दुसरीकडे त्यांना नास्तिकतेशी मुकाबला करावयाचा होता. अशा दोन्ही आघाड्या सांभाळून पुन्हा विशुद्ध धर्मभावनेचा आशय त्यांना लोकांच्या गळी उतरवयाचा होता. ज्योतिबांना पेनची ही जीवनदृष्टी अधिकच भावली. ज्योतिबा फुले थॉमस पेनच्या संदर्भात म्हणतात –

''आम्ही शाळेत असता विलायतेकडील प्रख्यात नास्तिक टामस पेन व वालटेर

यांच्या ग्रंथातील काही नास्तिक मात्राचे उतारे छापून पुणे – मुंबईकडील सुधारलेल्या मंडळींनी आम्हाकडे पाठविले होते.'' (अरुणोदय पृ. २०१)

थॉमस पेनच्या राजकीय, सामाजिक विचारांचा महात्मा फुल्यांच्या व्यक्तिमत्वावर विशेष प्रभाव होता. त्या प्रभावाची मान्यता खुद्द फुल्यांनीच दिली आहे. पेन यांनी आपल्या वाङ्मयीन शैलीबद्दल स्वत: लिहिले आहे ते 'The life of Thomas Paine' म्हणतात.

"What I write is pure nature, and my pen and my soul have gone together. I Speak a Language plain and intelligible I deal not in hints and intimations. I haves several reasons for this : First, that I may be clearly understood; secondly, that it may be seen. I am in earnest; and thirdly because it is affront to truth to treat falsehood with complaisance"

पेनप्रमाणेच ज्योतिबा फुल्यांनीही सत्याची कास धरली. धूर्त, ढोंगी लोकांचा ज्योतिबांनी पर्दाफाश केला. फुल्यांच्या काव्यनिर्मितीच्या प्रेरणा थॉमस पेनच्या या विचारशक्तीतूनही निर्माण झाल्या असाव्यात. पेनच्या धार्मिक विचारांनी ज्योतिबा प्रभावित झाले होते. त्याबरोबरच पेनच्या राजकीय व सामाजिक अंत:सूत्राचाही शोध घेण्याचा प्रयत्न फुल्यांनी केला. पेनने मानवतेची प्रतिष्ठा, व्यक्तिस्वातंत्र्याचा आग्रह आणि गुलामगिरीचा निषेध या तत्त्वत्रयीची मांडणी केली होती. फुल्यांनीदेखील आपल्या लेखनातून व कृतीतून याच तत्त्वत्रयीचा अवलंब केला.

फुले यांच्या वाङ्मय निर्मितीच्या प्रेरणा लक्षात घेत असताना फुल्यांच्या जडणघडणीस काही ग्रंथही कारणीभूत ठरले. मिशनच्या शाळेत शिकत असताना बायबलमधील नैतिक आशयाने त्यांचे मन भारून टाकले होते. कोणताही धर्मग्रंथ ईश्वराने निर्माण केलेला नाही हे पटल्यावरसुद्धा फुल्यांनी बायबलचे पावित्र्य मान्य करून त्यातील काही बोधवचने मांडली आहेत. ख्रिस्ती पादऱ्यांचे मराठी वाङ्मयही त्यांनी आस्थापूर्वक वाचले असावे. जॉन विल्सनसारख्या तत्कालीन विद्वान ग्रंथकर्त्यांचे मराठी ग्रंथ ज्योतिरावांनी वाचले असल्याची शक्यता नाकारता येत नाही. ज्योतिबा फुल्यांच्या जडणघडणीस Indian caste व India Three Thousand Years Ago या दोन पुस्तकांचा महत्त्वपूर्ण वाटा आहे. India Three Thousand Years Ago या ग्रंथातील काही संदर्भ 'शेतकऱ्याचा आसुड' या ग्रंथात फुल्यांनी उपयोगात आणलेली दिसतात. पुढे पेन यांच्या विचाराने भारावलेल्या महात्मा फुलेंना राजकीय स्वातंत्र्य व लोकसत्ता या बाबींचा वास्तविक अर्थ कळला. धर्माकडे पाहण्यचा परिवर्तनवादी दृष्टिकोन लाभला आणि त्यातून पुरोहितशाहीविरुद्ध फुल्यांनी बंड पुकारले ते काव्याच्या माध्यमातून.

फुले यांच्या काव्यनिर्मितीच्या प्रेरणा अशा खोलखोल त्यांच्या जीवन-आशयात दडलेल्या आहेत. फुले म्हणजे कृती – उक्तीचे एक जिवंत प्रतीक. मानवी कल्याणाची तहान लागलेला हा महापुरुष समाजाला दिशा दर्शविण्यासाठी काव्यनिर्मिती साधत होता.

आधुनिक जीवनमूल्यांच्या प्रेरणेने प्रभावित झालेला हा युगपुरुष काव्यनिर्मिती करीत असताना समाजप्रबोधन आणि परिवर्तनवादी चळवळ या अंगांनी काव्यनिर्मितीकडे बघत होता. अर्थात मूर्तिभंजनाचे तत्त्वसारच कवितेतून आणू पाहता होता.

धार्मिक झुंडशाहीला झुगारून फुल्यांनी खऱ्या धर्माकडे मानवाला नेण्याचा प्रयत्न केला. फुल्यांनी आपल्या सार्वजनिक सत्यधर्म ग्रंथातील अखंडामधून खऱ्या धर्माची संकल्पना मांडली आहे. मानवी समता हा फुल्यांच्या काव्यलेखनाचा प्राण आहे. फुल्यांनी पेन यांचे धर्मचिंतन वाचले होते. बायबलमधील अनेक भ्रामक कल्पनांचा खरपूस समाचार घेणाऱ्या पेनला येशूख्रिस्ताच्या नैतिक शुद्धतेबद्दल आणि सत्त्वसंपन्नतेबद्दल तिळमात्र शंका नव्हती. समता आणि बंधुभाव या तत्त्वांचा येशूनेही आग्रह धरला होता. ''सर्व माणसे ही एकाच ईश्वराची लेकरे आहेत, सर्व माणसांचे जीवनसत्त्व एक आहे. तर्कबुद्धी आणि सदसद्विवेकबुद्धी या मनुष्यप्राण्याला नैसर्गिक लाभलेल्या देणग्या आहेत. त्याचे प्रमाण माणसामध्ये कमी – जास्त प्रमाणात असेल. माणसामाणसात देश, वंश, पंथ, दर्जा यांवरून उच्च–नीचता मानणे म्हणजे माणसामाणसात विषमता पेरणे होय. संबंध मानवाचा धर्म एकच असायला हवा,'' असा फुल्यांचा दृष्टिकोन होता. तो त्यांनी पेनकडून स्वीकारला होता. जगातील संबंध मानवाचा धर्म एकच असायला हवा. परंतु विश्वधर्माची संकल्पना काही यशस्वी होऊ शकणार नाही, हे पेनने पुरते ओळखले होते. पेन म्हणाला –

"The world is my country, my religion is to do good."

पेनने आपल्या विचारसरणीला जे 'मानवता धर्म' नाव दिले ते फुल्यांच्या कवितेमध्येही सार्वजनिक सत्यधर्माच्या अनुषंगाने आलेले दिसते. खऱ्या धर्माच्या संदर्भात फुले म्हणतात.

''एक सूर्य सर्वा प्रकाश देतो ॥
उद्योगा लावीतो ॥ प्राणीमात्रा ॥१ ॥धृ. ॥
मानवासहीत प्राण्यांचे जीवन ॥
सर्वांचे पोषण ॥ तोच करी ॥२ ॥
सर्वा सुख देई जनकाच्या परी ॥
नच धरी दुरी ॥ कोणी एका ॥३ ॥
मानवांचा धर्म एकच असावा ॥
सत्याने वर्तावा ॥ जोती म्हणे ॥४ ॥''[१]

फुले यांना खऱ्या धर्माचा शोध लागला होता. मानवधर्म हाच श्रेष्ठ धर्म आहे आणि त्यातही सत्यधर्माचरणाने मानवप्राणी सुखी होतो ही फुल्यांची धारणा होती. धार्मिक सांप्रदायिकतेचे फुल्यांना अगोदरच वावडे होते. धार्मिक संप्रदायातूनच विषमता वाढीस लागते. धार्मिक संप्रदाय माणसामाणसांतील अंतर वाढवतात. धार्मिक संप्रदायातूनच

जाती – पातीचा जन्म होत असतो हे फुल्यांनी ओळखले होते. परंपरागत धर्माच्या चौकटीत राहणे फुल्यांना मान्य नव्हते. म्हणून फुल्यांनी सार्वजनिक सत्यधर्माची स्थापना केली.

या विचारक्रांतीतून त्यांना खऱ्या धर्माचा शोध लागला. त्यांच्या 'सार्वजनिक सत्यधर्म' पुस्तकामध्ये १२–१३ अखंड रचना आहेत. या अखंडाच्या माध्यमातून फुल्यांनी आपली धर्मविषयक भूमिका मांडण्याचा प्रयत्न केला आहे. सबंध भूतलावरील मानवजात एक आहे. सबंध मानवजातीचे रक्तसुद्धा लाल आहे. भाषाभेद, प्रांत – भेद, राष्ट्र – भेद या सर्व कृत्रिम गोष्टी मानवाने निर्माण केल्या. धर्मामुळे माणसामाणसांत तेढ निर्माण झाली. धर्मांधतेमुळे मानवाची विचारप्रक्रिया थांबली. सत्य हा फुल्यांच्या चिंतनाचा केंद्रबिंदू आहे. सत्याच्या संदर्भात ते म्हणतात.

आहे सत्याचा बा जोर। काढी भंडाचा तो नीर॥२॥
सत्य आहे ज्याचे मूळ॥ करी धूर्ताची बा राळ॥
बळ सत्याचे पाहुनी॥ बहुरूपी जळे मनीं॥३॥
खरे सुख नटा नोव्हे॥ सत्य ईशा वर्जू पाहे॥
जोती प्रार्थी सर्व लोकां॥ व्यर्थ डंभा पेटूं नका॥४॥

फुल्यांची सत्यावर अढळ निष्ठा होती. ढोंगी, लबाड गोष्टी ह्या तात्पुरत्या टिकणाऱ्या असतात. जो धर्म असत्याच्या पाठीमागे धावतो त्या धर्माचा नाश होतो. धर्माने माणसाचे विडंबन केले तर त्या धर्मावर ग्लानी येते. फुल्यांच्या अखंडादी काव्यरचनेतून त्यांच्या सार्वजनिक सत्यधर्माच्या अनुषंगाने त्यांना खऱ्या धर्माचा शोध लागला. परंपरेला नाकारून फुल्यांनी मूर्तिभंजनच केले. धर्मकृत्यातील मिथ्याचार व आंधळी रूढिप्रियता यावर ज्योतिरावांनी कोरडे ओढले. सनातनी धर्मव्यवस्था माणसाला पशुवत वागणूक देत होती. प्रस्थापित सत्तेच्या विरोधात ज्योतिबांनी रणशिंग फुंकले. देव, धर्म, श्रद्धा, उपासना असणारा म्हणजेच मूर्तिपूजकता असणारा धर्म नसून तो अधर्म आहे याची खात्री त्यांना पटली आणि त्यामुळेच फुल्यांनी खऱ्या धर्माचा शोध घेण्याचा प्रयत्न केला. चातुर्वर्ण्य समाजव्यवस्थेमध्ये व्यवसायाला धर्माचे स्वरूप दिले गेले. त्यामुळे विषमता वाढीस लागली. विद्यार्जन करणे हा केवळ ब्राह्मणांचाच धर्म अशी पोकळ समजूत त्या काळी होती. चांभाराने चांभाराचा व्यवसाय करणे हा त्याचा धर्म, अशी व्यवसायाशी धर्माची सांगड मनुप्रणीत समाजव्यवस्थेत घातली गेली. त्यामुळे धर्माचा गैरवापर सुरू झाला. फुल्यांनी अखंडामधून सार्वजनिक सत्यधर्माची संकल्पना मांडली आणि मूर्तिभंजक कवितेला जन्म दिला. ज्योतिबांनी धर्मासंबंधीचे मांडलेले चिंतन मानवी विश्वाला नवा सन्मार्ग दाखविणारे आहे. मानव हा विविध जाती – धर्मामध्ये विभागला गेला असल्यामुळे मानवप्राणी हा एकमेंकामध्ये भेदभाव निर्माण करीत आहे. त्यामुळे मानवाचा धर्म एकच असावा अशी कल्पना फुल्यांनी मांडली. त्यांच्या मते मानवधर्म हाच खरा धर्म होय.

त्याही पुढे जाऊन त्यांनी सत्यालाच धर्म मानले. धर्माच्या जागेवर त्यांनी सत्याची स्थापना केली. मानवामध्ये स्वार्थी प्रवृत्ती बळावल्यामुळे स्वैराचार, असत्य, ढोंगीपणा या गोष्टींची बजबजपुरी माजते; परंतु जेथे सत्य नांदत असते तेथे सदाचार, सन्मार्ग, सत्प्रवृत्ती बहरत असतात. सत्य ही संकल्पना काही कोणा एका व्यक्तीपुरती फुल्यांनी मर्यादित केली नाही. त्यांनी ती सार्वजनिक स्तरावर 'बहुजनहिताय बहुजनसुखाय' अशी मांडली. हे फुल्यांच्या क्रांतिकवितेतले प्रचंड मोठे मूर्तिभंजन होते.

फुले यांना ईश्वर ही संकल्पना का व कशी नाकारली याचा आपण पुढे विचार करणार आहोतच. फुल्यांनी सत्य स्वीकारत असताना सत्याची उपासना जन्मभर केली. सत्य म्हणजे बंधुभाव, सत्य म्हणजे करुणा, सत्य म्हणजे प्रज्ञा हे फुल्यांनी जाणले होते. त्यामुळे त्यांनी सत्याला जीवनात महत्त्वपूर्ण स्थान दिले. असत्याच्या खाईत सापडलेल्या समाजाला फुल्यांनी सत्य धर्माचा मार्ग दाखविला म्हणजेच खऱ्या धर्माचा मार्ग दाखविला. फुल्यांनी दाखविलेला सत्यधर्माचा मार्ग म्हणजे मानवी नैतिकतेचा उद्घोष म्हणता येईल. मराठी कवितेच्या मूतिभंजनात्मक अभ्यासामध्ये फुल्यांचे नाव प्रथम स्थानी आहे हे पुन्हा नव्याने सांगण्याची गरज नाही, परंतु फुल्यांनी मूर्तिभंजक स्वरूपाच्या काव्यामधून जे विचार पेरले ते कालातीत चिरंतन आहेत.

फुले यांनी धर्म, समाज, राजकारण, व्यवहारवाद, नीती – अनीती अशा किती तरी बाबी आपल्या काव्याच्या माध्यमातून स्पष्ट केल्या. त्यांची अखंडादी काव्यरचना वेगवेगळ्या विषयांवर वाहिलेली आहे. धर्म हा मानवी जीवनाचा अविभाज्य पाया आहे. प्रत्येक माणूस कुठल्या तरी धर्मात कुठल्या तरी जातीत जन्मत असतो. कुठल्या तरी धर्माच्या संस्काराने त्याचे व्यक्तिमत्त्व घडत असते, हे जरी मान्य केले तरी ज्या धर्मामध्ये माणसाला माणसाची किंमत नसते. तो धर्म नसून मानवाच्या सर्वनाशाची जंत्री होय. धर्माच्या माध्यमातून सर्वसामान्य माणसाचे शोषण झालेले फुल्यांना पाहवले नाही. धर्मच माणसा – माणसांमध्ये अभेद्य भिंती तयार करतो. धर्मच माणसामाणसांमध्ये युद्ध निर्माण करतो. या सर्व गोष्टी फुल्यांनी जवळून पाहिल्या आणि भोगल्याही.

फुलेकालीन प्रस्थापित व्यवस्थेमध्ये धर्माचे अवडंबर माजलेले होते. धर्माने माणसाला बंदिस्त आणि गुलाम करून टाकले होते. तो धर्म मानवी कल्याण साधण्याऐवजी मुठभराच्या तुंबड्या भरण्यासाठी साहाय्य करणारा धर्म होता. म्हणून फुल्यांनी 'सार्वजनिक सत्यधर्म' नावाचे पुस्तक लिहिले आणि या पुस्तकाच्या शेवटी सबंध स्त्री-पुरुषांना प्रार्थना केली –

> "सर्वांचा निर्मिक आहे एक धनी॥
> त्याचें भय मानी॥ धरा सर्व॥१॥धृ.॥
> न्यायानें वस्तूचा उपभोग घ्यावा॥

आनंद करावा ॥ भांडूं नये ॥२ ॥
धर्म राज्य भेद मानवा नसावे ॥
सत्यानें वर्तावें ॥ ईशासाठी ॥३ ॥
सर्व सुखी व्हावे भिक्षा मी मागतों ॥
मनुजा सांगतों ॥ जोती म्हणे ॥४ ॥

फुले यांनी ईश्वर ही कल्पना नाकारली. हजारो वर्षे ज्या देवाच्या नावामुळे देवाच्या भजनामुळे सामान्य माणूस गुलाम बनत गेला त्या देवकल्पनेचे फुल्यांनी मूर्तिभंजन केले. माणूस हा परंपराप्रिय असतो हे फुल्यांनी पुरते ओळखले होते म्हणून त्यांनी ईश्वर ही संकल्पना नाकारून त्या जागी 'निर्मिक' ही नवी कल्पना आणली. फुल्यांना ठाऊक होते की परंपराप्रिय माणूस परिवर्तन असे काही एकाएकी स्वीकारीत नाही. परिवर्तनाच्या आणि मूर्तिभंजनाच्या दिशेने पाऊल उचलण्यासाठी मृतवत समाजामध्ये नवसंजीवन भरण्यासाठी फुल्यांनी निर्मिक ही कल्पना एकात्मतेच्या पातळीवर मांडली. विश्वबंधुत्वाचा संदेश त्यांनी आपल्या 'निर्मिक' या कल्पनेच्या माध्यमातून दिला. फुल्यांच्या अखंडादी काव्यरचनेमध्ये 'निर्मिक' शब्दाचा प्रयोग अनेक वेळा आलेला आहे. 'निर्मिक' म्हणजे या सृष्टीचा निर्माता असा सरळ सरळ अर्थ आपणास घेता येईल आणि तो जो कोणी असेल तो एकच आहे असे फुल्यांनी सांगितले. 'निर्मिक' या संकल्पनेतून ईश्वराचा अंश प्रकट होतो. ईश्वरी अंशाला फुले मान्यता देतात हे लक्षात येते; पण ज्या काळी फुले बोलतात तो काळ लक्षात घेता फुल्यांनी मांडलेली ही संकल्पना नवविचारांची परिवर्तनवादाची आणि मूर्तिभंजनाची पायरी आहे असेच आपणास म्हणावे लागेल. सनातनी व्यवस्थेमध्ये एकटे फुले बहुजन समाजाला जागृत करण्याचे अतिशय कठीण कार्य करीत होते. बहुजन समाजही प्रस्थापितांच्याच दावणीला राहणे पसंत करीत होता. त्यालाही देवधर्म, परंपरा, श्रद्धा या सर्व गोष्टी प्रिय होत्या. फुल्यांनी अशा अतिशय कठीण परिस्थितीत ईश्वर ही संकल्पना नाकारून 'निर्मिक' ही संकल्पना आणली. फुल्यांची 'निर्मिक' ही कल्पना ईश्वरापेक्षा, देवापेक्षा एकदम भिन्न आहे. हिंदुधर्म व्यवस्थेच्या विरोधात फुल्यांनी पुकारलेला लढा 'निर्मिक' या कल्पनेच्या माध्यमातून अधिक तीव्र झाला.

म. फुले यांनी मांडलेला निर्मिक हा पृथ्वी व पृथ्वीवरील सबंध प्राणिमात्राचा निर्माता आहे. यावरून फुल्यांच्या निर्मिक संकल्पनेतील विशाल दृष्टिकोन आपल्या लक्षात येतो. धर्मव्यवस्थेतील देव ही संकल्पना केवळ मानवी प्राण्यांनाच लागू पडते. फुल्यांनी मानवाच्या पुढे जाऊन पृथ्वीवरी, छोट्या छोट्या सूक्ष्म जीवाचाही विचार केला. यातून 'निर्मिक' कल्पनेची निसर्गसन्मुखता आपल्या लक्षात येते. 'निर्मिक' हे निसर्गाचेच रूप आहे. ते कुठल्याही देवाधर्माचे नाही. निर्मिकाला कुठल्याही विधिआचारपद्धती नाहीत. निर्मिकाला विधिपूजापाठाची आवश्यकता नाही. फुल्यांचा निर्मिक स्वतंत्र अशा स्वरूपाचा आहे.

हिंदूच्या ईश्वर कल्पनेपेक्षा अतिशय आगळी-वेगळी आणि वास्तववादी भूमिका निर्मिकाच्या माध्यमातून त्यांनी मांडली.

म. फुल्यांवर ख्रिश्चन आणि इस्लाम या धर्मांचा प्रभाव होता. ख्रिश्चन आणि इस्लाम यांमधील ईश्वर ही कल्पना सर्वांसाठी आहे. तिथे देवासाठी भेदभाव नाही. उलट हिंदू धर्मव्यवस्थेमध्ये जातीनिहाय देवाची संख्या दिसते. त्यातही काही देवांच्या मंदिरामध्ये अस्पृश्यांना प्रवेश मिळत नसे. हिंदूची अशी बंदिस्त देवकल्पना नाकारून फुल्यांनी सर्वांसाठी स्वतंत्र अशी 'निर्मिक' ही कल्पना आणली. हिंदूधर्मामध्ये ईश्वर या संकल्पनेतून विषमतेची बीजे पेरली गेली आणि ती हिरिरीने फोफावली. त्यामुळे सबंध समाज अज्ञान, अंधकार, विषमतेच्या खाईत लोटला गेला.

इस्लाम धर्म भारतात आला. इस्लामी राजवटीमुळे आपल्या देशावर अनेक अस्मानी-सुलतानी संकटे आली. आपल्या देशाच्या धर्मव्यवस्थेचा पाया खिळखिळा करण्यासाठी काही प्रमाणात का होईना इस्लाम धर्म कारणीभूत ठरला. फुल्यांनी पारतंत्र्याच्या काळात इस्लाम धर्माविषयी काढलेले उद्गार आर्यनीतीचा भंडाफोड करणारे आहेत. आर्यांनी केवळ आपल्या स्वार्थासाठी हिंदूधर्माचा उपयोग करून घेतला. धर्मातील सत्त्व आर्यांनी शोषून घेतले आणि मग धर्माला अधर्माचे स्वरूप आले. महात्मा फुले आपल्या अखंडादी काव्यरचनेमध्ये म्हणतात.

"आर्य दस्यु इस्लामानें मुक्त केले ॥
ईशाकडे नेले ॥ सर्व काळ ॥ २२ ॥
आर्यधर्म - भंड इस्लामें फोडीलें ॥
ताटांत घेतले ॥ भेद नाहीं ॥ २३ ॥
मांगासह आर्या नेलें मसीदींत ॥
गणी बांधवांत ॥ आप्त सखे ॥ २४ ॥
क्षत्रिया जिंकलें राज्य त्यांचें झालें ॥
मोंगलांनी केले ॥ मुक्त कांहीं ॥ २५ ॥
जातीभेदाभेदीं फायदा तो साचा ॥
मुसलमानांचा ॥ झाला मोठा ॥ २६ ॥
अंत्यजास धरी पोटीं सावकाश ॥
लाजवी आर्यास ॥ सर्व काळ ॥ २७ ॥
म्हणूनीयां आर्य बोंब मारीताती ॥
शिमगा खेळती ॥ ब्रह्मरूपी ॥ २८ ॥
भेद सोडुनीयां एका ताटीं खाती ॥
एकच बनती ॥ म्हणोनियां ॥ २९ ॥"

महात्मा फुले यांचे 'अखंड' आणि मूर्तिभंजन / ३७

हिंदूधर्म-व्यवस्थेतील आर्यांची कुरापत फुल्यांनी सर्वसामान्य माणसासमोर आणली. फुले आपल्या अखंडांमधून याचे चित्रण करतात. इस्लामामध्ये, ख्रिश्चनांमध्ये अल्ला आणि गॉड एकच आहेत पण हिंदूमध्ये कोट्यावधी देवता. त्यांची देव – देवळे, सोवळे – ओवळे या गोष्टींची फालतू रेलचेल आहे. सर्वसामान्य माणसाला कर्जबाजारी होऊन, धान्य विकून, भांडेकुंडे, जनावरे विकून देवाचा नवस फेडावा लागतो, ही कुठली तऱ्हा? त्यातही हिंदूधर्मामध्ये जातिनिहाय देव विभागले गेले आहेत.

वरील संदर्भित अखंडावरून आपल्या लक्षात येते की, फुल्यांनी हिंदूधर्माचा तिटकारा का केला. आर्यांच्या हाताखालची कामे सर्वांनी करावीत. आर्य सर्वांच्या वर आणि त्याच्याखाली सारे अशी समाजव्यवस्था होती. इस्लामाच्या आगमनामुळे आर्य भारताला तडा बसला. आर्यांची कुटनीती इस्लामांनी आणि पुढे इंग्रजांनी हाणून पाडली. मुस्लिम राजवटीमध्ये काही धर्मांतराचे प्रकार झाले. काही बळजबरीने झाले तर काही हिंदूधर्मव्यवस्थेला कंटाळून स्वेच्छेनेही झाले असतील; कारण त्या काळी मांगमहार या प्रकारच्या अस्पृश्य जातींना मंदिरात प्रवेश नसे. त्यांनी दुरूनच देवाचे दर्शन घ्यावे. अशी मनुप्रणीत समाजव्यवस्था होती. त्यामुळे धर्मांतराचे काही प्रकार झाले आणि इस्लाम धर्मामध्ये तर कुणालाही मशिदीत प्रवेश असे. तिथे उच्च-नीच हा प्रकार नव्हता. म्हणून फुल्यांनी निर्मिक ही ईश्वरी भावनेची नवीन कल्पना समाजजीवनात आणली हिंदूंच्या देव या कल्पनेपेक्षा एकदम निराळी भिन्न आणि स्वतंत्र अशी ही कल्पना होती. मुस्लिम आणि ख्रिश्चन यांच्या अल्ला आणि गॉडच्या जवळपास जाणारी ही संकल्पना असावी, असा अंदाज आपणांस बांधता येईल; पण तो खरा असेलच असे नाही, कारण फुले हे विज्ञानवादी दृष्टिकोन असलेले समाजसुधारक होते आणि त्यांची कृतिशीलता ही सर्वात महत्त्वाची गोष्ट होती. त्या काळातील समाजाची नाडी ओळखून फुल्यांनी 'निर्मिक' ही नवी कल्पना आणली, कारण 'समाज काही एकाएकी देव नाकारणार नाही' हे त्यांना माहीत होते. त्यासाठी फुल्यांनी देवासाठी निर्मिक आणला, असेच म्हणावे लागते. फुल्यांना मूर्तिपूजा मान्य नव्हती. जो कोणी या पृथ्वीचा निर्माता असेल त्याचे फक्त स्मरण करावे असे त्यांना वाटे. त्याच्याबद्दल कृतज्ञता असावी; परंतु ब्राह्मणी व्यवस्थेमध्ये देवाची कल्पना 'उदंड जाहली लेकुरे' अशीच होती. त्यामुळे फुल्यांनी आर्यांच्या या देवनिर्मितीच्या षड्यंत्रावर आक्षेप घेतला. आर्यांनी आपल्या खळग्या भरण्यासाठी कल्पनेच्या देवांची निर्मिती केली; तीही काही थोडी थोडकी नाही. तेहतीस कोटी देव हिंदूधर्मव्यवस्थेमध्ये आर्यांनी निर्माण करून ठेवले. फुले म्हणतात –

"कल्पनेचे देव कोरीले उदंड॥
रचीले पाखांड॥ हितासाठीं॥१॥
किन्नर गंधर्व ग्रंथी नाचवीले॥

अज्ञ फसविले॥ कृत्रीमानें॥२॥
निर्लज्य सोवळे त्यांचे अधिष्ठान॥
भोंदीती निदान॥ शुद्रादीका॥ ३॥
ब्राह्मणांनी नित्य होऊन निसंग॥
शुद्र केलें नंग॥ जोती म्हणे॥४॥"१३

आर्य समाजव्यवस्थेमध्ये माणसाला लुबाडून खाण्यासाठी आर्यांनी देवाची निर्मिती केली. देव काही कधी कुणाला भेटला नाही. 'देव' ही कल्पना अवास्तविक अशा स्वरूपाचा आहे. फुल्यांना ही कल्पना मान्य नव्हती. फुल्यांनी विश्व आणि मानव यांच्या निर्मिति-संदर्भात 'निर्मिक' ही कल्पना मांडली. देव जर माणसामाणसांमध्ये भेदभाव, विषमता निर्माण करीत असेल, देव माणसांना गुलाम बनवीत असेल, देवाची निर्मिती मूठभर लोकांच्या स्वार्थासाठी जर झाली असेल तर ही कल्पना लाथाडली पाहिजे आणि फुल्यांनी ती लाथाडली व स्वयंभू स्वयंप्रेरित कुठल्याही धर्मग्रंथाच्या आधारशिवाय स्वत:ची स्वतंत्र अशी वैश्विक मानवाचे कल्याण साधणारी निर्मिक ही कल्पना मांडली. फुल्यांची 'निर्मिक' ही कल्पना मूर्तिभंजनाचेच एक रूप म्हणता येईल. विश्वमानवाला एकात्मतेची, बंधुभावाची, सदाचाराची शिकवण देणारी फुल्यांची निर्मिक ही कल्पना एक आगळावेगळा शोध म्हणावा लागेल. 'निर्मिक' या फुल्यांच्या कल्पनेवरून त्यांना ईश्वरवादी ठरविण्याचाही प्रयत्न होताना दिसतो; परंतु फुल्यांनी निसर्गाशी आपली पूज्यता दाखविली. फुल्यांनी निसर्गाला सर्वश्रेष्ठ मानले. देव – दानव या थोतांड कल्पना कशा चुकीच्या आहेत ते त्यांनी आंपल्या अखंडादी काव्यरचनेच्या माध्यमातून मांडल्या. सामाजिक जीवनातील विषमतावादी सबंध गोष्टी फुल्यांनी नाकारल्या. मग त्यामध्ये सनातनी धर्मव्यवस्थेतील 'देव' ही कल्पनाही त्यांनी नाकारली. आणि मराठी कवितेत मूर्तिभंजनाची सुरुवात केली.

फुल्यांनी मांडलेला निर्मिक परिवर्तनवादी चळवळीला स्वीकारणारा आहे. पारंपरिक धर्मव्यवस्थेतील 'ईश्वर' परिवर्तनाला आधुनिकतेला बहुतांशी नाकारतानाच दिसतो. फुल्यांचा 'निर्मिक' आधुनिक जीवनमूल्यांशी आधुनिक विचाराशी जोडणारा आहे. आपल्या अखंडादी काव्यरचनेच्या माध्यमातून फुल्यांनी बहुजनाच्या प्रगतीचा आलेख मांडला. तो आलेख मांडीत असताना त्यांनी प्रारब्ध, वेद, स्वर्ग – नरक, कर्मकांड, उपास – तापास, व्रत वैकल्ये, पूजा – अर्चा या संबंध ईश्वरवादी गोष्टींना नकार दिला. हा नकार देत असतानाच निर्मिक या कल्पनेच्या माध्यमातून त्यांनी इहवादाला जवळ केले. मानवी जीवन हे भौतिक अवस्थेमध्ये जगण्यासाठीच असते. माणसाला मिळालेला जन्म हा सत्कर्मी लागावा. माणसाने आपल्या जीवनामध्ये सत्याने वागावे आणि दुसऱ्यासाठी जगावे अशी फुल्यांची भूमिका होती. त्यांच्या अखंडादी काव्यरचनेकडे पाहिले की आपल्या लक्षात येते की फुल्यांचा दृष्टिकोन किती विशाल आणि विज्ञानवादी होता. फुल्यांची

'निर्मिक' ही कल्पना मानवी विकासाचे परंपरावादी व्यवस्थेला नाकारणारे आधुनिक शस्त्र आहे. असेच म्हणावे लागेल. ईश्वर कल्पना स्वीकारलेल्या समाजात शब्दप्रामाण्य, जुने आचारविचार, रूढी, कर्मकांड, जपजाप्य, पूर्वसंचित, पुनर्जन्म, पूर्वजन्म, ईश्वरीसंकेत, स्वर्ग – नरक इत्यादी भोंगळ कल्पना प्रसवलेल्या असतात. यामुळे मानवी कर्तृत्वाला थारा नसतो. मानवी कर्तृत्व दास्यशृंखलात बंदिस्त करून टाकण्यात आलेले असते. अशा भोळ्या समजुतीवर भाबड्या समाजाचे वर्षानुवर्षे शोषण चालते हे फुल्यांनी अनेक धर्मग्रंथांच्या अभ्यास करून मानवी इतिहासाचा अभ्यास करून ओळखले होते. निर्जीव अवस्थेमध्ये असलेल्या समाजाला जागृत करण्यासाठी फुल्यांनी आपल्य अखंडादी काव्यरचनेच्या माध्यमातून क्रांतियुगाचे रणशिंग फुंकले. प्रस्थापित धर्मव्यवस्थेला त्यांनी आपल्या अखंडादी अभंगाच्या माध्यमातून आव्हान दिले. आपल्या अखंडादी काव्यामध्ये त्यांनी बहुजन समाजासाठी मूलगामी विचारांची पेरणी केली. त्यामधील त्यांची निर्मिक ही महत्त्वपूर्ण कल्पना. निर्मिकाने मानव नावाची पवित्र अशी गोष्ट निर्माण केली. प्रत्येकाच्या बुद्धीमध्ये कमी – जास्तपणा असेलही; परंतु प्रस्थापित व्यवस्थेमध्ये सर्वसामान्यांच्या विचाराला, बुद्धीला काडीचीही किंमत नव्हती. या प्रस्थापित व्यवस्थेचे कुभांड फुल्यांनी अखंडाच्या माध्यमातून वेशीवर टांगले.

निर्मिकें निर्मीलें मानव पवित्र ॥
कमी जास्त सुत्र ॥ बुद्धीमध्यें ॥१ ॥
पिढीजात बुद्धी नाहीं सर्वांमधीं ॥
शोध करा आधीं ॥ पुर्तेपणीं ॥२ ॥१४

कुठलाही माणूस जन्माने, जातीने वा धनाने श्रेष्ठ – कनिष्ठ न ठरता तो आपल्या कर्माने श्रेष्ठ – कनिष्ठ ठरतो, हे फुल्यांनी ठणकावून सांगितले. मानव स्वत:च आपल्या आयुष्याचा निर्माता आहे. त्यासाठी बहुजन समाजाने जागे झाले पाहिजे, ही फुल्यांची आंतरिक तळमळ होती. त्यासाठी त्यांनी प्रस्थापित जातिसंस्थेविरुद्ध बंड पुकारले. बुद्धिप्रामाण्य, समता नि मानवता यांवर आधारलेल्या सामाजिक पुनर्रचनेचे त्यांनी कृतिशीलपणे बंड पुकारले. कोणताही धर्म वा धर्मग्रंथ ईश्वरप्रणित नाही, हे सर्व मानवनिर्मित आहे. कुठल्याही धर्मग्रंथाने सामाजिक सत्य मांडले नाही. समाजाला गुलाम करण्यासाठी बहुतांशी या धर्मग्रंथांनी असत्याचाच सहारा घेतला. चातुर्वर्ण्य वा जातिभेद या संस्था ईश्वरप्रणीत नसून त्या मानवनिर्मित आहेत. हे सार्वजनिक सत्य फुल्यांनी समाजासमोर आणले. ईश्वर, स्वर्ग, नरक या गोष्टींचा शोध अद्यापही मानवाला लागलेला नाही; पण या व्यर्थ गोष्टींच्या पाठीमागे लागून मानवाने आपल्यातील विचारशीलता नष्ट करण्याचाच प्रयत्न केला. जपानुष्ठानाने काही कधी पाऊस पडत नाही, मंत्राने कधी अपत्यप्राप्ती होत नाही, देवास कुणीही पाहिलेले नाही, देवास नवसाची आवश्यकता नाही हे फुल्यांनी

कठोर सत्य समाजासमोर आणले. अवतार कल्पना, आत्मसाक्षात्कार, दैवी चमत्कार या गोष्टी फुल्यांनी नाकारल्या. ज्योतिरावांच्या अखंडादी काव्यरचनेमधील तत्त्वज्ञान सामाजिक नीतिमूल्यांची जंत्री आहे. फुल्यांनी नीतीला आपल्या जीवनामध्ये महत्त्वाचे स्थान दिले. धर्माच्या नावावर नीतीचा गळा घोटला गेल्याची विलक्षण चीड फुल्यांच्या मनात होती. फुल्यांनी आपल्या अखंडादी काव्यामधून ईश्वरावर, ईश्वरप्रणीत धर्मव्यवस्थेवर, ब्राह्मणावर जसे कोरडे ओढले, तसेच त्यांनी ब्राह्मणेतरांनाही धारेवर धरले.

फुले यांनी 'निर्मिक' ही कल्पना निर्माण करून जगातील ईश्वरशाहीला धक्का दिला; कारण ईश्वरशाही म्हटले की, आराधना, भक्ती, पूजा अशा निरनिराळ्या कर्मकांडादी प्रकारांची रेलचेल आली. फुल्यांनी हे सर्व कर्मकांड नाकारले. हे व्यर्थ कर्मकांड सामाजिक विषमता पेरणारे असून मानवामानवांमध्ये भेदभाव निर्माण करणारे आहेत, असे त्यांचे मत होते. मूर्ती आणि मूर्तिपूजा व त्याला लागून येणारे थोतांड नाकारून मूर्तिभंजनाची सुरुवात केली आणि संपूर्ण नवी अशी निर्मिक ही कल्पना मांडून सामाजिक जीवनाला विज्ञानवादाच्या जवळ नेले.

ईश्वर या कल्पनेला नाकारून फुल्यांनी 'निर्मिक' या कल्पनेची प्रतिष्ठापना केली. फुल्यांनी ईश्वरी अंश का नाकारला? फुल्यांनी मूर्तिभंजन का केले? यांसारखे प्रश्न जेव्हा आपणाला पडतात, तेव्हा त्याचे सरळसरळ उत्तर फुल्यांच्या चिंतनातूनच मिळते. ईश्वराच्या आधाराने प्रस्थापित धर्मव्यवस्थेने सामान्य माणसाचे शोषण केले. देवाधर्माच्या नादी लावून सनातनवाद्यांनी सामान्य माणसाची विविध प्रकारे लयलूट चालविली. या लुटीला जर थांबवावयाचे असेल, तर त्यासाठी ही सत्ताच झुगारून दिली पाहिजे. धर्मव्यवस्था नाकारायची असेल, तर प्रथम ईश्वर ही कल्पना नाकारावी लागेल, हे फुल्यांनी ओळखले आणि त्यामुळे फुल्यांनी ईश्वरीयत्व नाकारले. फुल्यांच्या ईश्वरीयत्व नाकारण्यामागील भूमिकेचा सविस्तर विचार करता येईल.

ज्योतिबा फुल्यांची कविता ही पारंपरिक सनातनी व्यवस्थेला नाकारणारी कविता आहे. फुल्यांनी धर्मत्व आणि ईश्वरीयत्व नाकारले. ईश्वरीयत्व नाकारण्यामागे फुल्यांची भूमिका प्रामाणिक आणि प्रांजळ होती. वर्षानुवर्ष ज्या समाजाची धर्मव्यवस्थेने हेळसांड केली, मूठभरांच्या हितासाठी ईश्वरी अंश दाखवून ईश्वराच्या नावाने लुबाडणूक चालविली त्या ईश्वरी कल्पनेचे फुल्यांनी परिवर्तनवादी चळवळीच्या अंगाने मूर्तिभंजन केले. फुल्यांनी आपल्या कवितेच्या माध्यमातून जनसामान्यांच्या मनात नवा विचार पेरण्याची शक्ती भरली. ब्राह्मणी धर्म आणि व्यवस्थेने ईश्वराच्या नावाखाली हजारो वर्षे सामान्यजनांना गुलाम बनवून ठेवले. त्याच्या दास्यातून मुक्ती करण्याची भाषा फुल्यांची कविता बोलते. शूद्रातिशूद्रांना खऱ्या धर्माची शिकवण जर द्यायची असेल, तर प्रथम ईश्वर ही कल्पना नाकारली पाहिजे. ईश्वर कल्पनेच्या मागेच हिंदूधर्माची सबंध व्यवस्था कार्यरत आहे.

ब्राह्मण नीती ही ईश्वरी तत्त्वावर आधारलेली नीती आहे, हे फुल्यांनी जाणले आणि अभ्यासले होते. फुल्यांनी आपल्या कवितेच्या माध्यमातून शूद्रातिशूद्रांच्या प्रगतीचा मार्ग खुला केला. फुल्यांची कविता ही क्रांतीच्या ज्वाला पेटविणारी कविता आहे. या देशातील प्रस्थापित व्यवस्थेने ज्या समाजाच्या आयुष्याची राखरांगोळी केली, त्या समाजाच्या सबंध व्यवस्थेला फुल्यांनी नाकारले. जीवनाच्या शिक्षण, समाज, अर्थ, धर्म, नीती, राजकारण, कृषी, स्त्रीमुक्ती अशा सर्वच क्षेत्रांमधील गुलामगिरीविरूद्ध फुल्यांनी लढा उभारला. प्रस्थापित व्यवस्थेची मुळे उखडून काढण्याची भाषा फुल्यांनी आपल्या कवितेच्या माध्यमातून पेरली. ज्योतिबांची कविता ही मूर्तिभंजनात्मक क्रांतिकारी आंदोलनाची कविता आहे, असे असले तरी 'शूद्र कवी' म्हणून प्रस्थापितांनी फुल्यांना नाकारले.

फुले यांनी ईश्वर ही कल्पना नाकारून 'निर्मिक' ही नवी कल्पना आणली. हिंदू धर्मव्यवस्थेचा 'ईश्वर' हा कणा आहे. ईश्वरी कल्पनेवरच सबंध हिंदू धर्माची पायाभरणी झाली आहे. ईश्वर हा हिंदू धर्माचा आत्मा आहे. फुल्यांनी हिंदू धर्माचा आत्मा नाकारला फुलेकालीन समाजव्यवस्था अतिशय कर्मठ अशा स्वरूपाची होती. भारतीय समाज कर्मठशाहीने ग्रासून गेला होता. देव – धर्म या कल्पनेवर सामान्य माणूस आपल्या जीवापेक्षाही जास्त प्रेम करीत असे. फुल्यांनी धर्मव्यवस्थेतील कर्मकांडशाही नाकारली.

ईश्वरीयत्व नाकारण्यामागील फुल्यांची मूर्तिभंजनात्मक दृष्टी अभ्यासत असताना हे लक्षात येते की, ईश्वर ही कल्पना मानवाला गुलाम बनविणारी आहे, हे फुल्यांनी ओळखले. सामान्य माणसाला ईश्वराच्या नादी लावून प्रस्थापितांनी आपली पोळी भाजण्याचा जो प्रकार चालविला आहे, तो ईश्वराचे मूर्तिभंजन केल्याने सर्वसामान्यांच्या लक्षात येईल. त्यासाठी फुल्यांनी ईश्वरी अंशाला नाकारले. फुले आधुनिक दृष्टी असलेरले कृतिशील द्रष्टे विचारवंत होते. आधुनिक जीवनमूल्ये ही बुद्धिप्रामाण्यावर आधारलेली मूल्ये आहेत. या जीवनमूल्यांवर फुल्यांचा प्रगाढ असा विश्वास होता.

हिंदू धर्मव्यवस्थेमध्ये ईश्वराला सर्वोच्चस्थानी मानले गेले. हिंदू धर्माची रचना ही ईश्वरी अवतारावर आधारलेली आहे. हिंदू धर्मामध्ये माणसाला धर्मभोळा करण्याचा प्रयत्न झाला. त्यासाठी ईश्वर ही संकल्पना आकारास आणली गेली. हिंदू धर्मामध्ये 'मनुस्मृती' नावाच्या धर्मग्रंथामध्ये सामाजिक विषमता वर्णव्यवस्थेच्या माध्यमातून पेरली गेली. फुल्यांनी वर्णव्यवस्था नाकारली. मानव हा जन्माने श्रेष्ठ नसून तो कर्माने श्रेष्ठ आहे, असे फुल्यांनी ठणकावून सांगितले. मनुप्रणीत समाजव्यवस्था ईश्वरी अधिपत्याची समाजव्यवस्था, या समाजव्यवस्थेमध्ये ईश्वर ही कल्पना श्रद्धास्थानी ठेवून सामान्य माणसाचे चाललेले शोषण फुल्यांनी डोळ्यांनी पाहिले आणि म्हणून फुल्यांनी ईश्वरी कल्पनेचे आपल्या अखंडादी काव्याच्या माध्यमातून मूर्तिभंजन केले.

रुढी, श्रद्धा, परंपरा, कर्मकांड या सर्व गोष्टींना फुल्यांनी नाकारले. विज्ञानवादी

दृष्टिकोनातून समाजाची बांधणी करण्याचे काम फुल्यांनी केले. हिंदू धर्मव्यवस्थेत अनेक प्रकारच्या जाचक रूढी अस्तित्वात होत्या; आजही काही प्रमाणात आहेत. ईश्वराला प्राप्त करण्यासाठी अनेक प्राण्यांचे बळी दिले जायचे. नवसाच्या माध्यमातून माणसेही अनेक प्रकारची नालायक कामे करायची. सती प्रथेसारखी दुष्ट परंपरा या देशात होती. या घातक प्रथेचा संबंध धर्मव्यवस्था पुन्हा ईश्वराशी जोडायची. अशा प्रकारे सती जाणे म्हणजे ईश्वरी आदेशाचे पालन करणे होय. असे केल्याने पती – पत्नीला पुण्यप्राप्ती, स्वर्गप्राप्ती होते, अशा भाकड कथा सांगितल्या जायच्या. समाजव्यवस्थेला दिशाविहीन बनवणाऱ्या या प्रथा फुल्यांनी समक्ष पाहिल्या. अनेक स्त्रियांच्या आयुष्यांची चिताग्नींमध्ये राखरांगोळी होत असताना पाहणारा हा कृतिशील विचारवंत गप्प बसणार कसा? म्हणून स्त्रीला दास्यमुक्त करण्याचे पहिले क्रांतिकारी पाऊल फुल्यांनी उचलले. स्त्रीशिक्षणाचा पाया रोवणारा, स्त्रीशिक्षणाची स्वत: जीवनसंगिनीपासून सुरुवात करणारा हा द्रष्टा विचारवंत विज्ञानवादी दृष्टिकोनातून मानवी जीवनाचा अभ्यास करीत होता. त्यातूनच फुल्यांची कविता मानवीमूल्यांची जोपासना करीत क्रांतिसन्मुख मूर्तिभंजक अशा स्वरूपाची झाली.

''तैसे वर्णाश्रमवशे। जे करणे आले असे।
गोरेया आंगा जैसे। गोरेपण'' (दादोबा पांडुरंग, पृ. २६५)

वर्णाश्रम धर्माला तत्कालीन समाजव्यवस्थेमध्ये समाजमान्यता होती. फुल्यांनी याचा चातुर्वर्ण्यव्यवस्थेचा बारीक अंगाने अभ्यास करून शूद्रांमध्येही अतिशूद्र हा एक आणखी वर्ण शोधून काढला. जातिसंस्था ही भारतीय समाजाला लागलेली कीड आहे हे फुल्यांनी ओळखले. धर्मसंस्था आणि जातिसंस्था या एकात्मरेषा आहेत. म्हणून फुल्यांनी सबंध धर्मव्यवस्थाच नाकारली. फुल्यांच्या अगोदर बुद्धाने वर्णव्यवस्था मोडीत काढली. या संदर्भात धम्मकीर्ती म्हणतात -

वेदप्रामाण्यं कस्यचित्, कर्तृवादः स्नाने धर्मेच्छा जातिवादावलेपः।
सन्तापनं पापहानाय चेति। ध्वस्तप्रज्ञांना पंचलिंङ्गानि जाडये॥

त्याच्या मते वेदप्रामाण्य, ईश्वरवाद, स्नानामुळे पुण्य मिळते ही भावना, जातीचा अहंकार आणि पापमुक्त होण्यासाठी शरीरपीडा यांना त्याने मूर्खपणाची लक्षणे मानली होती. फुल्यांनी ही आधुनिक परंपरा पुढे चालू ठेवली. ईश्वरीसत्ता स्वीकारण्यातून मानवाचे झालेले नैतिक अध:पतन फुल्यांनी जवळून पाहिले होते. त्याचबरोबर भोगलेही होते. म्हणून फुल्यांनी ईश्वरी कल्पना नाकारली. हिंदूधर्मव्यवस्थेमध्ये कुलाची कल्पना वर्णजाती व्यवस्थेशी निगडित आहे. वेगवेगळ्या जातींचे, वर्णाचे कुलधर्म वेगळे असतात. हे कुलधर्म धार्मिक ग्रंथांनी ठरवून दिलेले असतात. भारतीय समाजविज्ञान कोशात कुलधर्माविषयी श्री. स. मा. गर्गे म्हटले आहे.

''एका कुलसमूहाचे कुलधर्म दुसऱ्या कुलसमूहासाठी वर्ज्य मानले जाऊ लागले.

कुलदेवता, कुलधर्म, कुलपरंपरा व कुलाचार यांच्या संदर्भात समूहा – समूहाचे वेगळेपण निश्चित झाले. जातिव्यवस्थेतील विषमता अधिकच पक्की होण्यास कुलधर्म देखील बऱ्याच प्रमाणात कारणीभूत झाले.''

हिंदूधर्मव्यवस्थेत 'ईश्वर' हा प्राधान्यस्थानी मानला जातो. धर्मग्रंथही ईश्वरीअंशाला मान्यता देतात. या पृथ्वीतलावर जे काही घडते आहे ते सर्व ईश्वराची किमया आहे असे इथे मानले जाते. जातीजातींतील अंतर हिंदू धर्मव्यवस्थेने ईश्वरी संकेतानुसार वाढविले. त्यातून सामाजिक विषमता, दारिद्र्य, अंधश्रद्धा, अनाचार अशा अनेक गोष्टी फैलावल्या आणि धर्माची दुरवस्था सुरू होण्यास प्रारंभ झाला. महात्मा फुल्यांच्या काळातील समाजव्यवस्था अशीच धर्मांधशाहीने बरबटलेली होती. यामुळेच फुल्यांनी धर्मव्यवस्थेचा असलेला पाया 'ईश्वर' या कल्पनेला नकार दिला आणि सामाजिक क्रांतीसाठी समाजाला अखंडादी काव्यरचनेच्या माध्यमातून जागविण्याचे कृतिशील कार्य सुरू केले.

फुल्यांची कविता ही सामाजिक क्रांतीची नांदी आहे. फुल्यांनी येथील समाजव्यवस्थेमध्ये जे जे सडलेले पाहिले त्यावरती सडेतोड प्रहार आपल्या लेखणीच्या माध्यमातून केला.

फुल्यांची कविता आत्मानुभवातून साकारते. एकोणिसाव्या शतकातील समाजव्यवस्थेमध्ये फुल्यांनी जे पाहिले त्याचे प्रतिबिंब फुल्यांच्या कवितेमध्ये दिसते. हजारो वर्षांचा सामान्य माणसांच्या गुलामीचा चित्रदर्शी इतिहास फुल्यांनी आपल्या कवितेच्या माध्यमातून मांडला. फुल्यांच्या अगोदर अलौकिकाच्या पातळीवर वावरणारी मराठी कविता फुल्यांनी लौकिक पातळीवर आणली. समाजजीवनामध्ये असलेली सामाजिक स्थिती फुल्यांनी कवितेच्या माध्यमातून समाजासमोर आणली. तत्कालीन प्रस्थापित साहित्याला छेद देत एक स्वतंत्र दृष्टी असलेली साहित्यनिर्मिती फुल्यांनी केली. या अगोदर सर्वसामान्य माणूस कधी साहित्याचा केंद्रबिंदू ठरला नव्हता. फुल्यांनी आपली सबंध वाङ्मयकृती सामान्याच्या हितासाठी वाहिली. पांढरपेशा साहित्याला फुल्यांनी नाकारले आणि जनसामान्यांचे साहित्य निर्माण केले. ज्या साहित्यामधून सर्वसामान्य माणसाची वेदना, संवेदना उमटत नाही ते साहित्य फुल्यांनी नाकारले. नुसते साहित्याच नाकारले असे नव्हे तर फुल्यांनी समाजव्यवस्था नाकारली आणि त्या समाजव्यवस्थेच्या विरोधात प्रतिसमाजव्यवस्था निर्माण करण्यासाठी कृतिशीलपणे अव्याहत कार्य केले. इसवी सन १८८५ साली पुणे येथे मराठी भाषा ग्रंथकारांचे दुसरे संमेलन आयोजित केले होते. या संमेलनाचे आमंत्रण फुल्यांना प्राप्त झाले असता फुल्यांनी न्यायमूर्ती रानडे यांना जे उत्तर दिले ते उत्तर म्हणजे फुल्यांची साहित्याप्रती असलेली आत्मिक भावना आणि समाजशीलता या दृष्टिकोनातून महत्त्वाची ठरते. ते म्हणतात –

''ज्या गृहस्थाकडून एकंदर सर्व मनुष्यांच्या मानवी हक्काविषयी वास्तविक विचार

केला जाऊन ज्यांचे त्यांस ते हक्क त्यांच्याने खुषीने व उघडपणे देववत नाहीत, व चालू वर्तनावरून अनुमान केले असतां पुढेही देववणार नाहीत. तसल्या लोकांनी उपस्थित केलेल्या सभांनी व त्यांनी केलेल्या पुस्तकातील भावार्थांशी आमच्या सभांचा व पुस्तकांचा मेळ मिळत नाही.'' (महात्मा फुले समग्र वाङ्मय पृ. २६४)

फुल्यांच्या वाङ्मयातील आत्मानुभूतीचे सूत्र आपणास वरील मजकुरावरूनही कळून येते. फुल्यांची वाङ्मयनिर्मिती ही सर्वसामान्यांच्या प्रगतीसाठी, सुधारणेसाठी होती. सामाजिक विषमतेच्या उत्तान काळामध्ये फुल्यांनी आपल्या कवितेच्या माध्यमातून सामाजिक दंभस्फोट केला. फुल्यांची कविता मानवी जीवनाचे गीत गाणारी कविता आहे. फुल्यांच्या कवितेतील आत्मानुभाव हा सामाजिक विषमतेतील गुलामीच्या जीवनाचा अनुभव आहे.

फुल्यांच्या कवितेतील आत्मानुभवाच्या मागील तीव्रता तपासत असताना काही बाबी लक्षात घेणे अत्यंत महत्त्वाचे आहे. फुल्यांनी ज्या सामाजिक परिस्थितीत कविता लिहिली ती सामाजिक परिस्थिती अतिशय बेधुंद अवस्थेतील होय. फुल्यांनी आपल्या कवितेतून ब्राह्मण आणि ब्राह्मणेतर वर्गांवर इशाऱ्याचे आसूड ओढले आहेत. भारतीय समाजजीवनातील विषमता हा त्याला लागलेला रोग आहे. सामाजिक विषमता नष्ट करण्यासाठी फुल्यांनी आपल्या कवितेच्या माध्यमातून सत्याचे प्रयोग केले.

फुल्यांच्या समाजचिंतनात दूरदृष्टी होती. सामाजिक चिंतनातून तयार झालेला सामाजिक दृष्टिकोन त्यांच्या वाङ्मयात आणि कार्यात सर्वत्र दिसत होता. त्यांच्या समग्र लेखनातून त्यांच्या समाजचिंतनाची छाप पडलेली दिसते. फुल्यांचे सामाजिक चिंतन आत्मानुभवाच्या पातळीवर जाऊन सामाजिक बंड पुकारते. फुल्यांची सामाजिक दृष्टी चिंतनशील विचारकाची होती. फुल्यांनी आक्रमक भूमिका घेऊन लेखन केले. त्यांचे लेखन धार्मिक, शैक्षणिक, राजकीय अशा अनेकविध प्रश्नांनी चिकित्सा करणारे आहे. ही चिकित्सा करण्याचे सामर्थ्य त्यांच्या अंगी आले ते आत्मपरीक्षणातून. हे आत्मपरीक्षण होते समाजाच्या शेकडो पिढ्यांचे. म्हणूनच फुले म्हणतात.

''निर्मीकें निर्मीले मनुज सकळ॥
दिलें बुद्धीबळ॥ कमजास्ती॥१॥
बुद्धिप्रामाण्यानें उद्योगा लागती॥
यश मिळविती॥ धंद्यामध्ये॥२॥
शिपायाचे धंदे आर्याजीनें केले॥
शुद्रास जिंकीले॥ शस्त्रेंअस्त्रे॥३॥
पिढीजादा त्यांचे दास बनविले॥
सूड उगविले॥ सर्व कामीं॥४॥

शूर भिल्ल कोळी शरानें तोडीले॥
हाकलून दिले॥ रानींवनीं॥५॥
मांग महाअरी केले बहु जेर॥
शिक्षा खडतर॥ आर्याजींची॥६॥
वेदा मनु नाहीं आत्मपरिक्षण॥
आर्यास दुषण॥ जोती म्हणे॥७॥'' (अखंडादी काव्यरचना)

समाजजीवनातील भीषण वास्तव फुल्यांनी कवितेच्या माध्यमातून लोकांसमोर आणले. फुल्यांनी त्या काळातील प्रस्थापित समाजव्यवस्थेचे चित्रण आपल्या अखंडादी काव्याच्या माध्यमातून केले. ब्राह्मणशाहीने सर्वसामान्य माणसाचे जीवन कसे नेस्तनाबूत करून टाकले याचे प्रत्यंतर फुल्यांच्या अखंडादी काव्यरचनेतून ठायीठायी येते. नियामक ईश्वरीसत्तेच्या काल्पनिक आधारावर सर्वसामान्य माणसाच्या आयुष्याची झालेली राखरांगोळी हा फुल्यांच्या कवितेचा विषय ठरला. फुल्यांची कविता त्यांच्यातील आत्मानुभव तीव्रतेने स्पष्ट करते. या आत्मानुभवाची धार एवढी तीक्ष्ण आहे की, प्रस्थापित सत्तेला चिरून आणि चिरडून टाकण्याची भाषा फुल्यांची कविता करते. शूद्रातिशूद्रांचे जीवन गुलामगिरीमध्ये भरडले जात असताना फुल्यांना ते पाहवले नाही. त्यासाठी समाजाच्या उद्धाराची कृतिशील चळवळ फुल्यांनी कार्यरत केली. समाजातील गुलामांना गुलामीची जाणीव करून दिली आणि ही जाणीव कवळ त्रयस्थ स्वरूपाची नव्हती तर या जाणिवेला कृतिशीलतेची जोड होती. त्यामुळे फुल्यांनी जी कविता लिहिली ती त्यांचा आत्मानुभव ठरली. समाजामध्ये ब्राह्मण हा त्या काळी सर्वश्रेष्ठ स्थानी असे. ब्राह्मणाच्या तोंडातून निघालेला शब्द म्हणजे कायदा असे. ब्राह्मणी व्यवस्थेची ही अरेरावी स्वत: फुल्यांनी पाहिली आणि भोगलीही. ब्राह्मणी व्यवस्थेचा अरेरावीपणा फुल्यांनी कवितेतून मांडला. आपल्या अखंडामध्ये फुले म्हणतात. –

''चांडाळा ब्राह्मण मांगा दूर धरी॥
स्वत: पाणी भरी आडावर॥१॥
तान्हेने व्याकूळ जर मांग मेला॥
दया ब्राह्मणाला येत नाही॥२॥
मानवाचे द्वेष्टे गर्व अभिमानी॥
जगात दुर्गुणी॥ कळचेटे॥३॥
मांगाचे लग्नात दक्षणा ते घेती॥
सोवळ्यानें खाती॥ जोती म्हणे॥४॥''

जातिभेदाची क्रूरमीमांसा फुल्यांनी आपल्या कवितेतून केली. जातिसंस्था हा हिंदूधर्माचा महत्त्वपूर्ण गाभा म्हणावा लागेल. या जातिसंस्थेमध्ये ब्राह्मण शूद्रातिशूद्रांना

अतिशय हीनत्वाची वागणूक देत असत. फुल्यांनी आपल्या अखंडादी काव्याच्या माध्यमातून सामाजिक जाणिवेची धार तीव्र केली. ज्योतिबांची सामाजिक एकात्मतेवर प्रचंड श्रद्धा होती. बंधुभाव आणि प्रेमाची जोपासना करणारा समाज फुल्यांना अभिप्रेत होता; मात्र तत्कालीन सामाजिक जीवन किडलेले होते. या किडलेल्या सामाजिक जीवनाच्या आत्मानुभूतीचा आविष्कार फुल्यांच्या कवितेतून झाला. फुल्यांची कविता आत्मानुभूती स्पष्ट करीत असताना वास्तव जीवनाबरोबर ऐतिहासिक संदर्भ देत देत पुढे जाते. अखंडादी काव्यरचनेमध्ये फुल्यांनी अनेक ऐतिहासिक दाखले देऊन आर्य ब्राह्मणांची कपटनीती सर्वसामान्यांसमोर आणण्याचा प्रयत्न केला. फुल्यांची सबंध कविता वेगवेगळ्या विषयावर आधारलेली कविता आहे. फुल्यांची कविता समग्र सामाजिक जीवनाच्या उन्नतीचे सम्यक तत्त्वज्ञान आहे. फुल्यांच्या कवितेत आत्मानुभूतीची धार तीव्र का आहे? असा प्रश्न पडला तर त्या काळातील सामाजिक, राजकीय, ऐतिहासिक आणि सांस्कृतिक परिस्थिती फुल्यांनी स्वत: भोगली होती. हिंदू धर्मव्यवस्थेतील विषमतावादी दृष्टिकोन फुल्यांनी नाकारला आणि त्यांच्यातील संवेदनशील माणूस आत्मानुभवाच्या अंगाने काव्य करायला लागला. आधीच बंडखोर असलेले व्यक्तिमत्त्व काव्यप्रांतात आत्मानुभव रेखाटायला लागलेले आणि त्यातून अनुभवाची दाहकता स्पष्ट होत गेली. फुल्यांच्या आत्मानुभूतीचे प्रत्यंतर पुढील अखंडातून दिसून येते.

धर्म राज्य भेद मानवा नसावे।
सत्याने वर्तावे। ईशासाठी॥

किंवा *मूळीं बुद्धी नाहीं पशुपक्षादिकां॥*
त्याजमध्यें हाका॥ वेदवक्त्या॥१॥
ख्रिस्त महंमद मांग ब्राह्मणासी॥
धरावे पोटाशीं॥ बंधूपरी॥२॥
मानव भावंडे सर्व एकसहा॥
त्याजमध्यें आहां॥ तुम्ही सर्व॥
बुद्धी सामथ्याने सुख द्यावें घ्यावें॥
दीनास पाळावें॥ जोती म्हणे॥४॥

त्या काळातील समाजव्यवस्थेचे दाहक अनुभव फुल्यांनी कवितेच्या माध्यमातून मांडले. माणूस जाती – धर्मामध्ये बाटलेल्या फुल्यांनी पाहिला. फुल्यांची जीवनातील अनुभूती हीच त्यांच्या कवितेतील मूर्तिभंजनात्मक अनुभूती बनली. स्वर्ग – नरक या कल्पना कशा थोतांड आहेत हेही फुल्यांनी बहुजन माणसांना दाखले देऊन समजावून सांगितले.

फुल्यांच्या कवितेतील आत्मानुभव अनेक पातळ्यांवरती तपासता येतो. सामान्य

माणसाला विद्येची गोडी लागावी, त्याच्यातील व्यसनाधीनता संपावी, यासाठी ते म्हणतात –

थोडे दिन तरी मद्य वर्ज करा।
तोच पैसा भरा। ग्रंथासाठी॥
ग्रंथ वाचीतांना मनीं शोध करा।
देऊ नका थारा। वैरभावा॥

समाजजीवनातील सूक्ष्मातील सूक्ष्म प्रश्नाचा वेध फुल्यांनी आत्मानुभवाच्या पातळीवर घेतला. अतिशय साध्यासाध्या गोष्टीचे व्यावहारिक तत्त्वज्ञान सर्वसामान्य माणसापर्यंत पोचविण्याचे काम फुल्यांच्या कवितेने केले.

फुल्यांच्या कवितेमधील आत्मानुभव प्रामुख्याने तीव्र स्वरूपामध्येच प्रगट झालेला दिसतो. फुल्यांनी सबंध सामाजिक जीवनाचा विविध अंगाने केलेला अभ्यास काव्यात्मक पातळीवर आपणासमोर ठेवला आहे. फुले जसे आर्यब्राह्मणांना दडे देतात तसेच ते क्षत्रिय, वैश्य, शूद्र आणि अतिशूद्रांनाही नीतिवान बनविण्याचे स्वप्न पाहतात. सबंध विश्वातील मानव नीतिमान व्हावा अशी अपेक्षा फुल्यांची कविता व्यक्त करते.

महात्मा फुल्यांच्या अखंडाचा मूर्तिभंजनात्मक स्वरूपामध्ये अभ्यास करीत असताना फुल्यांच्या कवितेचे आधुनिक मराठी काव्यजगतातील आद्य स्थान अटळ आहे. फुल्यांची कविता आत्महुंकार आहे. फुल्यांना समाजजीवनातील जे जे क्रूर, कपटनीतीपूर्ण, विषयाधिष्ठित दिसले त्यावरती त्यांनी हल्ला चढविला. फुल्यांची कविता बहुजन माणसाच्या दु:खाची गाथा आहे. त्यांनी आपल्या कवितेमधून समाज इतिहासाचे दर्शन घडविले. त्यांची कविता त्यांच्या वैचारिक अधिष्ठानावर आधारलेली कविता म्हणावी लागते. फुल्यांनी आधुनिक जीवन मूल्ये स्वत: अंगीकारली होती. त्यांच्या व्यक्तिमत्त्वामधील प्रमुख गुणधर्म म्हणजे 'सत्यता' हा होय. सत्याचे महत्त्व फुल्यांनी अखंडातून जागोजागी पटवून दिले आहे. ही कविता स्वच्छ सुंदर, नितल अशी अभिव्यक्ती व्यक्त करते. अखंडांमध्ये सच्चेपणाची धार तीव्र अशा स्वरूपाची आहे. धर्मांध समाजव्यवस्थेला खरे सांगण्यासाठी फार मोठे काळीज लागते ते धैर्य फुल्यांनी केले. विषमताधिष्ठित समाजरचनेमध्ये ब्राह्मणावर कोरडे ओढणे त्या काळी फार मोठे धाडसाचे काम होते. फुल्यांनी ब्राह्मण समाजाला चळवळीच्या आणि अखंडादी काव्याच्या माध्यमातून धारेवर धरले. विद्रोही भाषेमध्ये सामाजिक विषमतेची पाळेमुळे समाजासमोर आणली. या देशातील समाजस्थितीला जबाबदार असणाऱ्या ब्राह्मण वर्गाची फुल्यांनी अखंडाच्या माध्यमातून क्रांतिकारी भाषेत कानउघाडणी केली. फुल्यांच्या अभिव्यक्तीतील सच्चेपणा हा त्यांच्या कवितेतील मूर्तिभंजनाचा विद्रोही आविष्कार होय.

फुल्यांच्या वाङ्मयनिर्मितीचे प्रयोजन हे सहेतुक आहे. शूद्रातिशूद्रांची दुरवस्था

फुल्यांनी आपल्या कवितेच्या माध्यमातून मांडली. बहुजन समाजातील सुशिक्षित तरुणांना आपल्या सामाजिक कर्तव्याची जाणीव करून देणे आणि मागासलेल्या जातीजमातीत शिक्षण प्रसार झाल्याखेरीज त्यांची स्थिती सुधारणार नाही ही गोष्ट सरकारला पटवून देणे, अशा त्रिमिती प्रयोजनाने फुल्यांनी आपल्या वाङ्मयाची निर्मिती साधली. ही निर्मिती सत्यावर आधारलेली होती. फुल्यांच्या अभिव्यक्तीतील सच्चेपणा त्यांच्या कवितेतून दृष्टीस पडतो. आर्य लोक भारतात येण्यापूर्वी येथील मूळ रहिवाशांची आमदानी आबादी-आबाद होती. प्रजा निश्चिंत व सुखी होती, पण आर्यांनी हा देश पादाक्रांत केला आणि येथील मूळ लोकांना त्यांनी गुलाम बनविले. सामाजिक जीवनाच्या प्रत्येक क्षेत्रात त्यांनी आपले अधिराज्य गाजविले. त्यासाठी त्यांनी धर्मग्रंथांतून मतलबी कर्मकांड पसरविले. समाजातील प्रत्येक स्तरातील लोकांना त्यांनी धर्मसत्तेच्या प्रभावाखाली आणले. कुठलाही धर्मविधी आर्यांशिवाय पार पडत नसे. धर्मांवर सामान्य माणसाची नितांत श्रद्धा असते. त्या श्रद्धेलाच गुलाम बनविण्याची कारागिरी आर्यांनी साधली. या धर्मव्यवस्थेत सामान्याच्या हातातील भाजी – भाकरी धर्मव्यवस्थेने कर्मकांडाच्या नावाखाली हिसकावून घेतली. धार्मिक विधींचा सुळसुळाट ब्राह्मणी व्यवस्थेने केला आणि त्यातून सामान्यांची राजरोसपणे लयलूट चालविली. अंधश्रद्धा आणि रूढिप्रियता यामुळे बहुजन माणूस हजारो वर्षांपासून गुलामीचे जीवन जगत आला त्या गुलामी जीवनाचा फुल्यांनी केलेला अभ्यास आणि त्यांनी धर्मव्यवस्थेविरुद्ध पुकारलेले बंड या सर्व गोष्टींचे प्रत्यंतर फुल्यांच्या कवितेमधून येते. फुल्यांची कविता या सर्व स्थितीचे चित्रण करीत असताना अभिव्यक्तीतील सच्चेपणा कायम राखते. भट – ब्राह्मणांनी सामान्य माणसाला धर्माच्या नावाखाली कसे लुबाडले, त्याला कसे वेगवेगळ्या पद्धतीने कर्जबाजारी केले हा सर्व चित्रदर्शी इतिहास फुल्यांच्या अखंडादी काव्यात साकार होतो.

साऱ्यासह फंड शूद्र किती देती॥
धुर्त आर्य खाती॥ शाळा खाती॥१॥
शुद्रादीक त्यांनी किती शिकविले॥
कामगार केले॥ दावा आम्हां॥२॥

आणि सामान्य माणसाला आपल्या गुलामीची जाणीव व्हायला लागते. तो क्रांतीसाठी पेटून उठावा अशी इच्छाशक्ती निर्माण करण्याचे काम फुल्यांची कविता करते.

वाङ्मयनिर्मिती साधने किंवा स्वत:ला कवी म्हणवून घेणे यासाठी फुल्यांनी कधीही काव्यनिर्मिती केली नाही. फुल्यांची वाङ्मयनिर्मिती सर्वसामान्य माणसाच्या जीवनात प्रकाश टाकण्यासाठी होती. हा प्रकाश टाकावयाचा असेल तर त्याला त्याच्या अंधाराची जाणीव करून देणे आवश्यक ठरते. गुलामी समाजव्यवस्थेत फुल्यांनी सामान्य माणसाच्या जीवनाची प्रतारणा होत असताना पाहिली. सामान्य माणसाचे जीवन सुजलाम् – सुफलाम्

व्हावे यासाठी फुल्यांनी अविरत कष्ट घेतले. सामान्यांप्रती असलेला आत्मभाव त्या आत्मभावातूनच फुल्यांचा आत्महुंकार कवितेच्या माध्यमातून प्रकट झाला. ही कविता सामान्य माणसाचे पूजन करते. फुल्यांचा सामान्यांप्रती असलेला आत्मभाव हा नाटकीपणाचा कधीही नव्हता. त्यांनी सामान्यासाठी कृतिशीलपणे आपल्या त्यागमय जीवनातून जीवनमूल्यांची नवबांधणी केली. फुल्यांची कविता काल्पनिकता, अलौकिकता, अध्यात्म, ईश्वर या प्रकारच्या नश्वर गोष्टी नाकारते. मानवी मांगल्याचे गीत म्हणजेच फुल्यांची कविता. समाजातील नाठाळ प्रवृत्तीचा वेध घेण्याचे काम फुल्यांची कविता करते. काल्पनिकता नसलेली ही कविता वास्तववादी जीवनाचा अविष्कार करते. या कवितेतून अभिव्यक्त होणारा काव्यभाव सच्चेपणाच्या कसोटीला उतरणारा आहे. समाजव्यवस्थेत फुल्यांना जे जे दिसले त्यावरती घणाघाती प्रहार फुल्यांनी केले.

मुळात फुल्यांचा पिंड हा कृतिशील समाजसुधारकाचा होता. 'सत्य' हा त्यांच्या जीवनाचा कणा होता. सत्याशिवाय फुल्यांनी जीवनात कशालाही महत्त्व दिले नाही. फुल्यांच्या कवितेतील अभिव्यक्तीचा सच्चेपणा लक्षात घेताना त्याची कविताच सत्याचे मूर्तिमंत जिवंत प्रतीक आहे. सत्याशिवाय फुल्यांच्या कवितेत काहीही दिसत नाही. ''सत्य हा फुल्यांच्या कवितेचा 'श्वास' आहे. सत्याच्या संदर्भात फुले म्हणतात —

''*सत्य अनुग्रह स्वत: ज्यास झाला ॥*
छळीना कोणाला ॥ तिळमात्र ॥१॥
काया वाचामनें ब्राह्मण होईना ॥
श्रेष्ठत्व दावीना ॥ शुद्रादींकां ॥२॥
कुळअभिमानी मधी ना मिरवी ॥
कोणास न दावी ॥ अर्थदंभ ॥३॥
अशा मानवास गुणज्ञ म्हणावें ॥
त्यासंगे वर्तावे ॥ जोती म्हणे ॥४॥''

सत्यावर फुल्यांची अढळ अशी निष्ठा होती. फुल्यांच्या कवितेतून सत्याचे प्रयोग ठायीठायी होताना दिसतात. फुल्यांची कविता सामाजिक जीवनाचा इतिहास आहे. या कवितेने सामान्याला जसे क्रांतीसाठी उद्युक्त केले त्याचप्रमाणे प्रस्थापित वर्गाला आत्मपरीक्षणाचे धडेही दिले. फुल्यांची कविता मूर्तिभंजनाचा विद्रोही आविष्कार प्रकट करते. या क्रांतीच्या आगीत जे जे जीर्ण टाकाऊ ते जाळण्याची भाषा ही कविता बोलते आणि यातच या कवितेच्या अभिव्यक्तीतील सच्चा अर्थ दडला आहे.

महात्मा फुले यांच्या कवितेचा आधुनिक कवितेच्या अंगाने अभ्यास आजपर्यंत वाङ्मय-इतिहासात झाला नाही. पारंपरिक कविता आळवणाऱ्या शूद्र कवींनाही प्रस्थापितांनी वाङ्मय-इतिहासात महत्त्व दिले, त्यांच्या कवितेचे गोडवे गायिले. सौंदर्याची

पूजा करणारी ही कविता सामान्य माणसाचे गीत कधी गात नव्हती. सामान्य माणसाला सत्य प्रकाश कधी दाखवत नव्हती. या विश्वाच्या बाहेरील कल्पनावरच ही कविता प्रियकर – प्रेयसी या प्रेमीयुगुलातच प्रामुख्याने अडकलेली दिसत होती, पण मूठभर लोकांच्या मनोरंजनासाठी ज्यांनी कधी सामान्य माणसाच्या दुःखाची चिंता केली नाही. त्यांच्यासाठीच ही कविता निर्माण केली जात होती. मराठी कविता संत – पंत – तंत अशा विकासक्रमातून पुढे सरकत होती. या तीनही परंपरेतील कवींची कविता अलौकिक अशा कल्पनांवर आधारलेलीच कविता होती. या कवितेच्या नंतर फुल्यांची क्रांतिकविता जन्म घेते. ही आधुनिक मराठी काव्याच्या इतिहासातील एक अत्यंत महत्त्वपूर्ण घटना म्हणावी लागेल. पेशव्यांचा पाडाव आणि इंग्रजी राजवटीचा उदय या कालखंडातील ही कविता समाजाचा विविध अंगांनी अभ्यास करते. आधुनिक युगाची चाहूल प्रथम फुल्यांच्या कवितेला लागली. जे जे जीर्ण–विर्ण ते ते नष्ट करण्याचे प्रयत्न आधुनिक काळात विविध देशांत झाले. लोकशाही, मानवी हक्क, स्वातंत्र्य या गोष्टींचे जगभर लोण पसरले. इंग्रजी शिक्षणाच्या अध्ययनाने भारतीय तरुण मनही या आधुनिक विचारसरणीकडे वळले. या तरुण मनामध्ये काही मोजकेच विचारवंत आधुनिक युगाची पहाट भारतात उगविण्याचा प्रयत्न करीत होते. त्यात महात्मा फुल्यांचे नाव अग्रक्रमाने घ्यावे लागते. फुल्यांवरती आधुनिक जीवनमूल्यांचा प्रभाव पेनसारख्या विचारवंताच्या ग्रंथावरून झाला होता. त्याचबरोबर फुले स्वत: इंग्रजी राजवटीत वाढत होते. इंग्रजांनी भारतीय समाजजीवनामध्ये आमूलाग्र बदल करण्यास सुरुवात केली. इंग्रजी शिक्षण, दळणवळण, शासन सत्ता इत्यादी बाबतीत इंग्रजांनी पाश्चात्त्य नीती अवलंबिली. त्यातून भारतीय समाजमानसिकता बदलत गेली. भारतीय तरुण मन भारतीय समाजव्यवस्थेच्या संदर्भात गंभीरपणे विचार करायला लागले. त्यात आगरकर, लोकहितवादी यांसारखे काही विचारवंत होते. वाङ्मयेतिहासाची प्रस्थापितांच्या कुंचल्यातून तयार झालेली आकृती फुल्यांनी मोडली आणि नवविचाराचे, नवजीवनाचे आधुनिक मूल्ये आत्मसात केलेली कविता फुल्यांनी जिवंत स्वरूपामध्ये मांडली हेच आधुनिक कवितेतील पहिले मूर्तिभंजन, फुल्यांची कविता म्हणजे सर्वसामान्यांचे जीवन.

फुल्यांची अखंडादी काव्यरचना मानवी हक्काचा जाहीरनामा आहे. या कवितेतून प्रगट झालेल्या देवदेवता, कर्मकांड आदींचा विरोध हाच मूर्तिभंजनाचा जिवंत अविष्कार म्हणता येईल. अखंडामध्ये फुल्यांनी मांडलेले मूर्तिभंजन विविध पातळ्यांवरती आहे. त्याचा अभ्यास पुढीलप्रमाणे करता येईल :

फुल्यांनी प्रस्थापित समाजव्यवस्थेतील ईश्वरी संस्था नाकारली. धर्ममार्तंडांनी ईश्वर ही कल्पना साकारून सर्वसामान्य माणसाचे जीवन उद्‌ध्वस्त केले. ईश्वरसंस्था ही जातीसंस्थेचा मुख्य गाभा बनली. धर्माने ईश्वराला सर्व ठायी मानले. फुल्यांनी ईश्वरी

अधिपत्य नाकारणे आणि पारंपरिक मूल्यांना नकार म्हणजेच मूर्तिभंजन, ईश्वराच्या जागी फुल्यांनी 'निर्मिक' आणला. फुल्यांचा निर्मिक सर्व प्राणिमात्राचा उद्गाता ठरतो. निसर्गातील सजीवांची निर्मिती 'निर्मिक' या कल्पनेतून फुल्यांनी मांडली. श्री लक्ष्मणशास्त्री म्हणतात –

''जोतीबांनी विश्व निर्माणकर्त्यास 'निर्मिक' हा नवीन शब्द वापरला आहे. याचे कारण जगातील सर्व ईश्वरवाचक जे जे प्रचलित शब्द आहेत, त्या शब्दांच्या पाठीमागे आराधना, भक्ती किंवा पूजा करण्याचे एक निरनिराळे कर्मकांड आहे. ते सर्व कर्मकांड व्यर्थ व मानवाच्या मध्ये सामाजिक फूट पाडणारे आहे, असे त्यांचे मत आहे. म्हणून त्यांनी ईश्वर, अल्ला, गॉड, ब्रह्म इत्यादी ईश्वरवाचक रूढ शब्द काढून टाकले. मानवाची सेवा किंवा मानवी समतेचे व स्वातंत्र्याचे रक्षण ही खरी ईश्वराची पूजा होय. असे ते म्हणतात.'' (महात्मा फुले समग्र वाङ्मय, प्रस्तावना)

फुल्यांची कविता 'ईश्वरी' साक्षात्काराला स्वीकारीत नाही. संबंध पृथ्वीतलावरील माणूस एक आहे असे मानवतेचे गीत गाणारी ही कविता थोतांडशाहीला नाकारते. फुल्यांच्या कवितेतून विज्ञानवादी दृष्टिकोन दृग्गोचर होताना दिसतो. फुले अखंडात म्हणतात –

''एक सूर्य सर्वा प्रकाशास देतो ॥
उद्योगा लावीतो ॥ प्राणीमात्रा ॥१ ॥
मानवासहीत प्राण्यांचे जीवन ॥
सर्वांचे पोषण ॥ तोच करी ॥२ ॥
सर्वा सूख देई जनकाच्या परी ॥
नच धरी दूरी ॥ कोणी एका ॥३ ॥
मानवांचा धर्म एकच असावा ॥
सत्यानें वर्तावा ॥ जोती म्हणे ॥४ ॥

कर्मठ रूढीने स्त्रीला नेहमीच नीचत्वाची वागणूक दिली. समाजव्यवस्थेने स्त्रीला शूद्रत्त्वाची वागणूक दिली. 'स्त्री' मग ती कुठल्याही जाती – धर्मातील असो स्त्री म्हणून तिला पदोपदी हीनत्वाची वागणूक देण्यात आली. धर्मव्यवस्थेने तिच्यावर अनेक बंधने लादली. फुल्यांनी आपल्या कवितेच्या माध्यमातून आणि कृतिशीलपणे ही रूढी मोडून काढली. स्त्री शिक्षणाचा पाया फुल्यांनी रोवला हे तर सर्वज्ञात आहे. स्त्री हा मानवी विकासाचा पाया आहे, हे फुल्यांनी ओळखले होते. तत्कालीन समाजव्यवस्थेमध्ये स्त्रीला 'चूल आणि मूल' एवढीच मर्यादा होती. स्त्रीने शिक्षण घेणे हे पाप समजले जायचे. स्त्री घराबाहेर पडली म्हणजे तिचे शील भंग झाले असा गैरसमज पसरविला जायचा. 'स्त्री'ची विचारशक्ती वर्णव्यवस्थेने नष्ट केली होती. स्त्री ही केवळ एक वासनेची उपभोग्य वस्तू आहे, एवढ्याच दृष्टिकोनातून तिच्याकडे पाहिले जायचे. स्त्रीला सौंदर्याचा आविष्कार समजले जायचे. अशा पुरुषप्रधान संस्कृतीचा फुल्यांनी धिक्कार केला. निर्मिकाने प्राणिमात्रास

निर्माण करताना भेद केला नाही. त्याने भूतलावर संपूर्ण सजीव सृष्टी निर्माण केली. त्यात स्त्रीही आली. मग स्त्रीला आपण बंधने घालणारे कोण? असा प्रश्न फुल्यांना पडला. अनेक जाचक प्रथांचा फुल्यांनी धिक्कार केला. त्या काळी स्त्रीचा पुनर्विवाह होत नसे. पतिनिधनानंतर तिने परित्यक्तेचे जीवन जगावे असा सामाजिक संकेत होता. मात्र एखाद्या पुरुषाची पत्नी वारली तर पुरुषाला दुसरा विवाह करण्याची समाजव्यवस्थेने मुभा दिली होती. पुरुषाला कुठलेही सामाजिक बंधन त्या काळी नव्हते. फुल्यांनी स्त्री – स्वातंत्र्याचा पुरस्कार प्रथम केला. 'स्त्री' ही एक स्वतंत्र विचार असलेली मूर्तिमंत सर्जनशीलतेचे जिवंत प्रतीक आहे, हे फुल्यांनी ओळखले होते. 'स्त्री' मनाचा विचार फुल्यांनी अखंडाच्या माध्यमातून केला. 'स्त्री' स्वातंत्र्याची गळचेपी करणारी पारंपरिक चौकट भंग करणे हा मूर्तिभंजनाचाच आविष्कार म्हणावा लागेल.

म. फुल्यांच्या अखंडामधून रूढिभंजन ठायीठायी दिसते. रूढिग्रस्त समाजव्यवस्थेमध्ये सामान्य माणसाच्या जीवनाची राखरांगोळी झाली. रूढिप्रियता अंगीकारल्यामुळे सामान्यांच्या जीवनात अनेक समस्या उद्‌भवल्या. रूढी ही सामान्यांच्या जीवनाची बेडी बनली, हे फुल्यांनी ताडले. रूढी म्हणजे आपल्या जीवनाचा आदर्श असा सर्वसामान्य माणसाचा गैरसमज झाला. त्यातून रूढिपरंपरा पाळण्यासाठी त्याने अनेक व्रत – वैकल्ये उपास – तापास, नवस – सायास पाळण्याची सुरुवात केली. फुल्यांनी रूढिप्रियतेतून सामान्य माणसाच्या जीवनाचे होत असलेले अवमूल्यन लक्षात घेतले. ही रूढि – परंपरा केवळ मूठभराच्या हितासाठी आकारास आली आहे हे फुल्यानी ओळखले. म्हणून अखंडामधून रूढि-परंपरेच्या संदर्भात अनेक प्रश्न फुल्यांनी ब्राह्मणी समाजव्यवस्थेला विचारले आहेत.

जप अनुष्ठाने पाऊस पाडीती॥
आर्य का मरती॥ जळावीण॥१॥
जळात बुडतां गटांगळ्या खाती॥
प्राणास मुकती॥ तळीं बसे॥२॥

मंत्रातंत्राने जर पाऊस पडत असेल तर हे पाऊस पाडणारे भूदेव पाण्यात टाकल्यास का गटांगळ्या खातात? असा फुल्यांचा प्रश्न आहे. पाणी पाडणाऱ्या भूदेवाला पाण्यात बुडण्याची भीती असू नये असा प्रामाणिक आणि स्पष्ट संकेत फुल्यांनी अखंडाच्या माध्यमातून दिला. सामान्य माणसाला रूढीने ठिकठिकाणी ताडले. त्यातून त्याची प्रगती खुंटत गेली. फुल्यांनी रूढीविरूद्ध बंड पुकारले. या संदर्भात 'महात्मा फुले : समग्र वाङ्मय' या ग्रंथाच्या प्रथम आवृत्तीच्या प्रस्तावनेत संपादक म्हणतात. –

"समाजात शब्दप्रामाण्य, जुने आचारविचार, जुन्या रूढी, कर्मकांड, जपजाप्य, पूर्वसंचित पूर्वजन्म, ईश्वरी संकेत, स्वर्ग – नरक इत्यादी कल्पना प्रसृत करणाऱ्या आणि

मानवी कर्तृत्व दास्यशृंखलात बद्ध करून टाकणाऱ्या भोळ्या समजुतींवर जोतीरावांना सतत आघात करावे लागत होते. थंड गोळ्यासारखा पडलेला बहुजन समाज जोवर हालत नव्हता, तोवर त्यांना पुन्हा पुन्हा कंठरवाने तेच तेच सांगावे लागत होते. "ती ती पदे नित्य फिरून येती। त्या त्याच अर्थाप्रति दाविताती" हे हाडाच्या प्रचारकाला चुकत नाही. जोतीरावांच्या वाङ्मयातील पुनरुक्तीचे हे एक मर्म ध्यानात ठेवावयास पाहिजे. हे मर्म ध्यानात ठेवून सारग्रहण करणाऱ्याला त्यांच्या वाङ्मयात मूलगामी विचारांचा ठेवाच हाती लागल्यासारखे वाटेल.

"निर्मीकें निर्मीले मानव पवित्र।
कमीजास्त सूत्र। बुद्धीमध्ये॥
पिढीजावा बुद्धि नाहीं सर्वांमधी।
शोध करा आधीं। पुर्तेपणीं॥"

असा त्यांचा दृढ विश्वास होता नि तो त्यांनी वारंवार प्रकट केलेला आहे. मनुष्य जन्माने, जातीने वा धनाने श्रेष्ठ वा कनिष्ठ ठरत नसून, तो आपल्या कर्माने श्रेष्ठ वा कनिष्ठ ठरत असतो, तो स्वतःच आपल्या भाग्याचा नियंता आहे, अशी त्यांची धारणा होती. तद्नुसार त्यांनी जातिसंस्थेविरुद्ध बंड पुकारले आणि बुद्धिप्रामाण्य, समता नि मानवता यावर अधिष्ठित अशा सामाजिक पुनर्रचनेचे निशाण फडकावले.

हे निशाण आधुनिक मराठी कवितेतील मूर्तिभंजनाच्या आरंभाचे निशाणच होय.

फुल्यांची कविता मानवी मूल्यांची जोपासना करते. फ्रेंच राज्यक्रांतीच्याही अगोदर चार्वाक – बुद्धाने स्वातंत्र्य, समता आणि बंधुत्वाची शिकवण मानवी विश्वाला दिली. फुल्यांच्या कवितेतून त्याच मानवी मूल्यांचा झरा वाहताना दिसतो. परतंत्र भारतामध्ये प्रस्थापित व्यवस्थेच्या विरोधात त्या काळी मानवी स्वातंत्र्यासाठी आवाज उठविणे ही काही साधीसुधी बाब नव्हती. इथल्या धर्मव्यवस्थेने मानवीमूल्य पायदळी तुडविली होती. मानवी स्वातंत्र्याची किंमत सामान्य माणसाला कधी समजूच नये अशी व्यवस्था निर्माण करण्यात आली. गुलामीचे जिणे हेच स्वातंत्र्याचे जिणे असेच सामान्यांना वाटावे एवढी कर्मठ व्यवस्था या ठिकाणी नांदत होती. या व्यवस्थेला सुरुंग लावण्याचे काम फुल्यांनी आपल्या अखंडादी काव्याच्या माध्यमातून केले. आधुनिक जीवनमूल्यांची, आधुनिक जगाची ओळख फुल्यांना जवळून झाली होती. मानवी स्वातंत्र्य हे मानवी विकासाचे प्रमुख स्रोत असते. माणूस जर स्वतंत्र नसेल तर त्याच्यातील सर्जनशीलता मरत जाते. फुल्यांना तर सर्जनशील माणसाची निर्मिती करावयाची होती. सामान्य माणसातील सदसद्विवेकबुद्धी व नीती जागृत व्हावी त्यातूनच त्याचा विकास साधेल ही फुल्यांची प्रामाणिक तळमळ होती. त्यासाठी त्यांनी अखंडादी काव्यामध्ये नीतिशिक्षण दिले.

माझें कांहीं कोणी घेऊं नये जनी
वसे ध्यानीमनी॥ मानवांच्या॥१॥
माझ्या मनी सर्व मजला असावें॥
दुज्या कां नसावे॥ जगामाजी?॥२॥
आपल्या वरून जग ओळखावे॥
त्यांच्याशीं वर्तावें॥ सत्य तेंच॥३॥
मानवाचा धर्म सत्य नीती खूण॥
करी जीवदान॥ जोती म्हणे॥

विवेकाचे महत्त्वही त्यांनी अखंडातून मांडले.

विवेकी भजेंना धातू दगडास॥
म्हणेना शुद्रास॥ तुम्ही नीच॥
सद्विवेकावीण करीत तळमळ॥
पाखांडी निव्वळ॥ जोती म्हणे॥

या साऱ्या गोष्टीच्या मुळाशी मानवी जीवनमूल्येच दडलेली दिसतात. मानवी मूल्यांचा स्वीकार म्हणजे रूढी-परंपरेला नकार. फुल्यांच्या कवितेने स्वीकारलेला हा परिवर्तनवाद मूर्तिभंजनाचा पहिला टप्पा आहे.

फुल्यांची अखंडादी काव्यरचना मुळात क्रांतिकाव्य आहे. सामान्य माणसाला क्रांतीसाठी उद्युक्त करण्यासाठी फुल्यांनी आपल्या अखंडातून विद्रोही भाषेची पेरणी केली. सर्वसामान्याला त्याच्या अस्तित्वाची जाणीव झाली की, तो अस्तित्वासाठीची लढाई तीव्र करतो. अस्तित्वाची जाणीव करून देणारी महात्मा फुल्यांची कविता धर्मव्यवस्थेचे मूर्तिभंजन करते. फुल्यांनी अखंडादी काव्यामधून पारंपरिक संकेताना छेद दिला. फुल्यांच्या डोळ्यासमोर सामान्य माणूस होता. सामान्य माणसाच्या जीवनाचे पूजन करणारी ही कविता श्रद्धा – अंधश्रद्धा नाकारते आणि नवसमाजनिर्मितीचे स्वप्न बघते. नवसमाजनिर्मितीसाठी काव्याच्या माध्यमातून काही सिद्धांत आणि प्रमेये आपल्या समोर उभे करते ते त्यांच्या क्रांतिकारी भाषेतूनच. फुल्यांची भाषा म्हणजे आग आहे. ह्या आगीत कर्मठ विचाराचे दहन होते आणि नवविचाराची निर्मिती.

फुल्यांची कविता म्हणजे क्रांतीची भाषा बोलणारी धगधगती आग आहे. या कवितेने मानवी स्वातंत्र्याच्या पहाटेची आस धरलेली आहे. मानवी मुक्तीच्या चळवळीची भाषा फुल्यांच्या कवितेमधून प्रकट होते. फुल्यांनी कवितेच्या माध्यमातून आपल्या सामाजिक चळवळीला गती देण्याचे काम केले.

प्रस्थापित समाजामध्ये मानवी विकासाचे दारे कप्पे बंद होती. ज्या जातीच्या कप्प्यात

माणूस जन्मला त्याच जातीच्या कप्प्यात त्याने जगावे आणि मरावे असा अलिखित नियम असे. फुल्यांनी जातिबंद व्यवस्था नाकारली.

अखंडादी काव्यरचनेमधून फुल्यांनी माणसाच्या अंगी उद्यमशीलता असावी असे सांगितले. निष्क्रियता माणसाला पोकळ बनविते माणसाने नेहमी सक्रिय असले पाहिजे असे फुल्यांना वाटते. एकीकडे देश राजकीय पारतंत्र्यात अडकलेला आहे तर दुसरीकडे सामान्य माणूस धर्मव्यवस्थेच्या अवडंबराखाली गुलामीचे जिणे जगत आहे अशा काळात फुल्यांनी अखंड लिहिले. या काळातील माणसाची कर्मे ही जातीवरून ठरत असत. उच्चवर्णीयांची सेवा कनिष्ठांनी करावी असा धर्मकायदा त्याकाळी अस्तित्वात होता. फुल्यांनी जाती, जन्मगत कर्मपरंपरा नाकारून सामान्य माणसाला उद्योगाचे महत्त्व पटवून दिले. माणसाच्या जाती – पातीवर त्याच्या कर्तृत्वाची शहानिशा करता येत नाही. माणसाच्या बुद्धीवर आणि बळावर त्याचे कर्तृत्व ठरत असते असे फुल्यांनी स्पष्ट सांगितले. पारंपरिक कर्मव्यवस्थेला नकार देऊन उद्यमशीलतेचे महत्त्व पटवून देणारे फुल्यांचे विचार मूर्तिभंजनाचे पुढचे पाऊल म्हणावे लागेल.

उद्योग जो करी दीनबंधुंसाठी॥
ममता ती पोटी॥ मानवाच्या॥१॥
विद्या सर्वां देई सद्गुणाची हाव॥
करी नित्य कींव॥ अज्ञान्याची॥२॥
थकल्या भागल्या दीना साह्य करीं॥
उद्योगास सारी॥ जपूनीयां॥३॥
त्याच्या उद्योगास नित्य यश देई॥
जगा सुख देई ॥ जोती म्हणे॥४॥

फुल्यांच्या कवितेचे प्राणतत्त्व समानता हे आहे. विषमताधिष्ठित समाजव्यवस्थेला नाकारून फुल्यांनी समानतेची हाक अखंडाच्या माध्यमातून दिली. महाराष्ट्रातील सामाजिक समतेच्या चळवळीचे महात्मा फुले 'आद्यप्रवर्तक' ठरतात. वर्णाधिष्ठित समाजव्यवस्थेमध्ये ज्यांना जास्त छळ सहन करावा लागला, ज्यांनी कुठलाही अपराध केला नसताना अत्यंत हीनत्वाचे जीवन जगावे लागले त्यांच्या विषयीची तळमळ त्यांनी अखंडातून मांडली. सामाजिक प्रबोधनाची चळवळ म्हणजे फुल्यांची अखंडादी काव्यरचना. ही चळवळ फुल्यांनी कृतिशीलपणे कार्यान्वित केली. अस्पृश्यता हा भारतीय समाजाला लागलेला कलंक आहे. आर्यांच्या कुटिल नीतीचा तो परिपाक आहे. यामुळेच सामाजिक विषमता वाढीस लागली. ही विषमता नष्ट करण्यासाठी फुल्यांनी सामाजिक समतेची हाक दिली. सामाजिक विषमतेअभावी माणूस आपल्या नैसर्गिक अधिकारांना मुकला. सामाजिक

न्याय आणि समता हा फुल्यांच्या कवितेचा केंद्रबिंदू आहे. समताधिष्ठित समाजरचना हा मानवी विकासाचा आरंभबिंदू आहे. जेथे समता नांदते तेथील प्रश्न चुटकीसरशी सुटतात. फुल्यांनी समानतेची हाक सर्वसामान्यांना दिली. विषमताधिष्ठित समाजरचनेची मोडतोड करून समानतेची शिकवण देणे हे मूर्तिभंजनाचेच स्वरूप म्हणावे लागेल. फुल्यांच्या अखंडातील मूर्तिभंजनाचे स्वरूप अशा वेगवेगळ्या पातळीवर शोधावे लागते.

सत्यशोधक विचारांचा कृतिशीलपणे प्रसार करणारा हा महामानव येथील कर्मठ व्यवस्थेशी झुंज देत होता. फुल्यांच्या प्रत्येक उक्तीतून-कृतीतून मूर्तिभंजनात्मक कार्य झालेले आपणास दिसते. अखंडातून त्यांनी विविध सामाजिक विषयांवर प्रकाश टाकला. हे प्रश्न समाजातील धर्मशाहीवर असतील, सामाजिक समस्येवर असतील अगदी माणसाने कसे वागावे या व्यावहारिक पातळीवर असतील. या संदर्भात फुल्यांनी केलेले कार्य मूर्तिभंजनाची एक प्रकारे पायाभरणीच होती. परिवर्तनवादी चळवळीचा उगमस्रोत फुल्यांच्या अखंडादी काव्यामध्ये दिसतो. फुल्यांनी तत्कालीन बहुजन समाजाला रुचेल-पचेल अशा अभंगांच्या माध्यमातून सामाजिक परिवर्तनाची चळवळ पुढे नेण्याचा प्रयत्न केला. अखंडामध्ये फुल्यांनी विविध विषयांवर पद्यरचना केली. मानवाचा धर्म एक, आत्मपरीक्षण, नीती, धीर, समाधान, सहिष्णुता, सद्‌विवेक यासारख्या विषयांतून फुल्यांनी अखंडातून सर्वसामान्य माणसाचे प्रबोधन केले. तर गणपती, भटाची वाणी, ब्राह्मणाचा भोंदूपणा यासारख्या अखंडातून फुल्यांनी हिंदूधर्मावर टीकास्त्र सोडले. बळीराजा, मानव महंमद या थोर महात्म्यांची महती स्पष्ट करण्यासाठी आणि सर्वसामान्य माणसाला जागविण्यासाठी काही प्रमाणात अखंडाची काव्यरचना केली. अखंडामध्ये फुल्यांनी पत्रात्मक स्वरूपामध्येही पद्यलेखन केले. त्यात सयाजीराव गायकवाड, गंगाराम म्हस्के यांसारख्या प्रसिद्ध व्यक्तींना त्यांनी लिहिलेली पत्रे पद्याचा उत्कृष्ट नमुना म्हणता येईल.

म. फुल्यांच्या पद्यनिर्मितीचा मूळ उद्देश आपल्या चळवळीचा प्रचार आणि प्रसार करणे हाच होता. फुल्यांच्या अखंडातून प्रसवणारे विचार नि:संशय मौलिक, संघर्षप्रवण व प्रक्षोभक अशा स्वरूपाचे आहेत. फुल्यांनी परिवर्तनवादी चळवळीला पोषक असे मानवीमूल्याधिष्ठित सामाजिक समतेची आस धरणारे काव्यलेखन केलेले दिसते. या काव्यलेखनातून फुल्यांनी मूर्तिभंजक स्वरूपाचे विचार मांडले. मूर्तिभंजन हे परिवर्तनाचे दुसरे नाव. फुल्यांनी आपले समग्र आयुष्य चळवळीमध्ये झोकून दिले. परिवर्तनाची चळवळ शेवटच्या माणसापर्यंत पोचावी हाच फुल्यांचा विचारप्रणालीचा प्रमुख धागा होता. फुल्यांनी धर्मव्यवस्थेच्या विरोधात बंड पुकारणे हे मूर्तिभंजनाचे जिवंत प्रतीक आहे.

म. फुल्यांनी आपले सबंध आयुष्य समाजपरिवर्तनासाठी झोकून दिले. समाजपरिवर्तन म्हणत असताना फुल्यांनी केवळ बोलके सुधारक होऊन केले नाही. फुल्यांनी स्वत:च्या आयुष्यापासून परिवर्तनाला सुरुवात केली. अस्पृश्य समजल्या जाणाऱ्या माणसांना

स्वत:च्या घरचा हौद पाण्यासाठी खुला करून दिला. स्वत:च्या पत्नीला शिक्षण देऊन स्त्री शिक्षणाचा पाया रोवला. फुल्यांनी सबंध आयुष्य कृतिशील चळवळीत व्यतीत केले. फुल्यांच्या चळवळीच्या प्रभावातूनच त्यांची वाङ्मयनिर्मिती झाली. गद्य आणि पद्य या दोन्ही स्वरूपामध्ये फुल्यांनी ग्रंथलेखन केले. गद्य ग्रंथातील सामाजिक परिवर्तनाचे विचार अतिशय विद्रोही भाषेमध्ये फुल्यांनी मांडले मग तो 'गुलामगिरी' नावाचा ग्रंथ असो, 'शेतकऱ्याचा आसूड' असो, 'सार्वजनिक सत्यधर्म पुस्तक' असो की 'इशारा' असो. फुल्यांनी समाजव्यवस्थेच्या विरोधात स्फोटक विचारांची पेरणी केली हे स्फोटक विचार विध्वंस करणारे नसून नवनिर्मिती साधणारे होते.

म. फुल्यांनी काव्यक्रांतीच्या माध्यमातून जनसामान्य माणसाला क्रांतीची, परिवर्तनाची हाक दिली. अखंडामधून फुल्यांनी मांडलेल्या विविध विषयांवरील विचाराचे अवलोकन आपण मागे केलेच आहे येथे फुल्यांची स्फुट कविता पाहणे क्रमप्राप्त ठरते. 'सार्वजनिक सत्यधर्म पुस्तक' या ग्रंथाच्या शेवटीही फुल्यांनी काही प्रमाणात काव्यलेखन केलेले आहे. 'ब्राह्मणाचे कसब' या काव्यग्रंथात फुल्यांनी मांडलेली मूर्तिभंजक विचाराची दाहकता आपणास स्पष्ट होताना दिसते. फुल्यांच्या स्फूट कवितेतील मूर्तिभंजनाचे स्वरूप लक्षात घेत असताना आपणास इथे प्रामुख्याने त्यांनी रचलेला 'छत्रपती शिवाजीचा पवाडा' आणि 'ब्राह्मणाचे कसब' या दोन काव्यग्रंथांचा मूर्तिभंजनात्मक पातळीवर विचार करावा लागणार आहे. फुले हे सामाजिक क्रांतीचे अग्रदूत होते. फुल्यांनी सामाजिक क्रांतीची बीजे जनसामान्य माणसाच्या मनामध्ये पेरण्याची महत्त्वपूर्ण कामगिरी केली. फुल्यांनी समग्र मानवी जीवनाचा अभ्यास आधुनिक जीवन मूल्याच्या धर्तीवर केला. त्यामुळे प्रस्थापित व्यवस्थेतील ढोंगीपणा, भोंदूपणा त्यांना खटकला. फुल्यांना इतिहासाची जवळून जाण होती म्हणून तर ते इतिहासाशी प्रामाणिक राहून परिवर्तनाची चळवळ सत्याच्या बाजूने नेण्याचा प्रयत्न करताना दिसतात.

म. फुल्यांनी इसवी सन १८६९ मध्ये 'पवाडा छत्रपती शिवाजी राजे भोसले यांचा' प्रसिद्ध केला. भारतीय इतिहासाला विविध वळणे लागलेली दिसतात. कधी परकीयांच्या तर कधी स्वकीयांच्या गुलामगिरीत सर्वसामान्य बहुजन समाज अडकलेला होता. बहुजन माणसाच्या उद्धारासाठी झटणाऱ्या राजकीय सत्ताशाहीत छत्रपती शिवाजी महाराजांचे स्थान अग्रक्रमावर आहे. प्रस्थापित समाजव्यवस्थेने सर्वसामान्य माणसाला शिवाजी महाराज कधी कळूच दिला नाही. अर्वाचीन मराठी वाङ्मयाच्या कालखंडात छत्रपती शिवाजीचा पोवाडा रचणारा पहिला कवी म्हणून ज्योतिबा फुल्यांचे स्थान महत्त्वपूर्ण असे आहे. शिवाजी महाराजांचा हा पोवाडा फुल्यांनी आठ विभागांत विभागलेला आहे. पोवाड्याच्या प्रस्तावनेत फुले म्हणतात –

"शिवाजी राजाच्या ह्या पवाड्याचे आठ भाग केले आहेत. दर एक भागात विषयांतर

होऊ नये या भयास्तव सर्व भाग एकसारखे केले नाहीत. अति जुनाट यवनी व मेसर्स ग्रांड्र डफ, मरी वगैरे इंग्रज लोकांच्या बहुतेक लेखी आधारावरून हा पवाडा केला आहे. कुणबी, माळी, महार, मांग वगैरे पाताळी घातलेल्या क्षत्रियांच्या उपयोगी हा पवाडा पडावा असा माझा हेतू आहे. लांबच लांब मोठाले संस्कृत शब्द मुळीच घातले नाहीत; व जेथे माझा उपाय चालेना तेथे मात्र लहानसहान शब्द निर्वाहापुरते घेतले आहेत. माळी कुणब्यास समजण्याजोगी सोपी भाषा होण्याविषयी फार श्रम करून त्यास आवडण्याजोग्या चालीने रचना केली आहे.''

म. फुल्यांच्या प्रस्तावनेतील वरील मनोगतावरून फुल्यांचा परिवर्तनवादी दृष्टिकोन स्पष्ट होतो. फुल्यांनी हा पोवाडा बहुजन माणसासाठी लिहिला आणि त्यातल्या त्यात संस्कृत ही काही विशिष्ट जनांची असलेली भाषा फुल्यांनी नाकारली. लोकभाषेचे उपयोजन आपल्या पोवाड्यात करून शिवकालीन ऐतिहासिक संदर्भ त्यांनी प्रस्थापित ब्राह्मणी व्यवस्थेचे न घेता ब्रिटिशकालीन इतिहासकारांचे घेऊन सदर पोवाड्याला जोडले आहेत. म्हणजे एकंदरीत फुल्यांचा येथील प्रस्थापित व्यवस्थेवर विश्वास नव्हता. जेव्हा प्रस्थापित व्यवस्था फार भयंकर असते तेव्हा ती एक तर परिवर्तनवादाला मिटवून तरी टाकते, किंबहुना आपल्यात सामावून तरी घेते. फुल्यांनी प्रस्थापितांच्या या कूटनीतीला ओळखले होते. म्हणून फुल्यांनी प्रस्थापितांच्या समांतर अशी मूर्तिभंजनाची चळवळ चालू केली. त्याचे प्रतिबिंब आपणास शिवाजी महाराजांच्या पोवाड्यातही पडलेले दिसते. शिवकालीन इतिहास प्रकट करणे हे फुल्यांच्या पोवाडालेखनाचे ध्येय नव्हते तर इतिहासाबरोबरच शिवाजी महाराजांच्या प्रजातंत्र राज्यव्यवस्थेच्या माध्यमातून आपला स्वतंत्र असा सामाजिक दृष्टिकोनही पोवाड्याच्या द्वारा प्रकट करणे हे होते. फुल्यांची मूर्तिभंजनात्मक दृष्टी शिवाजी महाराजांच्या पोवाड्यातून विद्रोहीपणाने आविष्कृत झालेली दिसते. फुल्यांना माहीत होते की, या अगोदर शिवाजी महाराजांचे गुणगान गाणारी मंडळी ब्राह्मण होती. ज्याने शिवाजीचा काव्यग्रंथ लिहिला तो कवी भूषण जातीने ब्राह्मण होता, हे फुल्यांनी हेरले आणि आपल्या पोवाड्यामध्ये ते स्वत:ला कुळवाडीभूषण म्हणवून घेतात तर शिवाजी महाराजांना ते पराक्रमीशूद्राचा पुत्र व ब्राह्मण पेशव्यांचा धनी असे संबोधतात. शूद्रातिशूद्रांना फुल्यांनी येथील राजे मानले. फुले जातिवादाचे कडवे विरोधक होते. धार्मिक व सामाजिक गुलामगिरीच्या विरोधात फुल्यांनी पुकारलेला मूर्तिभंजनात्मक लढा याही ठिकाणी आपणास तीव्र असलेला दिसतो.

''मुख्य ब्रह्म राजा झाला जाने कायदे केले।
त्याचे पुढें भेद केले॥
ब्रह्मा मेल्यावर परशराम पुंड माजले।
उरल्या क्षत्रिया पिडीले॥

माहारमांग झाले किती देशोधडी केले।
ब्राह्मण चिरंजीव झाले ॥''

फुल्यांनी इतिहासाचा धागा पकडून समाजातील विदीर्ण अवस्थेला कारणीभूत असलेली प्रस्थापित व्यवस्था आपल्या लिखाणातून ठायीठायी नागवी करण्याचा प्रयत्न केला आहे. बहुजन समाजाला ऐतिहासिक सत्य सांगण्याचे काम फुले छत्रपतींच्या पोवाड्यातून करतात. सामाजिक विद्रोही मनाच्या भावनांचा उत्तुंग असा आविष्कार जो की खोट्याला चिरीत जातो आणि खऱ्याची धार तेज करतो, तो महात्मा फुल्यांनी छत्रपतींच्या पोवाड्यात केलेला आहे. भारतीय समाजजीवनाचा इतिहास आर्य-अनार्य कालखंडापर्यंत नेऊन अनार्यांची शूरवृत्ती आणि त्यांचा आर्यांनी केलेला पराभव, त्या पराभवातून पुढे अनार्यांवर अनेक प्रकारची सांस्कृतिक, धार्मिक, राजकीय अशा वेगवेगळ्या प्रकारची आक्रमणे झाली आणि त्यातून बहुजन समाज कसा गुलाम बनला हे ऐतिहासिक सत्य फुले पोवाड्याच्या माध्यमातून आपणासमोर मांडतात. शिवाजी महाराजांना पुरोगामी दृष्टिकोनातून रेखाटण्याचे ऐतिहासिक कार्य फुल्यांनी या पोवाड्याच्या माध्यमातून केले.

'ब्राह्मणाचे कसब' या स्फुट काव्यग्रंथातून फुल्यांनी धर्मव्यवस्थेच्या संदर्भात मूर्तिभंजनाची मुहूर्तमेढ रोवली. 'ब्राह्मणाचे कसब' या शीर्षकावरूनच या काव्यग्रंथातील फुल्यांनी विद्रोही भावना किती तीव्र असेल याची प्रचिती येते. फुल्यांच्या वाङ्मयनिर्मितीचे मुख्य प्रयोजन समाजोन्नती हेच होते. 'ब्राह्मणाचे कसब' फुल्यांनी काव्यग्रंथाच्या माध्यमातून उजेडात आणले. ज्या धर्मव्यवस्थेने ब्राह्मणांना सर्वाधिकार दिले होते ही ब्राह्मणी एकाधिकारशाही सरंजामशाहीचेच दुसरे रूप आहे हे फुल्यांनी सर्वसामान्य माणसाच्या लक्षात आणून दिले. धर्माच्या नावाखाली सामान्य माणसाची लुबाडणूक ही भटशाही कशी राजरोसपणे करते याचा इतिहास फुल्यांनी सदर काव्यातून मांडला. आर्यांच्या आगमनापूर्वी आपल्या देशातून सोन्याचा धूर निघत असे, सगळीकडे आबादी, सुख, शांती, प्रेम, विश्वबंधुत्व नांदत होते; परंतु आर्यांनी या देशात शिरकाव केला आणि संपूर्ण देशाचा नाश केला. धर्म, जात-पात, रूढी, परंपरा असा अन्यायी कारभार या आर्यभारतात बोकाळला. आर्यांनी समाजातील हरेक क्षेत्र आपल्या मोहिनी प्रभावाखाली आणले आणि त्यातून बहुजन माणूस गुलाम बनत गेला. त्याला आपण गुलाम असल्याची जाणीव कधी या धर्मव्यवस्थेने होऊ दिली नाही. आपले हे असे वागणे म्हणजे आपला धर्म आहे आणि तो आपण पाळला पाहिजे अशी कर्मठ समजूत माणसाची पक्की होत गेली. यातून भारतीय समाजव्यवस्थेला कीड लागली ती आतून पोखरत गेली आणि ती पोखरतच जावी यामध्ये आर्यांचे हित होते त्यामुळेच धर्मग्रंथांतूनही आपले वर्चस्व अबाधित राहील अशी आर्यांनी योजना करून ठेवली. ही वर्षानुवर्षांची पुरोहितशाही 'ब्राह्मणाचे कसब' या काव्यग्रंथाच्या माध्यमातून जगासमोर आणली. धर्मव्यवस्थेच्या विरोधात असे एकाकी

बंड करणे हे काही साधे सूत्र नव्हते; परंतु फुल्यांनी सत्याच्या बळावरही मूर्तिभंजनात्मक चळवळ भटशाहीच्या विरोधात पुकारली. ब्राह्मणी व्यवस्थेच्या शोषणाचे अनेक पुरावे 'ब्राह्मणाचे कसब' मधून त्यांनी सामान्य माणसासमोर आणले.

शेती दास केला सोडीना शुद्राला॥
कर बसविला वर्षासन॥१॥
वसुलाचा थाट भाद्रपद मासीं॥
सोडीना पुत्रासीं जन्मभर॥२॥
संक्रांती पाडवा भोके सर्व सणीं॥
लाज नाहीं मनीं वाटोळ्याच्या॥३॥
तीर्थयात्रेठायीं बगळ्याचे परी
द्रव्यहीन करी भाविकास॥४॥
व्यतिपात पुत रिकामक्या वेळीं॥
फिरे आळीमाळीं भींकमाग्या॥५॥
ग्रह आकाशीचें सोंग उभे केलें॥
लळिती आणिलें द्रव्यलोभे॥६॥
लाथाबुक्या बाकी दान सर्व घेई॥
बुडवूनी जाई कुणब्यास॥७॥
तगाद्याची तुम्ही वाट पाहूं नका॥
मारा बोंबा हाका जोशा नावें॥८॥
व्याजबट्ट्यासुद्धा नाटक्याची बाकी
फेडा बीनचुकी रोखारोखी॥९॥
आतां तरी तुम्ही शुद्रा भोंदु नका॥
जोतीबाचा ठोका ऐकुनिया॥१०॥

डोळे असून आंधळा, पाय असून लंगडा आणि जीभ असून मुका असलेला हा बहुजन माणूस फुल्यांच्या काव्यक्रांतीमुळे जागृत होण्यास सुरुवात झाली. सत्याची बाजू त्याला हळूहळू ध्यानात यायला लागली. यासाठीच फुल्यांनी 'ब्राह्मणाचे कसब' लिहिले. ब्राह्मणी धर्मव्यवस्थेवर घणघाती टीका या काव्यग्रंथातून फुल्यांनी केली. हजारो वर्षांपासून या व्यवस्थेने सर्वसामान्य माणसाची चालवलेली पिळवणूक थांबली पाहिजे यासाठीच फुल्यांचा हा विद्रोही टाहो होता. या कवितेतील मूर्तिभंजनाचे स्वरूप आपणास धर्मव्यवस्थेच्या आणि त्यातही ब्राह्मणी व्यवस्थेच्या विरोधात असलेले दिसते.

प्रकरण तिसरे

केशवसुत आणि मूर्तिभंजन

आधुनिक मराठी कवितेचा मूर्तिभंजनात्मक दृष्टीने अभ्यास करीत असताना आधुनिक काव्यक्रांतीचे जनक महात्मा फुल्यांच्या नंतर आपणास प्रामुख्याने मूर्तिभंजक कवी म्हणून केशवसुतांच्या कवितेचा अभ्यास करावा लागेल. केशवसुतांची कविता आधुनिक वाङ्‌मयाच्या इतिहासातील अक्षर कविता बनली. इंग्रजी राजवटीच्या कालखंडात मराठी वाङ्‌मयाच्या अंतरंगात आणि बहिरंगात फार मोठे बदल झाले. इंग्रजी शिक्षण, इंग्रजी संस्कृती आणि इंग्रजी राजवट या गोष्टींच्या संकटातून आणि संस्कारातून मराठी मन आणि मराठी साहित्य बदलत गेले.

१८१८ हे वर्ष सबंध भारताच्या इतिहासात महत्त्वाचे असल्यामुळे महाराष्ट्राच्या वाङ्‌मयविश्वात या वर्षास अनन्यसाधारण महत्त्व आहे. या वर्षी मराठी सत्तेतील शेवटची कडी असलेल्या पेशवाई सत्तेचा अस्त होऊन इंग्रजी राजवटीचा उदय झाला; परंतु इंग्रजांच्या आगमनाच्या पूर्वीपासूनच महाराष्ट्रातील काही भूभाग परकीयांच्या ताब्यात होता. त्यात गोवा पोर्तुगिजांच्या, मराठवाडा निजामाच्या, वऱ्हाड कधी मराठ्यांकडे, कधी निजामाकडे, तर कधी इंग्रजांकडे हस्तांतरित होत होते. माळवा, बुंदेलखंड, नागपूर, गुजरात व तंजावर येथील मराठी राजसत्तेचा नावापुरता अस्त झाला असला, तरीही ही राज्ये इंग्रजांच्या छत्रछायेखाली संस्थान म्हणून अजून टिकून होती. या सर्व परिस्थितीचा एकंदरीत परिणाम असा झाला की, महाराष्ट्र राज्य कारभाराच्या दृष्टीने नेहमी झुलत्या झोपाळ्यासारखे राहिले. इंग्रजी राजवटीतील नवनवीन सुधारणांचा या संस्थानिकांच्या कारभारामुळे त्यांना फायदा करून घेता आला नाही. त्यामुळे त्यांचा विकास झाला नाही. अशा प्रतिकूल परिस्थितीचा परिणाम साहित्यावरही होणे साहजिकच होते. इंग्रजी आधुनिक विचारसरणीचे लोण मराठी साहित्यामध्ये पोचण्यास यामुळे निश्चित असा काही काळ उशीर झाला. इंग्रजी सत्तेची पाळेमुळे महाराष्ट्रात हळूहळू रुजू लागली. त्यांची भाषा, वाङ्‌मय आणि संस्कृतीच्या परिणामाने मराठी साहित्य आणि संस्कृती ढवळून निघाली. जुन्याचा स्वीकार करीत-करीतच नवीन विचारसरणी जनसामान्यांत रुजायला लागली. पारंपरिक भारतीय मन

सहसा नव्याला एकदम स्वीकारीत नाही. कवितेच्या प्रांतातही हेच घडले. पारंपरिक दृष्टीने लिहिणाऱ्या कवींनी आधुनिक जीवनसरणी नाकारली; परंतु हळूहळू आधुनिकतेच्या या मुशीतून तयार झालेली काही कवींची कविता पुढे यायला लागली. नवकवितेचे वेड या कवींना लागले. प्रकाशाचे किरण धरू पाहणारी ही कविता जुने आणि नवे या दोहोंमध्ये अडकलेली होती. अशा मराठी कवितेला आपण संक्रमणकालीन मराठी कविता असेच म्हणूयात.

नवकाव्य मशागतीचा हा कालखंड म्हणावा लागेल. एकीकडे काही कवी संस्कृत प्रभावाने प्रेरित होऊन काव्यलेखन करीत होते. त्यात आपले काव्यविषय आणि काव्यध्येय शोधू पाहात होते; तर दुसऱ्या बाजूला आंग्लभाषा शिकून नव्याने तयार झालेली पिढी इंग्रजी साहित्य आणि संस्कृतीच्या आधारावर काव्यप्रवास करण्यास प्रवृत्त होऊ लागली. एकीकडे इंग्रजी साहित्याने प्रभावित होऊन काव्यप्रांतात बदल करण्यासाठी धडपडणारी काही कवी मंडळी नव्याने उदयाला येऊ पाहात होती, तर दुसरीकडे पारंपरिक पद्धतीने काव्यरचना करणारी कवी मंडळीही या कालखंडात होती. त्यात संस्कृत काव्याचे अनुकरण करणाऱ्या कवींवर संस्कृत काव्याचा आणि आर्ष महाकाव्याने प्रेरित होऊन निर्माण झालेल्या प्राचीन आणि मध्ययुगीन पंडिती काव्याचा अतिशय प्रभाव होता; परंतु ही रचना संतपरंपरेसारखी आत्मनिष्ठ भक्तीतून निर्माण झालेली नव्हती. या कवींच्या प्रेरणा पंडिती कवींप्रमाणे दुय्यम दर्जाच्या दिसत होत्या. या कालखंडामध्ये अशा प्रकारची काव्यरचना करणाऱ्या कवींमध्ये विठोबा अण्णा दफ्तरदार, बाबा गद्रे, नारायण धोंडदेव खांडेकर, परशुराम तात्या गोडबोले, पाळंदे, कीर्तिकर, पाठारे इत्यादी कवींचा उल्लेख करावा लागतो. प्रस्तुत कवींनी केलेली काव्यरचना ही भक्तिपरंपरेशी जवळीक साधणारी होती. आधुनिक कालखंडामध्ये पारंपरिक विचारांना पुढे घेऊन जाणारी कविता या कवींनी लिहिली.

आधुनिक कालखंडामध्ये इंग्रजी काव्य आणि वाङ्मयाचा प्रभाव भारतीय समाजमनावर झाला. या काव्याच्या परिचयातून, अध्ययनातून आणि अध्यापनातून भारतीय मनाची वैचारिक मशागत होण्यास सुरूवात झाली. इंग्रजी कवितेसारखी आपणास कविता करता यावी, यासाठी भारतीय कविमन धडपडायला लागले. केशवसुतपूर्व मराठी काव्यप्रवाहाच्या बदलाचा आणि विकासाचा हा मूलभूत टप्पा म्हणावा लागतो. या मूलभूत टप्प्यामध्ये महात्मा फुल्यांची कविता मूर्तिभंजनात्मक पातळीवर आकारास आली असली, तरी या कालखंडातील भारतीय समाजमन धार्मिक गुलामगिरीतून मुक्त झाले नव्हते. ही गुलामगिरी अनेक पातळ्यांवरती कायम होती. साहित्य प्रांतातही ही गुलामगिरी अध्यात्माच्या नावावर, भक्तीच्या नावावर खपत होती. या गुलामगिरीतून मुक्त होणे सहजी सोपे नव्हते. इंग्रजी विद्येमुळे आणि इंग्रजी संस्कृतीमुळे हळूहळू ही बंधने सैल होण्यास सुरुवात झाली. फुल्यांनी अतिशय क्रांतिकारी विद्रोही भाषेमध्ये धर्मसत्तेचे वर्चस्व झुगारले;

परंतु एकंदरीत मराठी काव्यप्रांतात ही प्रक्रिया हळूहळू सुरू झाली. हरी केशवजी, महादेव गोविंद कोल्हटकर, बजाबा नेने या कवींनी या दिशेने केलेली प्राथमिक पातळीवरील सुरुवात बजाबा प्रधान, कुंटे, कीर्तिकर, वि. मो. महाजनी यांनी काही प्रमाणात आकाराला आणली. यातील बहुतांश कवींनी इंग्रजी कवितेचे भाषांतरच केलेले दिसते; परंतु काही का होईना, मराठी कविता पारंपरिक कात टाकून नवीन आकार घेत होती. फुल्यांच्या विद्रोहाची ठिणगी मात्र त्यात अजून भरलेली दिसत नव्हती.

पाश्चात्त्य संस्कृतीच्या आगमनाने एका नवीन जीवन संस्कृतीची ओळख भारतीय मनाला जवळून झाली. पारंपरिक जीवनापेक्षा वास्तववादी जीवनाचे भान असलेली ही संस्कृती परंपरागत संस्कृतीपेक्षा एकदम भिन्न होती. धार्मिक गुलामगिरीतून मुक्त करण्याची शक्ती या संस्कृतीने भारतीय मनाला दिली. ज्या तत्त्वज्ञानाला आणि कर्मकांडाला भारतीय समाजमनाने हजारो वर्षांपासून कवटाळून धरले होते, त्या कर्मकांडातील आणि तत्त्वज्ञानातील फोलपणा या संस्कृतीच्या सहवासाने भारतीय मनाला जाणवू लागला. त्यामुळे प्राथमिक स्तरावर भिन्नभिन्न का होईना, हे तत्त्वज्ञान आणि कर्मकांड झुगारण्याचे प्राथमिक बंड करण्यास मन प्रवृत्त होऊ लागले. त्यातून इहलोक निष्ठा, व्यक्तिस्वातंत्र्य, समता आदी अनेक तत्त्वांचे आकलन मराठी मनाला झाले. त्यातून वाङ्मयीन दृष्टी बदलू लागली. आपली प्रेरणास्थाने आपल्याला कधीच न दिसणाऱ्या मोहात, मोडकळीस आलेल्या पौराणिक ग्रंथांत, प्राचीन ग्रंथांतील शृंगारविलासात शोधण्याची आवश्यकता नाही. ती आपल्या वास्तविक जीवनातच आहेत, हा वास्तववादी जीवन दृष्टिकोन मराठी कवींच्या लक्षात यायला लागला. नव्या वाङ्मयीन प्रेरणांच्या जाणिवेतून प्राचीन साहित्यशास्त्र सिद्धांतांना न जुमानता नवीन सिद्धातांची रचना ही कवी मंडळी करू पाहत होती. ही कविता नवीन युगाची पहाट बनू पाहात होती. जुन्या निर्बंधांचे आणि टीकाकारांच्या जुलमी उलट तपासणीचे भय न बाळगता रचनेच्या नव्या तऱ्हा चोखाळण्याची शक्ती त्यांच्यामध्ये निर्माण झाली नाही. यामध्ये केवळ महात्मा फुल्यांची कविता नवी चेतना, नवी पहाट दाखवित होती. १८१८ ते १८८५ या कालखंडात फक्त केशवसुतांचा उदय झाला. परिस्थितीवर मात करीत केशवसुतांची कविता स्वतंत्र सामर्थ्यानिशी उभी राहिली. आपल्या उत्तुंग अशा प्रतिभेच्या जोरावर केशवसुतांनी नवीन क्षितिजाची निर्मिती केली. केशवसुतांची प्रगमनशील काव्यनिष्ठा आधुनिक मराठी कवितेच्या कक्षा रूंदावण्यास कारणीभूत ठरली. महात्मा फुल्यांच्या कवितेनंतरची मूर्तिभंजनात्मक कविता केवळ केशवसुतांची. अर्वाचीन मराठी कवितेचे अक्षांश – रेखांश ठरवताना केशवसुतांची कविता हाच मूलाधार मानावा लागतो.

केशवसुतपूर्वकालीन समाजस्थिती आणि त्या पार्श्वभूमीवरील केशवसुतांचे काव्यलेखन या संदर्भाने 'झपूर्झा' च्या प्रस्तावनेत श्री. वि. म. कुलकर्णी लिहितात -

'व्यक्तिस्वातंत्र्याची प्राणप्रतिष्ठा होऊन समाजाची सर्वांगीण उन्नती झाल्याखेरीज आपल्या देशाला तरणोपाय नसल्याची ग्वाही आगरकरांप्रमाणे केशवसुतांचेही मन देत होते. राजकीय पारतंत्र्याबद्दल कुणाचा मतभेद असण्याचे कारण नव्हते; पण समाजसुधारणेची बाब तशी नव्हती. तीबद्दल समाजात तीव्र स्वरूपाचा मतभेद नांदत होता. समाजात आमूलाग्र क्रांती करू इच्छिणारे नवे तत्त्वज्ञान गतानुतिक अशा सर्वसाधारण माणसाच्या पचनी पडणे कठीण होते. यामुळे समाजात सनातनी व सुधारक असे दोन पक्ष निर्माण होऊन या क्षेत्राला रणमैदानाचे स्वरूप प्राप्त झाले होते. उत्तर-प्रत्युत्तरांच्या फैरी झडत होत्या. दोन्ही बाजूंचे योद्धे परस्परांशी आवेशाने झुंजत होते. आगरकरांसारख्या समाजसुधारकांच्या अध्वर्युचा आवेश प्रतिपक्षाच्या विरोधाने अधिकच वाढीस लागला होता. केशवसुतांचा याबद्दलचा जोरही आगरकरांच्या सत्शिष्याला शोभेल असाच होता. किंबहुना, आगरकर वगळल्यास सामाजिक अन्यायांची चीड केशवसुतांइतकी उद्रेकी स्वरूपात अन्य कोणा गद्य वा पद्य लेखकाने क्वचितच मांडली असेल.' (झूपर्झा, पृ. १६)

कवी केशवसुतांच्या कवितेचा मूर्तिभंजनात्मक पातळीवर अभ्यास करीत असताना आपण केशवसुतपूर्व कालखंडाची पार्श्वभूमी लक्षात घेतली. या पार्श्वभूमीवर केशवसुतांची कविता अभ्यासता येईल.

कृष्णाजी केशव दामले अर्थात केशवसुतांनी काव्याप्रती आपली संपूर्ण निष्ठा वाहिली. केशवसुतांची कविता असामान्य कविता बनली, याचे कारण त्यांनी रूढी, परंपरा नाकारली; नवीन जीवनमूल्ये कवितेच्या माध्यमातून मराठी जनमनासमोर आणली. आपल्या व्यक्तिमत्त्वातील पृथकता प्रखरपणे केशवसुतांना जाणवली होती. 'नव्या मनुतील नव्या दमाचा शूर शिपाई आहे' अशी बंडखोरी केशवसुतांनी केली, ती सामाजिक संदर्भातही आणि त्यांच्या स्वतःच्या व्यक्तिमत्त्वातही नाही. श्री. वा. म. कुलकर्णी म्हणतात –

'केशवसुतांची वृत्ती विनायकांप्रमाणे केवळ भूतकाळात रमणारी नव्हती. शिवाय राजकीय विमोचनाहून थोडी अधिकच सामाजिक सुधारणांचीही गरज आपल्या समाजाला आहे, अशी आगरकरांप्रमाणेच केशवसुतांचीही धारणा असावी. म्हणूनच त्यांनी स्त्रीला 'भूपृष्ठस्थित आद्यदैवत' असे संबोधले; रूढीला 'राक्षसी' अशी पदवी बहाल केली; समतेचा पुरस्कार केला; इतरांना मूर्तिभंजनाचा आदेश दिला. 'ब्राह्मण नाहीं, महार नाही न मी एक पंथाचा' असा पुकारा स्वतः केला आणि अंत्यजाच्या मुलाच्या तोंडी ब्राह्मणाच्या सोवळ्या-ओवळ्याचा प्रश्न खोचकपणे गोवला. यावरून हेच दिसते की, राजकीय चळवळीपेक्षा तत्कालीन पुरोगामी सामाजिक वृत्तिप्रवृत्तींशी केशवसुत मनाने अधिक समरस झाले होते.' (झपूर्झा, पृ. १५)

केशवसुतांचे व्यक्तिमत्त्व त्यांच्या कवितेतून स्वच्छ, निर्मळपणे प्रतिबिंबित झालेले दिसते. त्यांच्या कवितेत एकीकडे सामाजिक असा अर्जस्वल आशावाद, आत्मविश्वास,

बंडखोरीची भाषा, दंभाच्या उच्छेदाकरिता उगारलेले शस्त्र आणि दुसरीकडे हळवेपणा निराशा आणि वैफल्याची जाणीव दिसते. केशवसुतांची कविता ही इहवादी जाणिवेची आहे. फुल्यानंतर इहवादी जाणिवेने मूर्तिभंजनात्मक पातळीवर कविता लिहिणारा केशवसुत हा श्रेष्ठ कवी म्हणावा लागेल.

इ. स. १८६६ ते इ. स. १९०५ हा केशवसुतांचा कालखंड. सुमारे ३९ वर्षे वयापर्यंत केशवसुतांनी काव्यनिर्मिती साधली. ऐन तारुण्यातच त्यांचे निधन झाले. १८८५ ते १९०५ हा केशवसुतांच्या काव्यलेखनाचा कालखंड, म्हणजे दोन दशके केशवसुतांनी काव्यलेखन केले. इहवादी जाणिवेने कविता लिहिणारे कवी म्हणून या कालखंडात फुले आणि केशवसुत यांचीच नावे घ्यावी लागतात. केशवसुतांची कविता ही इहवादी कविता आहे, म्हणत असताना मुळात इहवाद म्हणजे काय, हेही केशवसुतांची कविता समजावून घेण्यासाठी महत्त्वपूर्ण ठरेल.

मराठी विश्वकोशामध्ये 'Secularism' ही संकल्पना पुढील शब्दांमध्ये मांडली आहे. 'ऐहिक जीवनाची व्यवस्था लावताना धर्म कल्पना अप्रस्तुत होत; त्यांच्याऐवजी शास्त्रीय ज्ञान, मानवी मूल्ये व विवेकनिष्ठा यांचे साह्य घेणे म्हणजे इहवाद Secularism होय.' इहवादामध्ये भौतिक जीवनपद्धतीला महत्त्व दिले आहे. माणसाचे वास्तविक जीवन कसे सुखी होईल याची सूत्रे इहवादामध्ये मांडली गेली आहेत. इहवादी संकल्पना अनेक अभ्यासकांनी अभ्यासण्याचा प्रयत्न केला. The Concise Oxford Dictionary मध्ये Secularism चा अर्थ पुढीलप्रमाणे दिलेला आहे.

'Concerned with the affairs of this world, worldly, not sacred, not monastic, not ecclesiastical, temporal, profane, lay...........sceptical of religious truth or opposed to religious education etc.'

वरील मताचा विचार घेता इहवाद म्हणजे वास्तविक जीवनातील घडामोडींशी संबंधित, धर्मपीठांच्या व मंदिर वा चर्चच्या विरोधी असलेला, धर्मग्रंथ व ईश्वर या गोष्टी न मानणारा, धर्मातीत, ऐहिक, नास्तिक आणि धर्मशिक्षणाला विरोध करणारा विचार म्हणजे इहवादी विचार. श्री. स. मा. गर्गे यांच्या 'भारतीय समाजविज्ञान कोशा'नुसार, 'इहवाद म्हणजे या जगाच्या संदर्भात आणि जगासंबंधी केलेला विचार. इहवादात धर्मवादाचा विचार येत नाही. धर्मवादात धर्म आणि मोक्ष, आत्मा आणि परमात्मा, परलोक आणि पुनर्जन्म, अध्यात्म आणि अंतर्ज्ञान यासंबंधी चर्चा करण्यात येते. इहवादात मनुष्यजीवन आणि त्याच्या समस्या, अर्थ आणि काम, अनुभवजन्य ज्ञान आणि प्रवृत्तीपर जीवन यांचा विचार केला जातो.'

इहवादामध्ये धार्मिक अंधश्रद्धा, शब्दप्रामाण्य, अपरिवर्तनशीलता, विचारस्वातंत्र्य विरोध, आत्मा, परलोक, पूर्वजन्म, पुनर्जन्म, परमेश्वर या भोंगळ कल्पनांना आणि यावर

आधारलेल्या धर्माला थारा नाही. भारतीय समाजजीवन आणि धर्मव्यवस्था प्रामुख्याने इहवादाला विरोध अशाच स्वरूपाची नेहमी राहिली आहे. कर्मठ जात्यंध व्यवस्थेने सामान्य माणसाला इहवादाच्या कधी जवळही जाऊ दिले नाही. युरोपमध्येसुद्धा चौदाव्या शतकाच्या अगोदर एक हजार वर्षे तरी धर्मसत्तेला भारतीय धर्मसत्तेप्रमाणेच कर्मठ स्वरूप आले होते. सबंध समाजजीवनाचा ताबा धर्मसंस्थांनी बळकावला होता. युरोपमध्ये प्रबोधनाची चळवळ प्रामुख्याने १४ व्या शतकातच रूजायला सुरुवात झाली. या संदर्भात डॉ. झिंगरन यांचा 'सैक्युलरिज्म के कुछ विचार मध्ययुग एवंम रिफॉर्मेशनमें भी बीज रूप से पाए जाते हैं, Secularism परंतु का वास्तविक प्रारंभ पाश्चात्त्य रेनेसाँ, एवं रिफॉर्मेशन के बाद 'एनलाइटन्मेन्ट' के नाम से पुकारे जाने वाले युगों मे ही हुआ। इन दोनों की भावना या अभिवृत्ती संवाद और जीवन के प्रति अत्यंत सकारात्मक थी। दोनो युगों में नित्य नये ज्ञान की खोज एवंम प्रकृती पर विजय प्राप्त करने की चाह थी; और मनुष्य क्षमता के प्रति अगाध विश्वास था।' ('उन्मीलन', सं. यशदेवशल्य) हा विचारही महत्त्वाचा आहे.

युरोपमध्ये अनेक विचारवंतांनी इहवादी जाणीव समाजमनात पेरली. हळूहळू इहवाद जगभर प्रसारित झाला. वायक्लीफ, जॉन, रॉजर बेहुन, महाकवी डांटे यांच्यासारख्या विचारवंतांबरोबरच कोपर्निकस, केपल, गॅलिलिओ, न्यूटन ब्रुनो अशी शास्त्रज्ञ मंडळी आणि त्याचबरोबर विद्यापीठातील तरुण तडफदार बुद्धिवादी प्राध्यापक या सर्वांच्या वैचारिक उठावामुळे इहवादी विचार आंदोलन युरोपमध्ये उभे राहिले. इहवादाने धर्मसत्तेला युरोमध्ये हादरे द्यायला सुरुवात केली. विज्ञानाच्या नवनवीन शोधामुळे मानवी जीवन गतिशील बनले. त्यांच्यातील स्थितिशीलता आता कमी कमी होऊ लागली. विज्ञानाच्या नेत्रदीपक चमत्कारिक यशातून माणूस वास्तव जीवनाकडे उघड्या डोळ्यांनी पाहायला शिकला. यातून धर्म आणि अंधश्रद्धा यांमधील अंतर त्याला कळायला लागले. आंधळ्या विश्वासावर आता आघात व्हायला सुरुवात झाली. इहवादाने ईश्वरी अस्तित्व, ईश्वरी सत्ता नाकारली. माणसाचे प्रश्न माणूसच सोडवू शकतो, देव नाही, ही भौतिकवादी जाणीव त्याच्यात रूजायला लागली. इहवादाने धर्माशी निगडित असलेल्या सर्व गोष्टींना स्पष्टपणे नकार दिला.

माणूस आणि माणसाचा समाज, समाज आणि त्याचे प्रश्न ही इहवादाची विहार भूमी होती. इहवादाच्या स्वरूपासंबंधी ऊहापोह करताना एम. सी. सेटलवाड त्यांच्या 'Secular' ग्रंथांच्या प्रारंभी म्हणतात. –

'Secularism often devotes away of life and conduct guided by materialistic considerations devoid of religion. The basis of this idology is that material means alone can advance manland and that religious belief retar the growth of the human being, many of us Hindus and Muslims and others are in our way of life and outlook on most matters largelys governed by ideas and practices which are connected with or are rooted in our religion. The Secular attitude would wean us away, from this approach."

इहवादाची एवढ्या विस्तृत स्वरूपामध्ये मीमांसा करण्याचे प्रमुख कारण असे की, मराठी कवितेचा मूर्तिभंजनात्मक पातळीवर अभ्यास करीत असताना इहवादाशिवाय मूर्तिभंजनाची कल्पना परिपूर्ण होत नाही.

आधुनिक मराठी कविता पारंपरिकता सोडून वास्तववादी जीवनाकडे वळू पाहात होती. मराठी कवितेमध्ये आधुनिकतेचे पहिले मूर्तिभंजनात्मक स्वरूप ज्योतिबा फुल्यांच्या कवितेमध्ये दिसले. फुल्यांच्या कवितेतील विद्रोही विचार एवढ्या आवेगाने यापूर्वी मराठी कवितेत कधी आलाच नव्हता. आधुनिक मानसिकतेचा पहिला प्रतापी आवेग म्हणून, इहवादी जाणिवेची पहिली प्रस्फोटक झेप म्हणून आपणाला ज्योतिबा फुल्यांच्या कवितेकडे पाहता येईल. त्यानंतर मूर्तिभंजनात्मक पातळीवर केशवसुतांना प्रस्फुरलेली कविता महत्त्वपूर्ण ठरते. केशवसुतांच्या कवितेने व्यवस्थेवर प्रहार केले. केशवसुतांनी आपल्या काव्यातून मूर्तिभंजन केले. मूर्तिभंजन हे धर्मातीत आणि ईश्वरारतीत अशा प्रकारचे तत्त्वज्ञान आहे. ते नास्तिक वा जडवादी तत्त्वज्ञान आहे. समाज, शिक्षण, साहित्य, अर्थकारण, राजकारण अशा सर्व जीवनांगांनी मूर्तिभंजनात्मक तत्त्वज्ञान नैतिकतेचा अंगीकार करण्यास शिकविते. केशवसुतांची कविता अशा मूर्तिभंजनात्मक तत्त्वज्ञानाची मांडणी करते. देव ही कल्पना नाकारताना केशवसुत म्हणतात,

'वंदुनिया ह्या देवांलागुनि
धायी – धायी मानव रडती!
पायपोस त्या हाणा सम्प्रति!
देव कशाचे! अश्रू जे पिती
क्रूरतर न का ते असुरांहुनि?'

केशवसुतांच्या कवितेतील मूर्तिभंजकता आपणांस वरील काव्यपंक्तीवरून स्पष्टपणे दिसते. देवदेवतांना विरोध करून केशवसुतांनी बंडाचा झेंडा उभारला. मानवाला धाई धाई रडायला लावणारे देव राक्षसांपेक्षाही क्रूर आहेत, असे केशवसुतांना वाटते. त्याचेच प्रतिबिंब त्यांच्या कवितेत पडलेले दिसते. केशवसुतांनी आपली कविता विविध अंगांनी फुलविली. त्यांच्या कवितेत जसा विद्रोह दिसतो, त्याचबरोबर सामाजिक स्थितीमधील वैषम्य त्यांना नैराश्याकडे घेऊन जाते. त्यातून वैफल्यग्रस्त जाणीव केशवसुतांच्या कवितेत दिसते. एकीकडे

'धार धरलिया प्यार जीवावर।
रडतिल, रडोत रांडापोरे।

गतशतकांची पापे घोरे।
क्षालायाला तुमची रूधिरे।
पाहिजेत रे! स्त्रैण न व्हा तर!' (हरपले श्रेय)

असा म्हणणारा बंडखोर स्वभाव काही वेळा क्षीण झालेला दिसतो. कुटुंब विच्छेदाच्या दु:खाने त्यांचे अंत:करण गहिवरून जाते आणि मग वास्तववादी, इहवादी जाणीव शून्यवत झाल्यासारखी दिसते. ही कवी केशवसुतांच्या कवितेतील, किंबहुना व्यक्तिमत्त्वामधील विसंगती नसून ते त्यांच्या व्यक्तिमत्त्वाच्या परस्पर संवादी दोन ध्रुव कडा आहेत किंवा जुन्या-नव्याच्या संघर्षाचा हा खडखडाट आहे, असे म्हणावे लागेल. परंपरेने निर्माण केलेली व्यवस्था आणि ती मोडू पाहणारा कवी, परंपरेचे संस्कार आणि बंडखोर मन यांचे दर्शन केशवसुतांच्या कवितेत कसे प्रत्ययास येते, हे श्री. वि. म. कुलकर्णी यांनी 'झपूर्झा' मध्ये पुढीलप्रमाणे स्पष्ट केले आहे.

'कोणत्याही कलेतील नवनिर्मितीची प्रक्रिया पाहताना असे दिसते की, जुन्या नव्याच्या संघर्षात नव्याची पावले सामान्यत: मंदगतीनेच पडत असतात. जुने कालपक्क झाले की, नव्याची निकड तीव्रपणे भासू लागते; परंतु परंपरेची चाकोरी सोडण्यास सहसा कोणी धजत नाही. जुन्यालाच कामचलाऊ कलाटणी देऊन नव्याची गरज भागविण्याचा प्रयत्न काही काळ तरी होतो, पण या नवनिर्मितीच्या अपेक्षेचे खरे समाधान होत नाही. नव्या बौद्धिक जाणिवांना उत्कट भावनेचा स्पर्श होऊन तिच्यात चैतन्य संचारले व या चैतन्याचा कलात्मक आविष्कार झाला, म्हणजेच नव्या निर्मितीच्या खऱ्या आनंदाचा लाभ होतो. या निर्मितीने इतर संवेदनशील मने सहकंप पावतात आणि त्यांच्या कल्पना – भावना – विचारांना नवनवे आवाहन मिळते. नव्या जाणिवांनी ही माणसे भारावली जातात आणि त्यायोगे नवनिर्मिती सुप्रतिष्ठित होते.

नवनिर्मितीत व तिच्या नव्या संप्रदायात अंगभूत असलेली ही सारी स्थित्यंतरे केशवसुतांच्या कवितेत व तिने निर्मिलेल्या संप्रदायात दिसतात. म्हणूनच ते 'नव्या मनूतील नव्या दमाचे शूर शिपाई' ठरले. ज्ञाताच्या कुंपणावरून उड्डाण करून अज्ञाताची भूमी नांगरण्याचे 'हजारातून एखाद्या' लाच लाभणारे भाग्य त्यांना लाभले. कवितेच्या क्षेत्रात आपल्याला कोणते कार्य करावयाचे आहे, याची आत्मविश्वासपूर्वक जाणीव केशवसुतांना आरंभापासूनच होती, असे त्यांच्या 'दुर्मुखलेल्या' या विद्यार्थिदशेतील कवितेवरूनही दिसते. 'बा काहीतरी गा नवीन' अशी कवितादेवीने त्यांना दिलेली आज्ञा त्यांनी तंतोतंत पाळली. नव्या जाणिवांनी त्यांच्या कवितेचा पेला काठोकाठ भरून ओसंडू लागला व त्याच्या प्राशनाने अनेकजण तृप्त झाले.'

केशवसुतांनी मांडलेली स्वातंत्र्यकल्पना केवळ सामाजिक आणि राष्ट्रीय स्वरूपाची होती, असे म्हणता येणार नाही. त्यांनी व्यक्तिस्वातंत्र्याचाही पुरस्कार केला. एका माणसाने

दुसऱ्या माणसाला पारतंत्र्यात लोटले, ही कल्पना त्यांना विलक्षण दु:सह वाटली. परंपरेची चौकट मोडणारी त्याची मूर्तिभंजक कविता याच अंगाने पुढे आली आहे.

केशवसुतांच्या कवितेचा मूर्तिभंजनात्मक पातळीवर अभ्यास करताना या कवितेची समाजाभिमुखता तपासणे आवश्यक आहे. केशवसुतांची कविता ही प्रामुख्याने समाजाभिमुख कविता आहे. मूठभर लोकांनी आपल्या क्षुद्र स्वार्थापायी बहुजनांना हीनदीन बनविल्याची प्रखर जाणीव अत्यंत विषादपूर्ण शब्दांत केशवसुतांनी व्यक्त केली आहे.

'इथे या दु:खाने सतत मनुजाला दडपणे
इथे न्यायस्थानी अनय उघडा स्वैर फिरतो
नरालागी येथे नरच चरणाही तुडवितो'

अन्यायाविरुद्ध बंड पुकारणारी कविता केशवसुतांनी लिहिली. मानवी कर्तृत्वावर केशवसुतांचा निश्चल असा विश्वास आहे. नव्या युगाचा शिल्पकार मानवच आहे, यावरती त्यांची निस्सीम अशी श्रद्धा होती. त्याकरिता आवश्यक असणारी उच्च दर्जाची विचारशीलता कवी केशवसुतांजवळ होती. मूळच्या व्यक्तित्वसंपन्नतेने रूढ कल्पनांचा विध्वंस करण्यासाठी आवश्यक असणाऱ्या नव्या विचारांची पूर्वतयारी केशवसुतांनी आधीच केली होती. त्यायोगे निदान काव्याच्या दृष्टीने का होईना, या संदर्भात करावयाच्या कामगिरीसाठी आवश्यक असणाऱ्या सर्जनशील आत्मशक्तीचा प्रत्ययही त्यांना आला होता. आपल्या काव्यप्रतिभेच्या माध्यमातून त्यांनी तो बोलून दाखविला. ज्या विचारांकडे समकालीन प्रस्थापित कवींनी पाठ फिरविली होती, त्या नवजीवनमूल्यांच्या विचाराने प्रभावित होऊन केशवसुतांनी आपली लेखणी गतिमान बनविली. त्यांच्या काव्यवाणीतून विद्रोहाची आग बाहेर पडत गेली, हे विशद करताना त्र्यं. वि. सरदेशमुख म्हणतात.

'केशवसुतांच्या 'नवा शिपाई' व 'गोफण केली छान!' या कविता म्हणजे अलीकडच्या काळातले विद्रोही मराठी मनाचे पहिले कलात्मक साहित्यरूप म्हणावे लागेल. पहिली कविता विधिरूप व दुसरी निषेधरूप आहे. दोन्हींतील भाषा उठावाची व आडदांड बेपर्वाईची आहे. त्यातील भावना उद्दाम असूनही विचारांकित आहे. आपण कोण आहोत आणि आपल्याला काय साधायचे आहे, ते नवा शिपाई स्वच्छ सांगतो. गोफणवाला आपले वैर कोणाशी त्याची यादी करतो; जणू एखाद्या रॉबिनहूडने ज्यांचा काटा काढायचा, त्या धनमल्लांची नावे चावडीच्या खांबावर डकवावीत. आळशी, ऐतखाऊ, पोकळवासे, परधार्जिणे, आर्य पूर्वजांचा बडिवार गाणारे, नव्या पिढीला दारिद्र्याची व स्वाभिमानशून्यतेची प्रीती शिकविणारे.... हे केशवसुतांना विद्रोहास योग्य वाटतात. याच संदर्भात त्यांनी प्रतिष्ठितांच्या षंढत्वाचा उच्चार केला आहे. भाषेतल्या शिव्या देण्यासाठीच असतात. योग्य व्यक्तीला योग्य वेळी त्या दिल्याच पाहिजेत. न देऊ

तर स्वत:लाच त्या देत राहण्याची पाळी आपणावर येते.'

यावरून हे सिद्ध होते की, समाजशील काव्याची निर्मिती करून पारतंत्र्यातील समाजाला एक नवजीवनाची, नवजाणिवेची, नवक्रांतीची ओळख केशवसुतांच्या कवितेने करून दिली.

केशवसुतांची कविता ही सामाजिक क्रांतीची कविता आहे. 'नव्या मनूतील नव्या दमाचा शूर शिपाई सामाजिक समतेचे लढे उभारण्यासाठी काव्यक्रांतीची मशाल घेऊन पेटून उठला. भारतीय धर्मांध समाजव्यवस्थेमध्ये निम्नस्तरीय समाजाचे अतोनात होणारे हाल पाहून केशवसुतांची लेखणी क्रांतीची भाषा बोलू लागली. केशवसुत हे समाजातील दयनीय अवस्थेबद्दल अस्वस्थ होत आणि मग त्यांची कविता सामाजिक विद्रोहाची भाषा बोलू लागे. भारतीय समाजातील धर्म, रूढी, परंपरा, श्रद्धा, कर्मकांड या काल्पनिक गोष्टींचा केशवसुतांच्या कवितेने धिक्कार केला आणि मूर्तिभंजनाची फुलेवादी प्रेरणा कवितेत दृढ केली.

केशवसुतांच्या कवितेतील सामाजिकता तपासत असताना केशवसुतकालीन सामाजिक परिस्थितीचा आढावा घेणे सयुक्तिक ठरेल. केशवसुतांची कविता एकोणिसाव्या शतकाच्या अखेरच्या दशकात आणि विसाव्या शतकातील प्रारंभीच्या दशकात प्रसवली. तिचा कालखंड १८८५ ते १९०५ असा धरता येईल. वरील कालखंडाच्या दृष्टीने एकंदरीत भारतीय समाजाचा विचार करता भारतीय समाज ब्रिटिशांच्या पारतंत्र्यात जीवन जगत होता. राजकीय सत्ता ब्रिटिशांकडे असली, तरी धार्मिक सत्ता मात्र मूठभर कर्मठ लोकांच्या हाती होती. समाजव्यवस्थेने चातुर्वर्ण्य समाजव्यवस्थेला मान्यता दिलेली होती. यामुळे भारतीय समाज अनेक जाती-धर्मांत विभागला गेला होता. या काळात भारतीय समाजव्यवस्थेचा जातिसंस्था हा कणा होता. सर्वसामान्य माणसाच्या आयुष्याची येथील धर्ममार्तंडांनी राखरांगोळी केली होती. या समाजजीवनातील विसंगतीवर केशवसुतांनी आपल्या कवितेतून प्रहार केले. केशवसुतांनी भारतीय समाजव्यवस्थेचा अभ्यास करून जनसामान्यांचा कळवळा असणारी कविता लिहिली. त्यांच्या कवितेमधील सामाजिकतेचा अभ्यास पुढीलप्रमाणे करता येईल.

तत्कालीन समाजव्यवस्था विसंगत अशा स्वरूपाची होती, हे पुन: पुन्हा सांगण्याची गरज नाही. समाजामध्ये अनेक पातळ्यांवरती विसंवाद होता. सुसूत्रता नसलेला हा समाज अनेक संकटांतून जात होता. एकीकडे राजकीय गुलामगिरी, तर दुसरीकडे धार्मिक गुलामगिरी अशा द्विस्तरीय गुलामपातळीवर सर्वसामान्य माणूस जीवन जगण्याचा प्रयत्न करीत होता. अशा समाजिक विसंगतीवर केशवसुतांची कविता हल्ला करीत होती. देव ही कल्पना समाजामध्ये दुही निर्माण करणारी आहे हे केशवसुतांनी ओळखले म्हणून त्यांनी 'देव' या संस्थेवर प्राथमिक हल्ला केला. ते म्हणतात,

'देवदानवा नरे निर्मिले,
हे मत लोका कळू द्या.'

देव ही कल्पना माणसांनीच जन्मास घातली. या सृष्टीचा जन्मदाता किंवा या सृष्टीचा पालनकर्ता म्हणून देव ही कल्पना केशवसुतांनी नाकारली.

दैववादावर आणि तत्सम श्रद्धांवर हल्ला करताना केशवसुत म्हणतात,

'बोल लाविता दैवास
त्यास म्हणावे का पुरूष
आधी भर बांगड्या करी
मग हात कपाळावर मारी'

दैववादावर विश्वास ठेवणारी व्यक्ती स्वत:ला नर म्हणवून घेण्याच्या लायकीची नाही. दैववाद स्वीकारणे म्हणजे मानवी मूल्यांना तिलांजली देणे, मानवी मूल्यांची कुचंबणा करणे असे म्हणता येईल. केशवसुतांनी आपल्या काव्यप्रतिभेच्या माध्यमातून समाजातील विसंगतीवर प्रहार केले. जातिविहीन माणसाची कल्पना केशवसुतांनी आपल्या कवितेच्या माध्यमातून मांडली. जात ही मानवी अहंगंडाची गुरुकिल्ली आहे. जातीसाठी माती खावी लागते, असे जे म्हटले जाते, ते याच अहंगंडाच्या भावनेतून. जातिविरहित समाजरचना केशवसुतांना मान्य होती. म्हणूनच त्यांनी म्हटले,

'ब्राह्मण नाही, हिंदूही नाही, न मी एक पंथाचा,
तेच पतित कीं जे आखडिती प्रदेश साकल्याचा!'

मानवी समाजरचनेची अतिशय निर्मळ, स्वच्छ, सतेज अशी कल्पना केशवसुतांनी वरील काव्यपंक्तीत केली. या संदर्भात प्रा. रा. श्री. जोग यांचा विचार लक्षात घेण्यासारखा आहे. त्यांच्या मते, 'हा शिपाई कोणत्याही एका पंथाचा नाही. 'ब्राह्मण नाही' म्हणजे जात्यतीत आहे. 'हिंदूही नाही' म्हणजे धर्मातीत आहे.' (केशवसुत : काव्यदर्शन)

केशवसुतांनी आपल्या कवितेमध्ये नव्या शिपायाची कल्पना केली आणि हा शिपाई 'नव्या मनूतील नव्या दमाचा' असलेला सांगितले. आधुनिक जीवनमूल्यांची कास धरलेली केशवुतांची कविता मूर्तिभंजनात्मक पातळीवर आगळीवेगळी अशा स्वरूपाची कविता आहे. श्री. वि. म. कुलकर्णी म्हणतात, 'केशवसुतांच्या तत्त्वचिंतनात अज्ञेयवादाच्या व मूर्तिभंजनाच्या काही छटा आढळत असल्या, तरी त्यात तुच्छतावादी (Cynical) दृष्टिकोन नाही. त्यांचे मूर्तिभंजन हा त्यांनी केलेल्या पाखंडखंडनाचा एक भाग आहे.'

महात्मा फुल्यांच्या कवितेनंतर आधुनिकतेचा तुटलेला विद्रोही धागा केशवसुतांनी आपल्या कवितेच्या माध्यमातून पुन्हा जोडला. आधुनिक मानवी विश्वाचे स्वप्न बांधणारी ही कविता सनातन गोष्टींचे मूर्तिभंजन करते, पारंपरिक व्यवस्था नाकारते. केशवसुतांच्या धैर्यशील कवितेचे गुणगान गाताना मं. वि. राजाध्यक्ष 'पाच कवी' मध्ये म्हणतात,

'पन्नास वर्षांपूर्वी जीर्णोद्धारवाद्यांचा महाराष्ट्रावर पगडा बसत असतानाच ब्राह्मण नाही, हिंदूही नाही,' असे बेदरकारपणे लिहिणाऱ्या कवीचे धैर्य असाधारण असले पाहिजे. राष्ट्रवादालादेखील जात्याभिमानाची बैठक ह्याच काळात मिळू लागली, हे लक्षात घ्यावे. म्हणून ह्या धर्मपंथातीत विशालतेचे महत्त्व मोठे.'

केशवसुतांनी जात, धर्म, पंथ, ईश्वर, देववाद, दैववाद या काल्पनिक गोष्टींना नाकारले आणि आधुनिक जीवनमूल्यांना स्वीकारले. त्यामुळे केशवसुतांची कविता वास्तववादी ठरते. केशवसुतांची कविता सामाजिक क्रांतीची भाषा बोलते. सामाजिकता हा केशवसुतांच्या कवितेचा प्राण आहे. इहवादाची पेरणी त्यांनी आपल्या कवितेतून केली. मानवी जीवनाची साफल्यता, मानवी जीवनाची उज्ज्वलता ही कविता अपेक्षिते. केशवसुतांनी वर्षानुवर्षांच्या सामाजिक गुलामगिरीविरुद्ध बंड पुकारले. ज्या प्रस्थापितांनी, स्वतःला भूदेव म्हणवून घेणाऱ्यांनी सामान्य माणसाच्या प्रगतीची दारे बंद केली होती, ज्या माणसांनी स्वार्थापायी अनेक जाचक नियमांची बांधणी केली होती, त्या माणसांविरुद्ध, त्या व्यवस्थेविरुद्ध केशवसुतांच्या कवितेने बंड पुकारले. बहिष्कृत, दीन – दलित समाजाला प्रगतीची वाट दाखविणारी कविता केशवसुतांनी लिहिली. प्रस्थापित व्यवस्थेने मानवी जीवनाची उज्ज्वलता गिळंकृत करण्याचा नेहमीच प्रयत्न केला आहे. विकासाच्या सर्व वाटा बंद करण्याचा कुटिल डाव रचला. समता, स्वातंत्र्य, बंधुता याऐवजी विषमता, पारतंत्र्य आणि उच्च – नीचता या गोष्टींना प्रस्थापितांनी जन्म दिला आणि सामान्य जनांचे शोषण चालविले. या शोषणव्यवस्थेला नकार देऊन केशवसुतांनी आपल्या कवितेमध्ये सुधारणेचे बीजारोपण केले. या संदर्भात रा. श्री. जोग 'काव्यदर्शना'त म्हणतात –

'केशवसुतांचे सामाजिक तत्त्वज्ञान सुधारणेस अनुकूल होते. सुधारणेचा त्यांच्या वेळचा अर्थ अनेकांच्या मताने स्त्री शिक्षण, प्रौढविवाह, पुनर्विवाह असाच प्रामुख्याने असे. स्त्रियांच्या सुधारणाविषयीची सहानुभूती मात्र एक दोन ठिकाणीच स्पष्ट शब्दांनी त्यांनी प्रगट केली आहे. एकदा 'तुतारी'च्या पहिल्या पाठात व एकदा हरिभाऊ आपट्यांना उद्देशून लिहिलेल्या कवितेत. एका विशिष्ट वर्गाच्या सुधारणेपेक्षा त्या सुधारणेच्या मुळाशी असणारे तत्त्वज्ञानच त्यांना अधिक महत्त्वाचे वाटत असावे. हे तत्त्वज्ञान त्यांनी स्वतंत्रपणे निर्माण केले होते असे नाही. बहुधा फ्रेंच राज्यक्रांतीनंतर प्रसृत झालेल्या स्वातंत्र्य, समता व बंधुता या तत्त्वत्रयींवरच त्यांचा भर असावा. समतेचा उल्लेख त्यांनी 'तुतारी' मध्ये स्पष्टच केला आहे. 'नवा शिपाई' या कवितेमध्येही लहान – मोठे, साधू-अधम, दूर – जवळ हे भेद मजजवळ नाहीत, असे म्हणताना त्यांना समताच अभिप्रेत दिसते. समतेच्या आड येणारे जाती, धर्म व पंथ यांचे भेद त्यांना अमान्य असल्याचेही ते या कवितेत आहे. जातिभेदमूलक विषमतेविषयी त्यांनी 'अंत्यजाच्या मुलाचा पहिला प्रश्न' या कवितेत लिहिले आहे, तर आर्थिक विषमतेविरुद्ध विचार 'मजुरावर उपासमारीची पाळी' या

कवितेत आले आहे. समतेबरोबर विश्वबंधुत्वही त्यांना हवे होते, हे त्यांच्या 'नवा शिपाई' या कवितेतील 'जिकडे जावे तिकडे माझी भांवडे आहेत; ती माझी, मी त्यांचा, एकच ओघ आम्हांतुनि वाहे', या उद्गारांवरून कळून येते. त्यांच्या स्वातंत्र्यकल्पनेत देशाचे राजकीय स्वातंत्र्य त्यांना अभिप्रेत असल्याचे 'एका भारतीयाचे उद्गार' या किंवा 'गावी गेलेल्या मित्रास उद्देशून' लिहिलेल्या कवितेवरून दिसत असले, तरी त्यास यापेक्षाही व्यापक अर्थ असावा असे वाटते. तो म्हणजे 'बंधनापासून स्वातंत्र्य' असा असावा. काव्यावरील बंधनांविरुद्ध त्यांनी आपल्या पहिल्याच काव्यविषयक कवितेमध्ये लिहिले आहे. गुलामांचा व्यापार करणाऱ्या राष्ट्रांचा उल्लेख त्यांनी धिक्कारपूर्वक केला आहे ('आगबोटीवरील एका तरुणीस'). रूढींच्या गुलामगिरीतून मुक्तता वा स्वातंत्र्य हे तर त्यांच्या जिव्हाळ्याचे विषय होते. सारांश, स्वातंत्र्य, समता आणि बंधुता या पश्चिमेकडून आलेल्या तत्त्वत्रयींवरच त्यांचे सामाजिक तत्त्वज्ञान आधारलेले होते.'

स्वातंत्र्य, समता, बंधुता ही तत्त्वत्रयी मानवी उन्नयनाचा, जीवनमंत्र आहे, हे केशवसुतांनी जाणले. म्हणूनच केशवसुत इहवादी मानवी उन्नयनाचे भोक्ते ठरले. इहवादाचे सूत्रच मुळात असे आहे. 'Secularism' ग्रंथात डॉ. सटलवाड म्हणतात,

'The basis of this ideology is that material beliefs alone can advance mankind and that religious beliefs retard the growth of the human being'

मानवी जीवनाच्या विकासाला इहवादामध्ये अनन्य असे स्थान आहे. जात-पात, धर्म-पंथ या कल्पना इहवाद नाकारतो. केशवसुतांनीही या काल्पनिक गोष्टीचा कवितेच्या माध्यमातून धिक्कार केला आणि मानवी जीवनातील वास्तववादाशी आपली कविता वाहिली. समाजातील विसंगती नाकारून सुसंगत समाजनिर्मितीचे स्वप्न बांधणारी कविता लिहून केशवसुतांनी मूर्तिभंजक कवितेला लोकाभिमुख केले.

कवी केशवसुतांची कविता मुळात रूढिभंजनात्मक कविता आहे. भारतीय समाज- व्यवस्थेमध्ये मराठी समाज म्हणजेच महाराष्ट्रीय समाज रूढी, परंपरांना चिकटलेला समाज आहे. आजही मराठी माणूस रूढिप्रिय आहे. केशवसुतांच्या कालखंडामधील रूढिप्रियता तर अत्यंत हिणकस अशा दर्जाची होती. देवधर्माचे समाजामध्ये एवढे स्तोम माजले होते की, त्यातून अनेक यज्ञ – विधींचा उगम झालेला होता. रूढिप्रिय असा हा समाज होता. रूढींची समाजमनावर होणारी अनिष्टता लक्षात न घेता रूढीच्या भोवती आरत्या ओवाळणारा हा समाज स्वत:च्या आयुष्याची आरती मात्र उतरवीत होता. जीवन हे सुंदर आहे. ते जसे आपणाला जगण्याचा अधिकार आहे, तसे इतरांनाही जगू द्यावे, ही भावनाच मुळात रूढिग्रस्त समाजात नष्ट होत होती. रूढिग्रस्त समाजाच्या विकासाचे चाक इतक्या गाळात रुतलेले असते की, ते चाक वर काढण्यासाठी फुले-आंबेडकरांसारखा क्रांतिपुरूष जन्मास यावा लागतो.

केशवसुतांनी आपल्या कवितेच्या माध्यमातून रूढीला नकार दिला. ते म्हणतात;

'जुने जाऊ द्या मरणालागुनि;
जाळुनि किंवा पुरूनि टाका,
सडत न एक्या ठायी ठाका;
सावध ऐका पुढल्या हाका;'

केशवसुतांच्या कवितेने आधुनिक जीवनमूल्यांचा स्वीकार आणि रूढी – परंपरेचे मूर्तिभंजन केले. अनेक शतकांपासून सामान्य माणसाची रूढी – परंपरेच्या नादी लागून विकासयात्रा थांबली, रूढी परंपरेमुळे त्यांना नरकात जीवन जगावे लागले. स्वर्ग – नरक यासारख्या पोकळ आणि भोंगळ कल्पनांचा शिरकाव समाजमनामध्ये येऊन पापपुण्याच्या भयग्रस्त समाजव्यवस्थेमध्ये सामान्य माणूस ज्या गोष्टींना धार्मिक परंपरेनुसार पुण्य समजत होता, मुळात तेच त्याचे पाप होते. धर्माच्या नावाखाली, जातीच्या नावाखाली एकमेकाला कनिष्ठ लेखणे, प्रसंगी अस्पृश्य माणसाचा स्पर्शही न चालणे आणि हे सर्व नीतिनियम पाळणे म्हणजे पुण्य, असे जर इथली धर्मव्यवस्था रूढी-परंपरेचा प्रचार – प्रसार करीत असेल, तर हे सर्व नीतिनियम पाळणारा माणूस त्या काळी महापापी नव्हता तर काय? त्यामुळे केशवसुतांनी जुन्या विचारसरणींना नष्ट करण्याचा काव्यसंदेश दिला. नवीन युगामध्ये नवीन विचारधारा स्वीकारण्याचा त्यांनी कवितेच्या माध्यमातून आग्रह धरला. सामाजिक क्रांतीच्या लढ्यामध्ये केशवसुतांच्या कवितेचेही योगदान लक्षात घेणे महत्त्वाचे ठरते. या संदर्भाने रा. श्री. जोग म्हणतात,

'केशवसुतांना क्रांतिकारक कवी म्हणताना त्यांनी प्रकट केलेल्या सामाजिक क्रांतीच्या विचारांकडेच कित्येकांची दृष्टी असते. रूढ सामाजिक आचारांविरुद्ध बंड करण्याची भाषा ते बोलतात. रूढी, सामाजिक अनिष्ट रूढी यांचा धिक्कार त्यांनी अनेक वेळा केला आहे. 'तुतारी' या त्यांच्या सुप्रसिद्ध कवितेत आरंभीच रूढींचा उल्लेख येतो. 'स्फूर्ति'मध्ये 'रूढीच्या दासा' चा निर्देश येतो. हरिभाऊ आपट्यांना उद्देशून लिहिलेल्या कवितेत 'रूढिकाराक्षसी' असा शब्द त्यांनी योजिला आहे. 'मूर्तिभंजन' या कवितेत रूढींचेच भंजन त्यांना अभिप्रेत दिसते. सृष्टीनियमास सोडून दूर चाललेल्या रूढीस ते 'दितीची कन्या' म्हणतात. (प्रा. रा. श्री. जोग : केशवसुत काव्यदर्शन)

प्राचीन जीवनमूल्यांवर उभा असलेला समाज उलथून टाकण्याची भाषा केशवसुतांनी कवितेच्या माध्यमातून मांडली, हे फार मोठे असे मूर्तिभंजन होते. प्राचीन जीवनमूल्ये म्हणजे विषमता, जातीयता, कर्मकांड, ईश्वर, अध्यात्म अशा पोकळ कल्पना होत. विविध रूढी परंपरेने भारतीय समाजजीवन नेस्तनाबूत झाले, हे केशवसुतांनी ओळखले आणि म्हणूनच त्यांनी आपल्या कवितेच्या माध्यमातून रूढी – परंपरा म्हणजे प्राचीन जीवनमूल्यांना नकार दिला. केशवसुतांच्या कवितेने प्राचीनता नाकारली आणि आधुनिकता स्वीकारली.

त्यामुळे केशवसुतांना काही समीक्षकांनी आधुनिक काव्यक्रांतीचे जनक अशी पदवी बहाल केली आहे. प्रा. श्री. के. क्षीरसागर यांनी केशवसुतांच्या कवितेच्या संदर्भात मांडलेले विस्तृत मत लक्षात घेण्यासारखे आहे.

'अर्वाचीन मराठी काव्यात केशवसुतांपासून जी क्रांती झाली, ती केवळ शैलीत वा काव्यविषयात झालेली क्रांती नव्हती. त्या क्रांतीचे मूळ केशवसुतांच्या व्यक्तिमत्त्वात होते. केशवसुतांनी ब्रिटिश अमलातील त्यांच्या पूर्वीच्या कवींप्रमाणे केवळ ऐहिक विषयावर लिहिले असे नव्हे, तर ऐहिक विषयाकडे त्यांनी वेगळ्या दृष्टीने पाहिले. त्या दृष्टीला केवळ ऐहिकपर दृष्टी म्हणण्याने तिचे वेगळेपण कळणार नाही. केशवसुतांच्या दृष्टीचा वेगळेपणा सौंदर्यपूजनात भावनापूजक, आत्मपूजक होता व काव्याच्या सामर्थ्यावर अपार श्रद्धा ठेवणारा होता. यापैकी एकही विशेषण त्यांच्या आधीच्या इंग्रजीशिक्षित ऐहिकनिष्ठ कवींना लावण्यासारखे नव्हते. जे लोक काव्याच्या बाह्यांगात केशवसुतांनी केलेली क्रांती शोधतात, ते खादीच्या कपड्यात गांधीवादाचे हृदय शोधणाऱ्यांइतकेच वेडे असतात. केशवसुती क्रांतीचे हृदय सर्वस्वी वेगळ्या रोमँटिक व्यक्तिमत्त्वात आहे. केवळ इंग्रजी काव्यवाचनात नाही की ऐहिक विषयाच्या निवडीत नाही.' (केशवसुत आणि तांबे).

केशवसुतांची कविता वेगवेगळ्या पातळ्यांवरती मूर्तिभंजनाचा स्वीकार करते. रूढी – परंपरा भारतीय समाजव्यवस्थेच्या पंगूपणाचे लक्षण आहे, हे केशवसुतांनी जाणले. रूढी आणि परंपरेने ग्रासलेले धर्मग्रस्त समाजाचे भयाण चित्र केशवसुतांनी उघड्या डोळ्यांनी पाहिले होते. क्षीरसागरांनी केशवसुतांना 'स्वच्छंदतावादी' म्हटलेले आहे आणि त्यांनी आधुनिक कवितेमध्ये केलेला क्रांतिकारक बदल नाकारलेला आहे; परंतु रा. श्री. जोगांचे केशवसुतांच्या क्रांती-कवित्वाच्या बाबतीत मांडलेले मत लक्षात घेणे महत्त्वाचे ठरते. त्यांच्या मते,

'मराठी कवितेचे बाह्यरूपच नव्हे तर अंतरंगही बदलले आहे आणि काव्याकडे पाहण्याची दृष्टीच बदलली आहे. मराठी कवितेत सामाजिक सुधारणांविषयक प्रश्नांना प्रथम स्थान केशवसुतांनी दिले. सृष्टीविषयक नवी दृष्टी त्यांच्या कवितेत दिसते. नवीन कवितेमध्ये प्रेमाचे पहिले शाहीर त्यांना म्हणावयास हरकत नाही. कळत-नकळत त्यांनी स्वतंत्र तात्त्विक कवितेचा प्रवाह मराठीमध्ये आणून सोडला. सुनीतासारखा विचारप्रधान काव्यप्रकार सुरू केला, रचनाविषयक अनेक नवीन प्रयोग केले. इतक्या गोष्टी ज्यांनी मराठी कवितेत प्रथम केल्या, त्यांना क्रांतीचे श्रेय नाकारणे यात दुराग्रहच व्यक्त व्हावयाचा.' (केशवसुत काव्यदर्शन)

अवास्तव, अलौकिक मराठी कवितेला वास्तवतेचे, लौकिकतेचे भान केशवसुतांनी दिले. अध्यात्म-परमात्म्यामागे धावत असलेली मराठी कविता केशवसुतांनी माणसाच्या अंतरंगात शिरवली. मानवी मनाला चेतना देण्याचे कार्य केशवसुतांच्या कवितेने केले.

भारतातील विस्तृत भौतिकवादी विचारपरंपरेशी आपल्या काव्यलेखणीच्या माध्यमातून नाळ जोडणारे केशवसुत हे मूर्तिभंजक कवी होत. रूढी-परंपरेला नकार देणारा फुल्यांनंतरचा महत्त्वपूर्ण विद्रोहशील कवी म्हणजे केशवसुत.

'रूढी जुलूम यांची भेसुर
सन्तानें राक्षसी तुम्हांला
फाडूनि खाती, ही हतवेला-
जल्शाची का? पुसा मनाला!
तुतारीनें ह्या सावध व्हा तर!
अवडम्बरलीं ढगें कितीतरि,
रविकिरणांचा चूर होतसे,
मोहर सगळा गळुनि जातसे,
कीड पिकांवरि सर्वत्र दिसे!
गाफीलगिरी तरिहि जगावरि!
चमत्कार! 'तें पुराण तेथुनि
सुन्दर, सोज्ज्वळ, गोडें, मोठें!
'अलिकडलें तें सगळें खोटें!'
म्हणती धरूनी ढेरीं पोटें;
धिक्कार अशा मूर्खालागुनि!'

रूढींविषयी त्यांची ही भूमिका. रूढी-परंपरेला केशवसुतांच्या कवितेने का नाकारले? आधुनिक युगामध्ये भारतीय जनजीवन नवविचारसरणीने भारावले. आधुनिक जीवनमूल्यांची कास धरून भारतीय समाजातील काही तरुण मंडळी पुढे येऊ लागली. भारतीय सनातन रूढी-परंपरांना शह देण्यासाठी ती पेटून उठली. त्यामुळे अध्यात्म, रूढी-परंपरा यामधील नाटकीपणा जनसामान्यांच्या लक्षात आणून देण्यासाठी विविध चळवळी आकारास आल्या. त्यामध्ये साहित्य चळवळीलाही नाकारता येणार नाही. केशवसुतांनी काव्यक्रांतीच्या माध्यमातून रूढिभंजन केले.

'हीं मन्दिरें हो खुलतात चांगलीं;
माझ्या वडीलींच न काय बांधिलीं?
मी मात्र हो आज मरें भुकेमुळें;
श्रीमंत हे नाचति मन्दिरीं भले!
हेवा तयांचा मजला मुळीं नसे,
जाडी मला भाकर ती पुरे असे;

कष्टांत देवा! मरण्यास तत्पर,
कां मारिसी हाय! भुकेमुळें तर?[२८]

याद्वारे केशवसुतांनी भारतीय अध्यात्मवादावर पोसलेली आणि बळावलेली पूर्वीची परंपरा नाकारली. रूढिग्रस्त साहित्याला नवजीवनमूल्याचे संजीवन केशवसुत कवितेने दिले. प्राचीन मराठी काव्यपरंपरेला नाकारून एक आधुनिक नवीन अशी काव्यपरंपरा केशवसुतांनी आपल्या काव्यक्रांतीच्या माध्यमातून निर्माण केली; जी कविता प्रबोधनाची नांदी ठरली. असे असले तरीही त्यांनी 'समाजसुधारणांचा सोत्साह पुरस्कार करूनही स्वत:ला या सुधारणांशी सांप्रदायिकपणे बांधून घेतले नाही. 'मळ्यास माझ्या कुंपण न लगे' या जाणिवेशी प्रतारणा होऊ दिली नाही. विचारांचा ताठरपणा असूनही त्यांची कविता दीप्तिमान राहिली, ती यामुळेच. आगरकर, इमर्सन, व्हिटमन इत्यादींकडून केवसुतांनी काही विचारमूल्ये घेतली असतील; पण आपल्या कवितेला त्यांनी आगरकर अथवा अन्य कोणा विचारवंतांच्या तत्त्वविवेचनाची ध्वनिमुद्रिका बनविली नाही.'(झपूर्झा)

केशवसुतांच्या कवितेचा रूढी आणि परंपरेच्या अंगाने विचार करीत असताना केशवसुतांनी सामाजिक रूढी-परंपरांना नकार दिला, हे आपण लक्षात घेतलेच आहे. त्याचबरोबर केशवसुतांनी रूढिग्रस्त साहित्य परंपरेलाही नकार दिला. केशवसुतपूर्व आणि केशवसुतकालीन कर्मठ कवींची कविता ही रूढिवादी कविता ठरते. ही रूढिवादी कविता वर्णजातिबद्ध समाजरचनेचे गोडवे गाते. ती स्थितिशील कविता आहे. अध्यात्माच्या नावाखाली जात-वर्णभेदावर आधारलेली ही कविता पारंपरिक ठरते. सुमारे सहाशे वर्षे अध्यात्म, देवधर्म, रूढी-परंपरा या काल्पनिक गोष्टींच्या नावाखाली बंदिस्त असलेली मराठी कविता फुल्यांनंतर केशवसुतांनी मुक्त केली. या संदर्भाने रा. श्री. जोग लिहितात,

'पूर्वीच्या आर्यांचा बडिवार गाऊन आपले अकर्तृत्व मात्र व्यक्त करणारे, कोणी थप्पड मारिली असता उलट प्रतिक्रिया न करिता गाल चोळीत बसणारे व असाच गरीबपणा लहान मुलांस शिकविणारे लोक त्यांना तिरस्कारार्ह वाटतात (गोफण). जुने ते सारे सोज्ज्वळ व नवीन ते सारे खोटे ही विचारसरणी अर्थातच त्यांना अमान्य होती. जुन्यातूनच नवे निघत असल्याने त्याचे स्वागत करावे, एकाच जागी सडत राहू नये, वर्तमानकाळातही काही करून दाखवावे या गोष्टी त्यांना इष्ट वाटतात. धर्माच्या नावाखाली नीतीला अडथळे आणण्यात येतात; परंतु जेथे नीती आहे, तेथेच धर्म असतो; नीतिनियम हे माणसांकरिता आहेत, माणसे नियमांकरिता नाहीत, असे विचार त्यांच्या 'तुतारी' या कवितेत येऊन गेले आहेत. 'विद्यार्थ्यांस' केलेल्या उपदेशात ते त्याला स्वत:च्या शीलसामर्थ्याविषयी, सत्यप्रीतीविषयी व शब्दसामार्थ्याविषयी जाणीव करून देतात. दुसऱ्या कोणास मान देण्याच्या आधी स्वत:चा मान ठेवण्याची आवश्यकता ते सांगतात.' (काव्यदर्शन)

केशवसुत यामुळे मराठीतील विद्रोही कवी ठरतात. प्राचीन मराठी कविता पारंपरिक

सनातन लोकसंस्थेच्या जीर्णोद्धारासाठी झटत होती, खपत होती. केशवसुतांनी काव्यक्रांतीच्या माध्यमातून ही रूढिग्रस्त पारंपरिक साहित्यमुद्रा नाकारली आणि आधुनिक जीवनमूल्यांनी प्रभावित अशी नवकविता जन्माला घातली. केशवसुतांच्या अगोदरची काव्यपरंपरा पारंपरिक मूल्यव्यवस्थेला जाणीवपूर्वक शरण गेलेली काव्यपरंपरा म्हणता येईल. केशवसुतांनी सामाजिक ग्लानीच्या झळा स्वत: पाहिल्या होत्या. ते म्हणतात,

'इथे न्यायस्थानी अनय उघडा स्वैर फिरतो
नरालागी येथे नरच चरणांही तुडवितो'

जगणे रक्ताळून टाकणारा हा काळ केशवसुतांनी वरील ओळींमध्ये जिवंत स्वरूपात पकडला आहे. शतकानुशतके ज्या समाजाची पिळवणूक झाली, आपली होत असलेली पिळवणूक ज्या समाजाने उघड्या डोळ्यांनी पाहिली, परंतु त्यांची धार्मिक झुंडशाहीच्या विरोधात तोंडातून 'ब्र' काढण्याचीही ताकद नव्हती. केशवसुतांनी कवितेच्या माध्यमातून रूढी-परंपरेविरुद्ध बंड पुकारले आणि बंदिस्त मराठी कवितेला मुक्त केले. मानवाला हीनत्वाची वागणूक देणाऱ्या पूर्व संचितापासून, विषमग्रस्त संस्कृतीपासून पारंपरिक मूल्यव्यवस्थेपासून केशवसुतांनी आपली कविता नवयुगाची 'तुतारी' बनविली. केशवसुतांनी प्रथम विद्रोह पुकारला, तो इथल्या माणसांना हिणवणाऱ्या अध्यात्माशी, माणसापासून प्रकाश चोरणाऱ्या अंधार कोठडीशी, ग्रंथ-सिद्ध फसवेगिरीशी, मागील सुमारे सातशे वर्षांतील कविप्रवृत्तीशी, समतेच्या, न्यायाच्या, स्वयंभू स्वातंत्र्याच्या शत्रूशी, गेल्या सात शतकांच्या दु:सह आजाराशी, त्यांच्या अनुचित पिंडप्रकृतीशी केशवसुतांनी आपल्या काव्यक्रांतीच्या माध्यमातून बंड पुकारले. जीर्ण व्यवस्थेच्या अन्यायी प्रवृत्तीला त्यांनी ठामपणे नाकारले. एक वादळ प्यायलेला वणवा त्यांनी आपल्या कवितेमधून पेटविला. हा वणवा जीर्ण-शीर्ण रूढींचा घेतलेला समाचार हे व्यापक प्रमाणावरील मूर्तिभंजन होय. फुलेंच्या कवितेनंतर क्रांतीची आग प्यायलेली केशवसुतांची कविता रूढी-परंपरेचे मूर्तिभजन करते. मानवी समाजाला मानव्याची शिकवण देणारी ही कविता मानवतेचे गीत गाते. रूढिग्रस्त समाज भयग्रस्त बनलेला असतो. भयग्रस्त समाज सामाजिक विकृतीच्या मागे लागून अनेक धार्मिक भोंगळ कल्पनांना जन्म देत असतो. भारतीय समाजव्यवस्था रूढिग्रस्ततेतून भयग्रस्त बनली आणि भयग्रस्ततेतून सामाजिक विकृती पसरत गेली, जिचा शेवट सामाजिक विषमतेमध्ये झाला. रूढी-परंपरांना नाकारण्याची ऊर्मी केशवसुतांच्या कवितेने दिली.

भारतीय समाजव्यवस्थेमध्ये धर्म हा मानवी जीवनाचा अविभाज्य भाग आहे. धर्माशिवाय माणसाची इथे कल्पना करता येऊ शकत नाही. मुळात धर्म ही कल्पना मानवी विकासाला पूरक अशा स्वरूपाची होती. धर्माच्या अनुषंगाने माणसातील पशुवृत्ती नष्ट होऊन त्यात माणूसपण यावे, यासाठी धर्माची निर्मिती झाली. मानवाचा भौतिक

आणि मनोविकास जसजसा झाला, तसतशी मानवी धर्माची ही कल्पना बदलत गेली. धर्माचे अनेक धर्म झाले. भारतीय समाजाचा धर्मकल्पनेच्या संदर्भात अभ्यास करीत असताना प्रामुख्याने इथे हिंदू धर्माला महत्त्वपूर्ण स्थान दिले गेले आहे. प्राचीनतम काळापासून चालत आलेला हिंदू धर्म अनेक कल्पनांवर आधारलेला धर्म आहे. इथे वास्तवापेक्षा अवास्तव गोष्टींना जास्त महत्त्व दिले जाते. भौतिक जीवनापेक्षा अभौतिक जीवनाकडेच येथील माणसाची प्रवृत्ती झुकलेली दिसते. केशवसुतकाळामध्ये तर हिंदू धर्म संस्था प्रस्थापितांच्या हातातील बाहुले होती. मूठभर लोकांनी आपल्या स्वार्थासाठी धर्माची सत्तासूत्रे आपल्या हातात घेतली. धर्मसत्ता आंधळी बनली आणि त्यातून अनेक कर्मकांडाचा जन्म झाला. कर्मकांडादी कर्मांने सामान्य माणसाचे जीवन हतबल बनले. धर्मामुळे माणसा-माणसांतील अंतर कमी होण्याऐवजी वाढतच गेले. धार्मिक झुंडशाहीला शह देण्याची ताकद फारशी कुणामध्ये त्या काळी नव्हतीच. काही सुधारक मंडळी आपापल्या परीने धर्मसत्तेच्या जोखडातून सर्वसामान्य माणसाची सुटका करण्याचे प्रयत्न करीत होती. केशवसुतांनी आपल्या कवितेच्या माध्यमातून धार्मिक आंधळ्या कल्पनावृत्तीवर प्रखरपणे हल्ला चढविला. केशवसुत म्हणतात,

'नव्या मनूतील नव्या दमाचा
शूर शिपाई आहे,
कोण मला वठणीला
आणू शकतो ते मी पाहे'

जुनी मनुवादी रूढी नाकारून केशवसुतांनी काव्याच्या प्रांतामध्ये नव्या मनूची, नव्या विचारसरणीची, नवीन जीवनमूल्यांची पेरणी केली. धर्म ही कल्पना माणसाला पंगू बनविणारी आहे. म्हणूनच केशवसुतांनी निधर्मवाद स्वीकारला. 'ब्राह्मण नाही, हिंदूही नाही न मी एक पंथाचा' असे सांगून त्यांनी सामाजिक समतेची भाषा आपल्या कवितेच्या माध्यमातून जनमानसासमोर आणली. त्या काळातील धर्मव्यवस्था एवढी कठोर आणि तीव्र होती की, माणसाला माणसाच्या सावलीचा विटाळ होत असे. केशवसुत आपल्या 'तुतारी' या कवितेमध्ये म्हणतात,

'पडली छाया मनुजाची जर
विटाळ होतो तर मनुजाला
न्हावे स्नानचि सचैल त्याला
काय म्हणावे या मूर्खाला?
नरेंच केला हीन किती नर!'

केशवसुतकालीन धर्मव्यवस्था चातुर्वर्ण्य पद्धतीवर अवलंबलेली होती. शूद्र वर्ण हा सर्वांत खालचा वर्ण समजला जात असे. शूद्रामधील अस्पृश्यांच्या सावलीचा

अभिजनास विटाळ होत असे. माणसाच्या सावलीने माणसालाच विटाळ होण्याची जगाच्या धार्मिक इतिहासातील ही एक अजबच प्रथा होती. केशवसुतांनी कवितेच्या माध्यमातून धर्मसंस्थेला आणि प्रस्थापित समाजाला प्रश्न केला की, 'माणसाला कधी माणसाच्या सावलीने विटाळ होतो का?' माणसानेच माणसाच्या खच्चीकरणाची रचलेली धर्मश्रद्धा केशवसुतांनी कवितेच्या माध्यमातून नाकारली. धर्मविघातक रूढी-प्रथावर केशवसुतांनी प्रखरपणे हल्ला चढविला. केशसुतांच्या वाट्याला आलेले जीवन वास्तव क्रूरतम होते. शतकानुशतकांची ही एकछत्री धर्मपरंपरा केशवसुतांनी नाकारली. अवास्तवाची भक्ती पुकारणाऱ्या पारंपरिक धर्मसंस्थेविरुद्ध केशवसुतांनी विद्रोह पुकारला. अन्यायी धर्मसंस्था केशवसुतांनी नाकारली आणि मानवतेच्या पूजनाची कविता निर्माण केली. केशवसुतांनी इथल्या धर्मसंस्थेशी, धर्मव्यवस्थेशी विद्रोह पुकारला. माणसाला हिणवणारी, माणसांना प्रकाशापासून दूर ठेवणारी, ग्रंथसिद्ध फसवेगिरी करणारी धर्मसंस्था त्यांनी झिडकारली. युगानुयुगाच्या अंधार-कोठडीमध्ये बहुजन माणसाला धर्माच्या नावाखाली डांबले गेले. सर्वसामान्य माणसाला धर्मांध सत्तेमध्ये न्याय मिळणे दुरापास्त बनले होते. केशवसुत आपल्या कवितेमध्ये अन्यायी धर्मव्यवस्थेच्या संदर्भात म्हणतात,

'इथे न्यायस्थानी अनय उघडा स्वैर फिरतो
नरालागी येथे नरच चरणाही तुडवितो'

वास्तवाची भक्ती पुकारणाऱ्या पारंपरिक धर्मव्यवस्थेविरुद्ध केशवसुतांनी काव्यशक्तीच्या माध्यमातून शस्त्र उगारले आणि मानवी जीवनाचे नवीन शास्त्र उदयाला आणले. केशवसुतांनी आपल्या प्रभावी काव्यामधून धर्मभंजनाचा प्रभावी उच्चार केला आणि मूर्तिभंजनात्मक काव्यातून समाजाला धर्माविरुद्ध जागृत करण्याचे कार्य केले. ते अतुलनीय अशा स्वरूपाचेच म्हणावे लागेल. धर्मावर माणसाची निस्सीम अशी श्रद्धा असते. धर्म हा माणसाला जीव की प्राण बनलेला असतो. धर्मासाठी माणूस एकमेकांचे खून करायला निघालेला असतो. चातुर्वर्ण्य समाजव्यवस्थेमध्ये वावरत असताना केशवसुतांनी मानवी धर्माची, खऱ्या धर्माची शिकवण मराठी माणसाला दिली. धर्मामुळे माणसेच माणसाची कशा प्रकारे लुबाडणूक करतात, धर्माच्या नावाखाली मूठभर लोक आपली तुंबडी कशी भरून घेतात, हे सत्य वास्तव, परिस्थिती केशवसुतांनी कवितेच्या माध्यमातून जनांसमोर आणली. त्यातून केशवसुत विज्ञानवादाचा, आधुनिक जीवनमूल्यांचा पुरस्कार करताना, स्वीकार करताना दिसतात. केशवसुतांच्या कवितेने धार्मिक पोकळ कल्पनांवर हल्ला चढविला. श्रद्धेने आणि अंधश्रद्धेने धर्माच्या पाठी लागलेला माणूस कसा नेस्तनाबूत होतो आहे, याचा सामाजिक इतिहास केशवसुतांनी आपल्या कवितेच्या माध्यमातून मांडला. त्यामुळे केशवसुतांची विद्रोही कविता मूर्तिभंजक ठरते.

फ्रेंच राज्यक्रांतीच्याही अगोदर बुद्ध तत्त्वज्ञानाने स्वातंत्र्य, समता आणि बंधुता या

विश्वव्यापी जीवनमूल्यांची जगाला देणगी दिली. केशवसुत ज्या कालखंडात लिहितात, तो कालखंड राजकीयदृष्ट्या पारतंत्र्याचा कालखंड होय. या काळात एकीकडे राजकीय स्वातंत्र्य पाहिजे होते, तर दुसरीकडे सामाजिक स्वातंत्र्यही हवे होते.. 'स्वातंत्र्य' या शब्दाचे मूल्य – अमूल्य अशा स्वरूपाचे आहे. एकीकडे संपूर्ण भारतीय समाज ब्रिटिशांच्या पारतंत्र्यात अडकलेला आहे, तर दुसरीकडे या देशातील बहुजन समाज एकाच वेळी दोन पारतंत्र्याची शिक्षा भोगत आहे. एकीकडे तो राजकीयदृष्ट्या ब्रिटिश अमलाखाली असल्यामुळे पारतंत्र्यात आहे, तर दुसरीकडे धर्मसत्तेच्या धर्मांधशाहीमध्ये तो सामाजिक गुलामगिरीत खितपत पडलेला आहे. अशा बहुजन माणसाला स्वातंत्र्याची किंमत समजावून देणारी कविता केशवसुतांनी लिहिली. सामाजिक आणि राष्ट्रीय स्वरूपाच्या स्वातंत्र्याबरोबरच व्यक्तिगत स्वातंत्र्याचा पुरस्कार केशवसुतांच्या कवितेने केला.

'तेव्हा आम्ही म्हटले, ही ऱ्हासाची रजनी
केव्हा जाईल विरून साची
स्वतंत्रतेची पहाट येईल, उत्कर्षाचा दिन
केव्हा सुचविल'

यावरून पारतंत्र्याबद्दलची केशवसुतांच्या मनातील जबरदस्त खंत दिसते. केशवसुतांच्या कवितेमधून स्वातंत्र्याची प्रकट झालेली इच्छा अशी ठायीठायी दिसते. राष्ट्रप्रेमाने भारावलेली स्वातंत्र्य - कविता मानवी मुक्त स्वातंत्र्याचेही स्वप्न बांधते.

स्वातंत्र्याबरोबरच केशवसुतांनी समानतेचा आग्रह धरला. समानता म्हणजे संपूर्ण मानवी जातीला समान अधिकार, सर्वांना समान संधी, सर्वांची प्रगती, विकास, कोणी उच्च नाही, कोणी नीच नाही, सगळे सारखे असे आशावादी स्वप्न बांधू पाहणारी ही कविता केशवसुतांच्या सामाजिक जाणिवेच्या भानातून स्फुरली. केशवसुतांची कविता समतेचे धडे देणारी कविता आहे.

त्यांची कविता विषमतेच्या अंधारातून समतेच्या प्रकाशात जाणारी कविता आहे. पारंपरिक मूल्य – श्रद्धांना नाकारणारी ही कविता इहवादी जाणिवेचे भान ठेवते. केशवसुतांची कविता सूर्याच्या प्रकाशाइतकी प्रखर आणि तेजोमय कविता आंहे. मानवी समानतेचे उद्दिष्ट उराशी बाळगून मानवी समाजाला समानतेचे तत्त्व अंगीकारण्यास प्रवृत्त करणारी ही कविता समता तत्त्वाची पूजक आहे. अंधार म्हणजे स्थितिशीलता, प्रकाश म्हणजे गतिशीलता. समानता हा मानवी विकासाचा पाया आहे, हा केशवसुत कवितेचा सारगर्भ म्हणावा लागतो. 'समता' हा मानवी जीवनविकासाचा पाया होय. समतेशिवाय एकसंघ विकसित समाजाची कल्पना करताच येऊ शकत नाही. विषमताधिष्ठित समाजव्यवस्थेला समता तत्त्वाची जाणीव केशवसुतांच्या कवितेने करून दिली. केशवसुतांची कविता समता तत्त्वाची भाषा बोलणारी कविता आहे. शब्दांना तेजाचे पंख

बहाल करणारी, प्रकाशाकडे जाणारी ही कविता, समतेच्या लढ्याची झुंज देणारी ही कविता मानवी मूल्यांना जिवापाड जपण्याचा प्रयत्न करते. केशवसुतांच्या कवितेला समता अनेक पातळ्यांवरती असावी, असे वाटत होते. पुरोगामी विचारतत्त्वाची बीजे स्वीकारून ही कविता सामाजिक विषमतेचा कर्दनकाळ बनू पाहात होती. 'मजुरांवर उपासमारीची पाळी' यासारख्या कवितेमधून आर्थिक समतेच्या संदर्भातील त्यांची तळमळ ते प्रकट करताना दिसतात. सामाजिक विषमतेचे विदारक चित्रण केशवसुतांच्या कवितेत ठायीठायी दिसते.

'ही मंदिरे हो खुलतात चांगली;
माझ्या वडिलींच न काय बांधिली!?
मी मात्र हो आज मरे भुकेमुळे;
श्रीमंत हे नाचति मंदिरी भले!'

अशा विद्रोही शब्दांमध्ये सामाजिक विषमतेला चीर पाडून समतेची हाक केशवसुतांनी दिली. केशवसुतांच्या कवितेमध्ये एका गतिमान लयीची जाणीव दिसते व ती कुठेही खंडित होताना दिसत नाही. समतेशिवाय मानव्याधिष्ठित समाजरचनेची कल्पनाच करता येत नाही, हे केशवसुतांनी हेरले आणि तत्कालीन सामाजिक विषम परिस्थितीमध्ये सामाजिक समतेचे धडे आपल्या कवितेतून दिले.

केशवसुतांची कविता मानवी प्रेम भावनेला प्राधान्य देते. माणसामाणसांतील प्रेम हे समाजविकासाचे महत्त्वपूर्ण लक्षण म्हणावे लागेल. ज्या समाजामध्ये प्रेमाची, सामंजस्याची भावना नसते, तो समाज अधोगतीकडे झुकलेला असतो. केशवसुत कालखंडात भारतीय सगाजजीवन धार्मिक झुंडशाहीच्या अधिपत्याखाली नांदत होते. जात – धर्माच्या नावाखाली माणसामाणसांतील प्रेमभावना नष्ट होऊ लागली होती. माणसाला माणसाचा स्पर्श न चालणारा हा काळ माणुसकीची, प्रेमाची जपवणूक करणारा कसा असू शकेल?

अशा प्रकारच्या सामाजिक विध्वंसाच्या परिस्थितीत केशवसुतांनी आपल्या कवितेच्या माध्यमातून बंधुत्वाची भावना पेरली. सामाजिक स्वास्थ्य जर टिकवायचे असेल, माणसाला माणसासारखे जर जगवायचे आणि जगू द्यायचे असेल, तर त्या समाजामध्ये बंधुभावाची भावना असली पाहिजे. केशवसुतांनी कवितेच्या माध्यमातून बंधुत्वाची शिकवण समाजाला दिली.

'जिकडे जावे तिकडे माझी भांवडे आहेत.
सर्वत्र खुणा माझ्या घरच्या मजला दिसताहेत;
कोठेही जा पायांखाली तृणावृता भू दिसते,
कोठेही जा – डोईवरते दिसते नीलांबर ते!'

विषमताधिष्ठित समाजरचनेमध्ये बंधुभावाची शिकवण देणारी ही कविता स्वातंत्र्य,

समता आणि बंधुत्व या मानवी मूल्यांची जोपासना करताना दिसते. भारतीय आधुनिक युगाच्या प्रारंभकालामध्ये सनातनी धर्मव्यवस्थेमध्ये मूल्याधिष्ठित समाज बांधणीची कविता केशवसुतांनी लिहिली. सनातन व्यवस्था त्या काळात एवढी जबरदस्त होती की, जातीशिवाय माणूस दुसऱ्या माणसाकडे पाहात नसे. जातीतही उपजाती निर्माण करणारा हा धर्म माणसांची आणि मानव्याची शकले पाडीत होता. एका माणसाने दुसऱ्या माणसाशी बंधुभावाच्या नात्याने राहावे, इतरांच्या सुखदु:खामध्ये स्वत:ला सामील करून घ्यावे, माणसाने माणसावर प्रेम करावे, माणसाने माणसासाठी मरावे, माणसाने माणुसकी अंगीकारावी ही शिकवण नवीन जीवनमूल्ये देत होती; परंतु पारंपरिक बुरसटलेल्या विचारसरणीला चिकटलेले भारतीय मन नवजीवनाचा अंगीकार करत नव्हते. आजही परिस्थिती पूर्णपणे बदलली असे ठामपणे म्हणता येणार नाही. मागे सांगितल्याप्रमाणे आजही जाती–धर्माच्या नावाखाली जातीय दंगली घडताना दिसतात. बॉम्बस्फोट होताना दिसतात. मानवी मूल्यांची राखरांगोळी आजही होताना दिसते. केशवसुतांनी तत्कालीन परिस्थितीमध्ये बंधुत्वाची शिकवण मराठी मनाला, मराठी समाजाला कवितेच्या माध्यमातून दिली.

एकंदरीत स्वातंत्र्य, समता आणि बंधुत्व या तत्त्वत्रयींचा अंगीकार करणारी कविता केशवसुतांनी लिहिली. विषमताधिष्ठित समाजव्यवस्थेत समतेचे महत्त्व केशवसुतांनी पटवून दिले. समता हे मानवी विकासाचे पायाभूत तत्त्व म्हणावे लागेल. केशवसुतांपूर्वीची बहुतांश मराठी कविता समततत्त्वांचा म्हणजेच मानवी मूल्यांचा धिक्कार करणारी परंपरावादी कविता होती. अध्यात्म, ईश्वर, दैववाद या भोवतीच ही कविता रूंजी घालताना दिसत होती. फुल्यांच्या कवितेचे सूत्र पकडून केशवसुतांनी पुढील काळात कविता लिहिली. मानव-मुक्तीचा ध्यास असलेली ही कविता मानवी हक्काचे, मानवी अधिकाराचे सर्वसामान्य माणसाला महत्त्व पटवून देत होती. प्रत्येक माणूस जन्मत: आणि निसर्गत: स्वतंत्र आहे मग तो स्त्री असो वा पुरुष. समाजव्यवस्था माणसाला अनेक अंगाने गुलाम बनविते, समतेऐवजी विषमता पेरते, एकमेकांमध्ये वैरभाव निर्माण करते, अशी समाजव्यवस्था मुळासकट उखडून फेकण्याची भाषा काव्यक्रांतीच्या माध्यमातून केशवसुतांनी पुढे आणली. मानवी अधिकाराची, मानवी हक्काची जाणीव करून देणारी कविता केशवसुतांनी लिहिली. आधुनिक मराठी कवितेमध्ये मानवी मूल्यांची स्थापना प्रथम महात्मा फुल्यांच्या कवितेने केली. फुल्यांनंतर मानवी मूल्यांची स्थापना करणारी कविता केशवसुतांनी लिहिली. केशवसुतांची कविता मानवी अधिकाराचा जाहीरनामा प्रकट करणारी कविता आहे. केशवसुतांची कविता आधुनिक कविता बनली. केशवसुतांच्या आधुनिक कवितेला 'क्रांती कविता' असेही म्हटले जाते. केशवसुतांनी आपल्या कवितेमधून नवजीवन दर्शन घडविले. याबाबतीत दु. का. संत / स. रा. गाडगीळ यांचे मत लक्षात घेण्यासारखे आहे. त्यांच्या मते,

'त्यांचे काव्य म्हणजे या नव्या जीवनदर्शनाची वाङ्मयमूर्ती होय. या नवनिर्मितीसाठीच केशवसुतांना क्रांतिकारक, युगप्रवर्तक कवी म्हणावयाचे... केशवसुत हे युगप्रवर्तक, क्रांतिकारक कवी जे गणले जातात, ते त्यांनी केलेल्या पद्यविषयक क्रांतीमुळे नव्हे, त्यांच्या काव्याचे अंतरंग 'क्रांतीरसा' ने भरले आहे म्हणून. ('केशवसुत')

म्हणून केशवसुतांच्या काव्यातील नवीन जीवनदर्शन म्हणजेच स्वातंत्र्य, समता, बंधुत्व होय. या तत्त्वत्रयीवर आधारित असलेल्या नवसमाजनिर्मितीचे स्वप्न केशवसुतांची कविता बघते. म्हणून त्यांची कविता क्रांतियुगाची क्रांती कविता ठरली. केशवसुतांच्या आधुनिक जीवनमूल्य काव्यदर्शनासंदर्भात दि. के. बेडेकर आणि अशोक केळकर यांच्या मते,

'Keshavasut (K.K.Damle) Wrote some of his earliest lyrics, the first truly modern lyrics' Marathi literature

केशवसुतांना आधुनिक कवितेचे जनक असे वाङ्मय इतिहासात म्हटले गेले. फुल्यांनंतर केशवसुतांनी आधुनिक जीवनमूल्यांवर विश्वास दर्शविणारी कविता लिहिली, म्हणून त्यांची कविता आधुनिक बनली. मानवी अधिकाराने प्रभावित झालेली ही कविता मानवी हक्काविषयी सामान्य माणसाला जागृत करण्याचे काम करीत होती. केशवसुतांच्या कवितेने मराठी कवितेमध्ये नवजीवनाचे नवचैतन्य भरविले म्हणून प्रा. निशिकांत ठकार म्हणतात,

'केशवसुतांच्या काव्यात नव्या मन्वंतराची सर्व वैशिष्ट्ये व संघर्ष प्रकट झालेले असल्यामुळे ते या क्रांतीचे नेते बनले.' ('मराठी कविता')

केशवसुतांची कविता स्वातंत्र्य, समता आणि बंधुत्वाची हाक देते. मानवी जीवनमूल्यांवर अढळ श्रद्धा असलेली ही कविता विषमताधिष्ठित समाजाला त्या समाजातील चालीरीती ठामपणे नाकारते. मानवी जीवनाचे सर्वांग सुंदरतेचे स्वप्न बांधू पाहणारी ही कविता मराठी काव्यात आधुनिक जीवनरस पिऊन मानवीमुक्तीचे गोडवे गाऊ लागली. मानवातील दानवता संपुष्टात आली पाहिजे, हा एकच ध्यास या कवितेला लागलेला दिसतो. केशवसुतांची कविता 'नव्या मनूतील नव्या दमाचा शूर शिपाई' ठरली, ती त्यांच्या कवितेमध्ये असलेल्या मानवी हक्काच्या तत्त्वत्रयीवरून. सबंध मानवाचे कल्याण ज्या मूलभूत हक्कांमध्ये दडलेले आहे, ते मानवी हक्क निर्भयपणे प्रस्थापित व्यवस्थेला सांगणारी ही कविता धर्म, परंपरा, रूढी, देव – दैव नाकारणारी कविता असल्याने मूर्तिभंजक कविता ठरते.

आधुनिक मराठी कविता पारंपरिक मूल्यांना आळवून आळवून पुढे जात होती. फुल्यांनी काव्यक्रांतीच्या माध्यमातून विद्रोही स्वरूपाची चालू केलेली मूर्तिभंजनाची चळवळ काही काळ स्थिरावल्यासारखी दिसत होती. तिचे स्थिरावलेले हे चक्र कवी केशवसुतांच्या कवितेने पुन्हा वाढवली. केशवसुतांनी पारंपरिक धर्मव्यवस्था, मूल्यव्यवस्था

नाकारली, नवजीवन तत्त्वज्ञानाचे धडे त्यांनी आपल्या काव्यक्रांतीच्या माध्यमातून जनसामान्यासमोर आणले. संत – पंत – तंत काव्यपरंपरेला नाकारणारी आधुनिक काव्यपरंपरा केशवसुतांच्या कवितेने निर्माण केली. पारंपरिक काव्यपरंपरा अलौकिक, अवास्तव, अभौतिक जीवनश्रद्धावर अवलंबलेली होती. आंग्लविद्येच्या अध्ययनाने मानवी जीवनाचा वास्तव पातळीवर विचार करण्यास सुरुवात झाली. साहित्य आणि समाज यामधील परस्परपूरक संबंध पाश्चात्त्य वाङ्मय अभ्यासाने मराठी नवतरुण लेखकाच्या लक्षात येऊ लागले. जीवनाकडे पाहण्याची एक प्रगल्भ विवेकशील दृष्टी जागृत होण्यास आंग्लविद्येच्या वाङ्मयाचा हातभार लागला. त्यामुळे पारंपरिक वाङ्मयीन मूल्यांचे मूर्तिभंजन होण्यास सुरुवात झाली आणि ही सुरुवात फुल्यांनंतर केशवसुतकाळामध्ये फार मोठ्या प्रमाणावर झाली. केशवसुतांनी आपल्या नावाचा एक वाङ्मयीन कालखंड कोरून ठेवला. एवढा मोठा वाङ्मयातील मूर्तिभंजनाचा वसा केशवसुतांनी उचलला. केशवसुतांच्या प्रभावाखाली येऊन अनेक कवी लिहू लागले. पारंपरिक मराठी कवितेचे मूर्तिभंजन करून केशवसुतांनी काव्यनिर्मितीची नवीन पायाभरणी केली. पारंपरिक साहित्य संस्कृतीला झिडकारून एक नवीन साहित्यसंस्कृती केशवसुतांच्या कवितेने आकारास आणली. आधुनिक मराठी कवितेतील मूर्तिभंजन केशवसुतांनी केले.

केशवसुतांनी लिहिलेली कविता, विविध विषयांवरती आहे. स्वातंत्र्य, अस्पृश्यता, प्रेम, निसर्ग अशा वेगवेगळ्या विषयांना वाहिलेली ही कविता पारंपरिक कवितेतील भक्तिवादी विचारसरणी नाकारते. भक्तिवादातून मानवी जीवनमूल्यांची शक्ती कमी झाली. भक्तिरसात न्हालेला सामान्य माणूस जीवनरसापासून हेतुपुरस्सर दूर ठेवण्यात आला. जीवनवादाला तिलांजली देऊन जीवनात अध्यात्म, ईश्वर, भक्ती या कल्पनांनाच पारंपरिक साहित्यात प्रामुख्याने स्थान असलेले दिसते. केशवसुतांनी आपल्या कवितेमधून जीवनाच्या मांगल्याची गाणी गायिली. जीवनाकडे गंभीरपणे पाहायला लावणारी ही कविता नवतावादाचा पुरस्कार करणारी ठरली. म्हणून केशवसुतांना मूर्तिभंजनात्मक काव्य करणारा एक मुक्त कवी म्हणावे लागते. त्यांची कविता पारंपरिक सनातनी मूल्यांपासून मुक्त झाली. माणसाला ज्या पूर्वसंचिताने हीन करून सोडले, विषमताग्रस्त संस्कृतीमध्ये जीवन जगत असताना मानवी जीवनाची दमछाक झाली. या सनातन मूल्यव्यवस्थेपासून मुक्त होऊन केशवसुतांनी मराठीतील आधुनिक कविता जन्माला घातली. 'मुक्ती' हा शब्दप्रयोग पारंपरिक धर्मव्यवस्थेमध्येही नांदत होता. मुक्तिमार्गाचा स्वीकार साधुसंतांनी केला. मुक्तिमार्गाला आध्यात्मिक अशा स्वरूपाचा पाया होता. हा आध्यात्मिक पाया केशवसुतांनी आधुनिक कवितेमध्ये नाकारला. प्राचीनत्वाच्या पारंपरिक खुणा नाकारून नवीन जीवनजाणिवा वृद्धिंगत करणारी कविता आधुनिक मराठी काव्यात केशवसुतांनी लिहिली. गुलाम जीवनाची संपूर्ण व्यवस्था केशवसुतांची कविता नाकारते. म्हणूनच 'मळ्यास माझ्या कुंपण पडणे अगदी न मला साहे.' मूर्तिभंजनाच्या पातळीवर जाऊन ही कविता पारंपरिक

कुंपणाच्या पलीकडे मजल मारते. आधुनिक जीवन जाणिवांची प्रखर अशी भाषा ही कविता बोलते. मानवी जीवनाचा समतोल साधणारी ही कविता कुठलाही पहारा स्वीकारीत नाही. जीवनमूल्यांचा स्वीकार करणारी ही कविता माणसाला कोंडून मारणाऱ्या भिंती पाडून टाकण्याचा प्रयत्न करते. अशी ही केशवसुतांची मूर्तिभंजक कविता अन्यायी मूल्यव्यवस्थेपासून स्वत:ला वेगळे करून घेते. केशवसुतांच्या कवितेमध्ये महान जीवनसत्याचा प्रकाश दिसतो. ही कविता 'सूर्योदयी कविता' म्हणावी लागेल. त्यामुळे केशवसुत मूर्तिभंजन कवितेतील महत्त्वाचे शिलेदार ठरतात. न्यायाची मागणी करणारी ही कविता मानवी समतेचा, न्यायाचा, स्वातंत्र्याचा आग्रह धरते, आणि शतकानुशतकाच्या पारंपरिक साहित्य परंपरेचे मूर्तिभंजन करते. अशा प्रकारे मानवी मूल्यांसाठी इतक्या आकांताने आवाज उठविणारी केशवसुतांची कविता

'उठा! उठा! बांधा कमरा!
मारा किंवा लढत मरा!'

म्हणत व्यवस्थेच्या विरूद्ध मूर्तिभंजनाची हाक देऊन व्यवस्थेची चिरफाड करणारी कविता ठरते. केशवसुतकालीन इंग्रजी शिक्षणाने प्रभावित झालेल्या कोणत्याही कवीने अशी विद्रोही हाक देण्याची हिंमत केली नाही. केवळ केशवसुतांची कविता असा वादळ प्यायलेला वणवा शब्दांमधून आपणासमोर मांडते.

'रूढी, जुलूम यांची भेसूर
संताने राक्षसी तुम्हाला
फाडुनि खाती, ही हतवेला
जल्शाची का? पुसा मनाला!'

असा सवाल इथल्या रूढीला विचारणे साधीसुधी बाब नाही. त्यासाठी मनामध्ये परिवर्तनवादाची तळमळ पाहिजे. केशवसुतांमध्ये ती होती म्हणून केशवसुत आधुनिक कवितेमध्ये 'मैलाचा दगड' ठरले. जुन्या मूल्यव्यवस्थेला हादरे देण्याचे काम या मूर्तिभंजक कवितेने केले. समाजमनाच्या पारंपरिक बेरजेला गोफणीने धोंडे मारून त्यांनी धारेवर धरले. गुलामाला गुलामीची जाणीव करून देणारी कविता केशवसुतांनी लिहिली. 'अंत्यजाचा मुलाचा प्रश्न' समाजमंचावर आणला. शतकानुशतके ज्या माणसाच्या जगण्यावर पाय ठेवून ही संस्कृती पुढे जात होती, त्या संस्कृतीला प्रश्नांकित करण्याचे काम केशवसुताच्या कवितेने केले. मजुराची उपासमार केशवसुतांना सहन झाली नाही. सामान्यातील सामान्य माणूस केशवसुताच्या कवितेचा केंद्रबिंदू झाला. मूल्यांना वाचा देणारी ही कविता विद्रोहाचे सुरूंग पेरीत होती. समाजामध्ये जे जे खोटे, घातक अशा व्यवस्थेचे भंजन करणारी ही कविता मूर्तिभंजनात्मक कविता ठरते.

प्रकरण चौथे

केशवसुतांची प्रभावळ आणि मूर्तिभंजन

१९०५ साली केशवसुतांचे निधन झाले. एका उत्तुंग अशा काव्यव्यक्तिमत्त्वाचा अंत झाला. महात्मा फुले यांच्या कवितेशी जवळीक साधणारी कविता केशवसुतांनी निर्माण केली. आपल्या अंतर्मनामध्ये जे जे स्फोट होत होते, ते त्यांनी शब्दांच्या माध्यमातून प्रकट केले. तसा केशवसुतांच्या कवितेसमोर कुठल्याही कवीचा आदर्श नव्हता. केशवसुतांना आदर्श मानून पुढील कालखंडात अनेक कवी लिहिते झाले. त्यातूनच केशवसुत संप्रदायाचा विकास झाला. एक प्रकारे नवप्रकाशाची वाट केशवसुतांच्या कवितेने पुढील कवींना दिली.

'जिने आता ही मारिता भरारी।
गूढ गगने भेदुनी पार सारी।
तत्त्वरत्ना, उघडिल्या दिव्यखाणी।
ती कृष्णाची महाराष्ट्रवाणी।'

अशा शब्दांमध्ये गोविंदाग्रजांनी केशवसुतांच्या कवितेचा कृतार्थ गौरव केला. रे. टिळक, गोविंदाग्रज, रेंदाळकर, रहाळकर, बी आदी कवी केशवसुत प्रभावाने लिहिते झाले. काव्यसरितेच्या नव्या वाटा, नव्या दिशा शोधण्यास त्यांनी सुरुवात केली. त्यांच्या प्रेरणास्थानी केशवसुत दीपस्तंभासारखे होते. या कवींचा मूर्तिभंजनात्मक पातळीवर अभ्यास करणे क्रमप्राप्त आहे.

केशवसुतप्रभावाने लिहिते झालेले आणि केशवसुतांपेक्षा वयाने मोठे असूनही केशवसुतांच्या कवितेचे माहात्म्य मान्य करणारे नारायण वामन टिळक मराठी काव्यप्रांतात आपले एक आगळेवेगळे स्थान निर्माण करून अजरामर झाले. आपल्या वैयक्तिक आयुष्यामध्ये टिळक मूर्तिभंजनात्मक राहिले. रे. टिळकांचा जन्म ६ डिसेंबर १८६१ मध्ये झाला. टिळकांचे शिक्षण इंग्रजी पाचवीपर्यंत झाले होते. त्यांनी काही काळ शिक्षक म्हणून नोकरी पत्करली. पुढे पुराणिक, कीर्तनकार, मुद्रणालयातील जुळारी असे विविध व्यवसाय त्यांनी केले. पुरोगामी विचारांशी जवळीक असल्यामुळे पुढे त्यांनी पारंपरिक

व्यवसाय सोडून दिला. राजनांदगाव येथे नोकरीसाठी जात असताना योगायोगाने एका ख्रिस्ती धर्मगुरूशी त्यांची भेट झाली. या भेटीतूनच त्यांचा ख्रिस्ती धर्माच्या अभ्यासाकडे कल वाढला. ख्रिस्ती धर्माच्या अभ्यासाने प्रभावित होऊन १८९५ मध्ये टिळकांनी ख्रिस्ती धर्माचा स्वीकार केला. पुढे धर्मगुरू म्हणून त्यांनी काम सुरू केले.

यावरून टिळकांचा जीवन प्रवास लक्षात येईल. हिंदूधर्म सोडून १८९५ मध्ये त्यांनी केलेला ख्रिस्ती धर्माचा स्वीकार हा त्यांच्या आयुष्यातील महत्त्वाचा क्षण. खरे तर हा मूर्तिभंजनात्मक कृतिशील कार्यक्रमच म्हणावा लागेल. टिळकांनी हिंदू धर्मव्यवस्था नाकारून ख्रिस्ती धर्माचा केलेला स्वीकार त्यांच्या जीवनातील महत्त्वाचा टप्पा म्हणावा लागतो.

टिळकांना प्रामुख्याने 'फुला – मुलांचे' कवी म्हणून ओळखले जाते. टिळकांनी केशवसुतांचे काव्यगुरूत्व मान्य केले होते. त्यांच्या काही कवितांमध्ये त्यांनी केशवसुतांच्या काव्यस्फूर्तीचे गुणगानदेखील केलेले दिसते.

टिळकांची कविता सामाजिक अन्यायाचा तिटकारा करताना दिसते. केशवसुत जीवनाविषयी निराशावादी, तर टिळक जीवनाविषयी आशावादी दिसतात. टिळकांची कविता मूर्तिभंजनाचे विद्रोही स्वरूप प्रकट करताना दिसत नाही. व्यवस्थेवर जबरदस्त प्रहार न करता टिळकांची कविता जीवनातील मांगल्याचे पूजन करते. पारंपरिक कवितेला नाकारत आधुनिक जीवन दृष्टिकोन स्वीकारून नवमूल्यांची हळूच प्रतिष्ठापना करण्याची आशा बाळगते. केशवसुतांच्या कवितेपेक्षा टिळकांची कविता अधिक वास्तववादी बनताना गूढता सोडून सरळ सुलभपणे आविष्कृत होते. त्यामुळे टिळक केशवसुत प्रभावाने लिहीत असले, तरी त्यांची स्वतंत्र अशी दृष्टी काव्यातून प्रकट होताना दिसते; परंतु नव्या जाणिवा आणि नवी मूल्ये केशवसुती परंपरेपासून टिळकांनी स्वीकारली असल्यामुळे टिळकांची कविता मूर्तिभंजनाच्या रस्त्यावरील पाऊलवाट का होईना, बनण्याचा प्रयत्न करते.

'मेले मेल्यां मुठमाती
देतिल' ही वाणी घुमती
नव्या युगाची विश्वात,
तीच माझिया शिंगात;
चला पुढे व्हा!
जगास दावा
करूनी नावा!
हिंदपुत्रहो! मी म्हणतो
शिंग एकदा फुंकीतो!'

अशा प्रकारे क्रांतीची भाषा तुतारीच्या स्वरात बोलणारी ही कविता नव्या युगाची पायवाट होऊ पाहते.

रेव्हरंड टिळकांच्या कवितेच्या संदर्भात 'वनवासी फूल' या काव्याचे परीक्षण करताना रेव्हरंड फादर जे. सी. विन्स्लो यांनी टिळकांच्या कवितेचे एकूण चार विभाग पाडले आहेत. पैकी पहिला धर्मांतर पूर्वकाल विभाग (१८८५ ते १८९५) या कालखंडातील टिळकांची कविता संस्कृतप्रचुर असलेली दिसते. द्वितीय कालखंड १८९५ ते १९०० या कालखंडात टिळक 'फुला – मुलांचे कवी' म्हणून प्रसिद्ध झाले. १९०० ते १९१२ या तिसऱ्या कालखंडामध्ये त्यांनी धर्मातीत व भक्तिप्रधान काव्यलेखनाची निर्मिती केली. १९१२ ते १९१९ या चौथ्या कालखंडामध्ये धर्मांतराच्या प्रभावातून त्यांनी धार्मिक दृष्टिकोनातून कविता लिहिलेली दिसते. टिळकांचा काव्यप्रवास असा विविधांगी स्वरूपाचा दिसतो. टिळकांच्या कवितेमध्ये मूर्तिभंजनाचे स्वरूप शोधत असताना टिळकांचे एकंदरीत व्यक्तिमत्त्व महत्त्वपूर्ण ठरते. हिंदू धर्माचा त्याग करून त्यांनी ख्रिश्चन धर्माचा केलेला स्वीकार हा त्यांच्या वास्तविक जीवनातील महत्त्वाचा पुरोगामी विचार म्हणावा लागेल. 'तिसाव्या वर्षी या नाशिकच्या ब्राह्मणाने ख्रिस्ती धर्म स्वीकारला. तेव्हा काय कल्लोळ उडाला असेल, याची कल्पना करता येईल. त्याला तोंड दिले व 'मराठीपणा' कायम ठेवण्याच्या आग्रहामुळे रुष्ट झालेल्या मिशनमधील वरिष्ठांशीही सामना दिला. टिळक ख्रिस्ती झाले, ते रोजगाराच्या लोभाने नाही, तर प्रचलित हिंदू समाजरचनेत न लाभणारी आंतरिक शांती तेथे लाभेल, या आशेने. ती लाभली असावी, असे त्यांच्या भक्तिकाव्यावरून वाटते. ख्रिस्ती होण्यापूर्वी हिंदू धर्मातच एखादा नवा पंथ आपण स्थापू, अशी त्यांची आकांक्षा होती; पण ती फळास आली नाही. त्या काळामध्ये धर्मसंस्थेची तटबंदी तोडणे हे अत्यंत अवघड काम होते.

त्यांनी ख्रिस्ती धर्मप्रेरणेने निर्माण केलेली काव्यरचना परंपरेला नकार देणारीच म्हणावी लागते. विद्रोहाचा अंगार या कवितेत दिसत नसला, तरी पारंपरिक कवितेपेक्षा नवमूल्यांची जाणीव असलेली टिळकांची स्वतंत्र काव्यदृष्टी असलेली कविता आधुनिक बनते आणि त्यामुळेच मूर्तिभंजनाच्या परंपरेमध्ये तिचा विचार करणे अपरिहार्य ठरते.

'वनवासी फूल' हे टिळकांनी लिहिलेले दीर्घकाव्य सुमारे सव्वाचारशे ओळींचे आहे. या काव्यातील फूल अलिप्त असून अंतर्मुख वृत्तीचे प्रतीक आहे. हे फूल जगाच्या दांभिक वृत्तीला विटले आहे. त्यामुळे या जगापासून स्वतंत्र असलेले आपले अस्तित्व टिकविण्याचा प्रयत्न करते आहे. जीवनातील भयाणता टिळकांनाही सतावीत होती. फुलाच्या प्रतीकामधून का होईना, मूर्तिभंजनाचा अस्फूट विचार ते मांडताना दिसतात. जगातील दांभिक वृत्तीला टिळक विटले होते. येथील समाजातील अन्यायी व्यवस्था त्यांनी स्वत: पाहिली होती. समाजातील अनाचार, अनीती, तसेच सत्याचे वस्त्रहरण होताना त्यांनी पाहिले होते. त्यामुळे कुठल्याही वासनेचा गंध नसलेल्या फुलाचे प्रतीक त्यांनी आपणासमोर मांडले. टिळकांना जीवनाविषयी प्रेम होते. जीवनाची मूल्यता त्यांनी

जाणली होती. मानवी जीवनातील अमंगल दूर होऊन मंगलता येईल, असा आशावाद त्यांच्याजवळ होता. म्हणून फुलाच्या प्रतीकातून कवी फुलाला वनवास सोडून सहवास करण्यास प्रवृत्त करीत आहे. फूल विमुखतेच्या भूमिकेवर आणि कवी आपल्या प्रवृत्तिपरतेच्या भूमिकेवर अगदी ठामपणे उभे आहेत. 'वनवासी फूल' हे दीर्घकाव्य तसे टिळकांच्या आत्मजीवनाचे प्रतिबिंब वाटावे असेच आहे; कारण राम जोशींना वनवासी फुलात लक्ष्मीबाई दिसल्या, तर माधवरावांना हे फूल एका अजाण संसारविमुख, भीरू, सुंदर, ब्रह्मचारिणीचे प्रतीक वाटले. कदाचित ही दोन्ही रूपे टिळकांचीच असू शकतील. कदाचित ते अशाच सुंदर हिंदू बालविधवेचेही प्रतीक असू शकेल.

> *'हात पसरूनी, आत्मसंयमी झाला क्षीणोपाय।*
> *परन्तु, सुम ते तया भासले, दचकुन सरले दूरी।'*

किंवा
> *पुन्हा पुष्प ते हासून वदले, बसा दुरूनी बोला।*
> *योग्य न शिवणे जगदीशाला अर्पित झाले.... त्याला।'*

टिळकांनी या काव्याच्या माध्यमातून विश्वकल्याणाची आपली भूमिका विशद करण्याचा प्रयत्न केला आहे. व्यक्तिगत मुक्तीपेक्षा सामुदायिक मुक्तीचा हुंकार या काव्यात दडलेला आहे. मुक्ती हा मूर्तिभंजनाचा एक महत्त्वपूर्ण गाभाच म्हणावा लागेल. मानवी मुक्तीचा ध्यास मूर्तिभंजन विचाराचा एक भाग असल्यामुळे टिळकांची कविता शांत, संयमी, पण ओजस्वी स्वरूपामध्ये मूर्तिभंजनाचे अंश पेरताना दिसते. आधुनिक मराठी कवितेतील मूर्तिभंजनात्मक कवितेचा अभ्यास करीत असताना अशा स्फुट – अस्फुट कवितेच्या माध्यमातूनच पुढे मूर्तिभंजनात्मक कवितेने वेग घेतला. पुढील काळामध्ये कविता निडर आणि बेडर बनत गेली. टिळकांनी आपल्या कवितेमधून सामुदायिक मुक्तीचा प्रश्न मांडला. तत्त्वविचार स्वातंत्र्य, दुसऱ्या व्यक्तीचा मोठेपणा, तिचे माणूसपण मानणारी कविता आधुनिक मराठी कवितेतील महत्त्वपूर्ण कविता म्हणावी लागते. विचार आणि भावना यांचा संगम टिळकांच्या कवितेमध्ये झाला. अगोदरची पारंपरिक कविता विचारविहीन आणि भावनाशून्य असलेली दिसत होती. वैचारिक अधिष्ठानाची गरज कधी पारंपरिक मराठी कवितेला वाटली नव्हती. टिळकांची कविता विचार आणि भावनांच्या संयोगाने एकत्रित झाली. ख्रिश्चन धर्माच्या प्रभावाने प्रेरित होऊन टिळकांनी अपूर्ण स्वरूपात 'ख्रिस्तायन' लिहिले. टिळकांची कविता समाजजीवनोपयोगी सर्वांग व्यापारी कविता आहे. फुले – मुले, कौटुंबिक नाती, ख्रिस्ती धर्म यांमध्ये रमलेल्या टिळकांनी राष्ट्रप्रेमाची कविता लिहिली. आधुनिक कालखंडातील सामाजिक – राजकीय चळवळीचे प्रतिबिंब टिळकांच्या कवितेत दिसते. 'माझ्या जन्मभूमीचे नाव' ही त्यांची राष्ट्रप्रेम दर्शविणारी कविता. राष्ट्रप्रेमाच्या उत्तुंग आविष्काराबरोबर परंपरेशी फारकत घेणारे मूर्तिभंजन-मूल्य या कवितेत प्रतीत होते.

'सृष्टी तुला वाहुनी धन्य माने।
अशी रुपसंपन्न तू निस्तुला।
तू कामधेनु! खरी कल्पवल्ली।
सदा लाभला लोक सारा तुला॥
माते: महाले तुझे, तत्त्ववेत्ते।
तुझे शूर योद्धे, तुझे सत्कवि।
श्रेणी तयांची सदा माझिया गे।
मना पूजनी आपुल्या वाकवी॥
वारा तुझ्या स्पर्शाने शुद्ध झाला।
मला लाधला! भाग्य केवढे।
माते! स्वये देशि जे अन्नपाणी।
सुधा बापुडी कायशी त्यापुढे!॥'

आपल्या राष्ट्रप्रेमाचा आविष्कार अतिशय संयत, संयमी, शीतल, सोज्ज्वळ आणि कोमल भाषेमध्ये टिळकांनी केलेला दिसतो. त्यांच्या देशनिष्ठेमध्ये राजनिष्ठा ही समाविष्ट असलेली दिसते. इंग्रजी राजवटीचे त्यांनी आपल्या कवितेमधून स्वागत केले आहे. इंग्रजी राजवटीमुळे भारतीय समाजजीवन ढवळून निघाले. समाजशुद्धीकरणाची प्रक्रिया इंग्रजी राजवटीच्या, इंग्रजी शिक्षणाच्या मनाने झाली. टिळकांनी तर कृतिशीलपणे पारंपरिक हिंदू धर्मव्यवस्था नाकारून ख्रिस्ती धर्माचा स्वीकार केला. धर्माचा स्वीकार करीत असताना त्यांनी विद्रोही स्वरूप धारण केले नाही. कुठल्याही प्रकारची बोंबाबोंब न करता त्यांनी पारंपरिक समाजव्यवस्था नाकारली. इंग्रजी शिक्षणाचा, इंग्रजी राजवटीचा हा मूर्तिभंजनात्मक क्रियाकलाप म्हणावा लागेल. त्यांची 'बोंबाबोंब' नावाची एक कविता प्रसिद्ध आहे. या कवितेत ते म्हणतात,

'किती वादळे आली गेली
तरी नाव जी नाही फुटली
दूर जरी तट
तरी ही बळकट
का मग बोंबाबोंब?
गेलो, मेलो, ठार बुडालो
क्यों यह बकवा? जय जय बोलो
नैराश्योद्भव
आशावैभव
का मग बोंबाबोंब?'

टिळकांच्या कवितेने मूर्तिभंजनाची संयत, संयमी वाट स्वीकारली, 'माझी भार्या' या टिळकांच्या कवितेमधून त्यांचा 'स्त्री'विषयक आधुनिक दृष्टिकोन मूर्तिभंजनात्मक पातळीवर लक्षात येतो. स्त्रीकडे केवळ एक उपभोग वस्तू म्हणून बघणारी पुरुषप्रधान संस्कृती नाकारून टिळकांनी स्त्रीकडे आधुनिक जीवनमूल्यांच्या दृष्टिकोनातून बघितले आणि तिला नमन केले.

'त्रीवर्गाची दात्री, भवजलधिची केवळ मुदी,
सुखा दुःखा हस्ती धरून बसलेली सबलधी;
जिच्या योगे लोकी शुभ अशुभ हे कर्म घडते,
*तया स्त्री जातीला मम मति मुदा आदि नमिते!'*१२

'स्त्री' ही केवळ अनेक दुःख सहन करणारी निश्चल मूर्ती नाही. स्त्रीलाही भावभावना, संवेदना असतात. 'माझी भार्या' या कवितेमध्ये टिळकांनी आपल्या पत्नीविषयीच्या निरामय संवेदनांना आकार दिला आहे. स्त्रीकडे पुरूषप्रधान संस्कृती तिच्या बाह्यसौंदर्यातूनच बघते. सामान्य रूप असलेली स्त्री, किंबहुना एकंदरीत स्त्री जातीच्या बाह्यसौंदर्याकडे न बघता तिच्या आंतरिक सौंदर्याकडेही बघणे आवश्यक असल्याचे प्रतिपादन ते प्रस्तुत कवितेत करतात. या कवितेमधून टिळक स्त्री – स्वातंत्र्याचा पुरस्कार करतात.

टिळकांची सामाजिक कविता केशवसुतांच्या काव्यविचार प्रभावातून निर्माण झाली. केशवसुतांच्या कवितेमध्ये असलेली तीव्र धार टिळकांच्या कवितेत दिसत नाही. रे. टिळक आणि केशवसुत यांच्या तुलनेचे भाष्य करताना मं. वि. राजाध्यक्ष म्हणतात,

'वेडा' कवी रूक्ष व्यवहारापार असलेल्या शहाणपणात व आनंदात रमतो; तेथे क्षुद्रपणाची झळ त्याला लागत नाही, ही भावना उभय कवींत आहे; पण केशवसुतांइतकी टिळकांच्या प्रतिभेची भरारी नाही. घरकुलाभोवतीच घोटाळण्यामुळे असेल, पण ती अनंत अवकाशाचा थांग लावण्याच्या आकांक्षेने थरथरत नाही. गृहजीवनाचे प्रेमळ सौंदर्य टिळकांनी काव्यात आणले. विश्वजीवनाचे उदात्त सौंदर्य ही केशवसुतांच्या काव्याची स्फूर्ती आहे. त्याचप्रमाणे टिळकांनी लिहिलेल्या 'रणशिंग', 'बोंबाबोंब' वगैरे समाजसुधारणांविषयक कविता जरी केशवसुतांच्या 'तुतारी' च्या केवळ प्रतिध्वनी नसल्या, तरी तुलनेने क्षीण आहेत. सांसारिक दुःखांचा निरास भक्ती करील, या श्रद्धेने कदाचित त्यांची बंडखोरी बोथट केली असेल. निरीश्वरवादाकडे कलणाऱ्या केशवसुतांत शुद्ध त्वेष आहे; म्हणून त्यांची कविता अधिक ओजस्वी आणि परिणामकारक वाटते. तसेच, टिळकांत अधिक आशावाद आहे. 'अंधाराच्या उदरी येती रम्य नक्षत्रे' हा विश्वास त्यांच्या निराशेलाही उजळा देतो. केशवसुतांची तीव्र अशांती निराळी. दोघेही कवी आपल्या प्रकृतीला जागले म्हणून हे अंतर.' ('पाच कवी').

असे असले तरीही टिळकांची कविता सामाजिक दृष्टिकोन स्वीकारून

मूर्तिभंजनात्मक वाट संथगतीने धुंडाळण्याचा प्रयत्न करते. तुतारीसारखा विद्रोही टाहो टिळकांच्या कवितेत नसला, तरी तुतारीच्या मार्गावर जाण्याचा प्रयत्न टिळकांची सामाजिक कविता करते. 'ब्राह्मण किंवा महार' यासारख्या कवितांमधून टिळकांची सामाजिक दृष्टी लक्षात येते.

केशवसुत काव्यप्रभावाने प्रेरित होऊन आधुनिक कविता पुढेपुढे सरकत गेली. ही आधुनिक कविता पारंपरिक कवितेपेक्षा वेगळे असे अस्तित्व धुंडाळण्याचा प्रयत्न करीत होती. केशवसुतांनी सुरू केलेली आधुनिक कवितेतील मूर्तिभंजनाची चळवळ काही प्रमाणात टिळकांच्या कवितेमध्ये पाहावयास मिळते. टिळकांची कविता मूर्तिभंजनाचा संयत, संयमी, शीतल आविष्कार करते. पारंपरिक छंदोबद्ध रचना नाकारून नव्या धाटणीची नवी कविता टिळकांनी लिहिली. टिळकांच्या कवितेला कोणताही विषय वर्ज्य नाही. अगदी फूल – मूल आणि एकंदरीत समाज, निसर्ग अशा विविधांगाने टिळकांनी काव्यलेखन केले. त्यांनी ख्रिस्ती धर्माचा स्वीकार करून 'ख्रिस्तायन' या महाकाव्याची रचना करण्याचा मनोदय बांधला. 'ख्रिस्तायन' हे टिळकांनी निर्माण केलेले अपूर्ण काव्य मूर्तिभंजनाचा एक आविष्कार म्हणावा लागतो. रामायणाला नाकारून ख्रिस्तायन निर्माण करणे, एक धर्म परंपरा नाकारून दुसरी धर्म परंपरा स्वीकारणे आणि त्या धर्म परंपरेशी इमाने – इतबारे बांधील राहणे, हे मूर्तिभंजनाचे महत्त्वपूर्ण अंग ठरते. उभे आयुष्य टिळकांनी ख्रिस्ती धर्म प्रसारासाठी व्यतीत केले. पुराण परंपरेच्या विरोधात टिळकांनी ख्रिस्तायनाची निर्मिती करण्याचा अल्पसा प्रयत्न केला. पुढे 'ख्रिस्तायन' पूर्णत्वाला नेण्याचे कार्य लक्ष्मीबाई टिळक आणि त्यांचे पुत्र देवदत्त टिळक यांनी केले; परंतु धार्मिक व्यवस्थेच्या विरोधात टिळकांनी 'ख्रिस्तायना'च्या माध्यमातून रोवलेली मूर्तिभंजनात्मक मुहूर्तमेढ महत्त्वाची ठरते. टिळकांनी लिहिलेले 'भजनसंग्रह' आणि 'अभंगांजली' हे संग्रह मूर्तिभंजनाचा आगळावेगळा प्रयोग म्हणावा लागतो. ख्रिस्ती धर्मोपदेशक झाल्यानंतर टिळकांनी हिंदू – धर्मव्यवस्थेतील नाडी ओळखून साहित्यनिर्मिती केलेली दिसते. मूर्तिभंजन म्हणजे देव – धर्म, श्रद्धा – अंधश्रद्धा, पारंपरिकता, अध्यात्म, कर्मकांड नाकारणे. टिळकांनी कवितेमध्ये केलेले मूर्तिभंजन विद्रोही स्वरूपाचे नाही, असे आपण या अगोदरच लक्षात घेतले. टिळकांनी केलेले धर्मांतर आणि त्या धर्मश्रद्धेतून निर्माण झालेले टिळकांचे वाङ्मय हिंदू धर्मव्यवस्था नाकारणारे आहे. हिंदू धर्मव्यवस्थेमध्ये 'पुराणग्रंथांना' अनन्यसाधारण असे महत्त्व आहे, हे टिळकांनी ओळखले आणि त्यातूनच त्यांनी 'ख्रिस्तायन' निर्माण करण्याचा प्रयत्न केला. 'भंजनसंग्रह' आणि 'अभंगांजली'मध्ये टिळक आध्यात्मिक ईश्वर ही भावना स्वीकारतात; परंतु पारंपरिक धर्मव्यवस्था नाकारून त्यांनी त्या कालखंडामध्ये केलेली ही निर्मिती एक व्यवस्था नाकारून प्रतिव्यवस्था निर्माण करणारी ठरते.

'परिस्थितीहीन मी माझ्या
मोठा; मजपुढती गमज्या
काय चालतिल काळाच्या
दैवाच्या! दुःस्वप्नाच्या!
नवयुग आले,
माझे झाले,
मन्मन घाले!
म्हूणून जयगीता गातो
शिंग एकदा फुंकीतो!
नवयुग अर्पी नवेपण
घे घे ते अपुले करून;
कितीक आले मग निपुण
तरी जिंकिशील तूच पण!
हे न दुज्याचे,
असेल लघुचे
परंतु कविचे
भाकित, तुजला बजावितो!
शिंग एकदा फुंकीतो!'

अशा प्रकारचे आव्हान देणारे बोल ही कविता बोलते. म्हणून या कवितेचा मूर्तिभंजनात्मक कविता म्हणूनच अभ्यास करावा लागतो. मूर्तिभजन परंपरेतील संतश्रेष्ठ तुकारामांच्या अभंगाचा संस्कार स्वीकारून टिळकांनी 'अभंगांजली'ची निर्मिती केली. त्यामुळे 'अभंगांजली'ला ख्रिस्ती धर्मातील विठ्ठल म्हणून ख्रिस्ताला ते माउली म्हणून संबोधतात. तुकारामांच्या अभंगांप्रमाणे दांभिक प्रवृत्तीचा समाचार घेण्याचा प्रयत्न 'अभंगांजली'च्या माध्यमातून टिळकांनी केला. टिळकांची कविता मूर्तिभंजनाची अशी आगळीवेगळी कविता म्हणावी लागते. रा. श्री. जोगांनी टिळकांच्या 'अभंगांजली'ची तुलना तुकोबांच्या अभंगांशी केली आहे; परंतु त्यांनी केलेली तुलना थोडी अतिशयोक्तीकडे झुकणारी वाटते. संत तुकाराम हे मूर्तिभंजन परंपरेतील महत्त्वपूर्ण श्रेष्ठ बिंदू ठरतात, हे मान्य करावेच लागते. टिळकांच्या कवितेची तुलना तुकारामांच्या कवितेशी करता येणार नाही; परंतु 'भले तरी देऊ गांडीची लंगोटी.....' म्हणणाऱ्या तुकारामांच्या कवितेशी जात-कुल सांगणारी

'मानामानाचे गोवे!
कसे असें कवणा ठावें!

खाइन अवघ्यांच्या लाथा,
देइन सेवेला माथा;
निजभूचे ऋण,
अवघे फेडिन,
मरून जाइन!
रक्षिन गुरुपद माझे मी
जन्मभूमिसेवाधर्मी.'

अशी कविता रे. टिळकांनी लिहून मूर्तिभंजनाचा पुरस्कारच केला आहे. टिळकांनी ख्रिस्ती धर्माच्या प्रचार – प्रसारासाठी अभंग ही रचना स्वीकारून 'अभंगांजली' लिहिली. धर्मव्यवस्थेच्या विरोधातील हे मूर्तिभंजन वेगळ्या दृष्टीने आहे, हे लक्षात घ्यावेच लागते.

रेव्हरंड टिळकांच्या आधुनिक कवितेनंतर केशवसुत प्रभावित कविता म्हणून गोविंदाग्रजांच्या कवितेकडे आपणास प्रामुख्याने बघावे लागते. केशवसुत प्रभावाने प्रभावित होऊन काव्यनिर्मितीची लाटच आधुनिक मराठी कवितेमध्ये आली. केशवसुतांच्या काव्यप्रेरणेच्या माध्यमातून एक पिढीच पुढील कालखंडात निर्माण झाली. केशवसुतांच्या काव्याची समग्रता आणि विलक्षण अशी क्रांतिकारी काव्यदृष्टी या कवींच्या ठिकाणी नसली, तरी आधुनिक मराठी कवितेमध्ये नवतेचे वारे वाहण्यास या कवींच्या कवितांनी हातभार लावला. या कवींच्या काव्यनिर्मितीमुळे मराठी काव्यसरितेचे पात्र रूंदावण्यास मदत झाली. आधुनिक मराठी कविता नवजीवन विचारांना पुढे नेण्याचे काम करू लागली. या कविपंक्तीमध्ये केशवसुतांचे शिष्य म्हणून गोविंदाग्रजांच्या कवितेकडे आपणास मूर्तिभंजनात्मक दृष्टीने बघावे लागणार आहे. 'हरपले श्रेय', 'घुबड' इत्यादी कवितांच्या अनुकरणातून 'दसरा', 'फुटकी तपेली' आणि 'घुबडास' अशा कवितांची निर्मिती केली. केशवसुतांची सामाजिकता आपल्या काव्यातून प्रकट करण्याचा त्यांनी प्रयत्न केला; परंतु त्यांनी केशवसुती प्रेरणेने केलेले काव्यलेखन आधुनिक मराठी कवितेच्या मूर्तिभंजनात्मक वाटचालीत मोलाचे ठरते. 'तुतारी'चा स्पष्ट उल्लेख करून गोविंदग्रजांची कविता मूर्तिभंजनाची वाट धरते.

'जुन्यापुराण्या चिंध्या विसरा;
जरि पटका घ्या सुधारणेचा!
भगवा झेंडा नव्या मतांना!
नव्या दमाने फडकविण्याचा
मानवधर्माचा हा दसरा!
नव आशेच्या तृणांकुरांचा
तुरा शिरावर, चढवा साज,

मढवा न्यायाचे शिरताज,
समचित्ताचे बरकंदाज,
चला जमूद्या जमाव तुमचा.
काळाचे मैदान अफाट,
दिसता कोठे खंदक खाचा
द्या घोड्याला अमीन टाचा
वाऱ्यावरच्या करवा नाचा
कापा रस्ता आटोकाट!
चला निघू द्या असली स्वारी;
जुनाट पोकळ नगारखाना
उंटावरला कुणी शहाणा
वाजविता, त्या आधी हाणा!
घ्या कृष्णाची करी 'तुतारी' '

गोविंदाग्रजांनी विविध विषयांवरती काव्यलेखन केले. गोविंदाग्रजांची सामाजिक दृष्टी केशवसुतांइतकी प्रगल्भ नसली, तरी केशवसुतांच्या प्रेरणेतून त्यांनी निर्माण केलेली कविता सामाजिक सुधारणांचा पुरस्कार करणारी कविता आहे. गो. ग. आगरकर, राजारामशास्त्री भागवत, केशवचंद्र सेन या तत्कालीन समाजसुधारकांच्या विचारांचा प्रभाव गोविंदाग्रजांवर पडलेला होता. त्यांच्या सुधारणावादाचा पुरस्कार गोविंदाग्रजांनी आपल्या कवितेत केला आहे.

'रूढींच्या किल्ल्यावर स्वारी,
'अगरकरा' ची झडवा नौबत!
'भागवतां' ची धराच हिंमत!
'केशवचंद्र' चे घ्या चिलखत!
फुंका कृष्णाचीच 'तुतारी'
रूढीचा गड खाली उतरा'

हे एक प्रकारचे मूर्तिभंजनाचे तत्त्वज्ञानच होय. त्याचबरोबर केशवसुत, कोल्हटकरांना त्यांनी आपल्या गुरूस्थानी मानले होते. त्यामुळे गोविंदाग्रजांनी केलेली समाजाभिमुख काव्यनिर्मिती वाङ्मयीन पातळीवर जरी कमकुवत भासत असली, तरी गोविंदाग्रजांच्या कवितेने मराठी कवितेचे मूर्तिभंजनात्मक रूप स्वीकारले. केशवसुतांच्या कवितेची वाट ही कविता शोधत होती. म्हणजेच मूर्तिभंजनात्मक स्वरूप प्राप्त करणे गोविंदाग्रजांच्याही कवितेला जमले नाही. केशवसुती कवितेचा ताणा – बाणा या कवितेत दिसत नसला, तरी केशवसुतांना गुरुस्थानी मानून लिहिलेली ही कविता नववाङ्मयीन मूल्यांना,

नवविचाराला वाहिलेली कविता होती. सनातन पारंपरिक वाङ्मय व्यवस्था नाकारण्याचा प्रयत्न ही कविता करीत होती. केशवसुतांच्या तुतारीचा निनाद या कवितेत नसेल; परंतु केशवसुतांच्या तुतारीचे अनुकरण करणारी गोविंदाग्रजांची कविता मराठी कवितेतील आधुनिक कविता, आधुनिक विचारांशी, सुधारणावादाशी, नवविचारांशी जवळीक साधणारी होती. त्यामुळे आधुनिक मराठी कवितेच्या वाटचालीमध्ये गोविंदाग्रजांच्या कवितेचा उल्लेख करणे, तिचा अभ्यास करणे महत्त्वपूर्ण ठरते.

केशवसुतांच्या कवितेने प्रभावित झालेल्या एकूण सर्वच कवींनी समाजाभिमुख कविता लिहिण्याचा प्रयत्न केलेला दिसून येतो. गोवंदाग्रजांनी तर केशवसुतांच्या काव्यप्रेरणेतूनच 'तुतारी मंडळा'ची स्थापना केली होती. सामाजिक कणव गोविंदाग्रजांना केशवसुतांपासूनच स्फुरलेली होती. त्यांची 'दसरा' नावाची कविता केशवसुती समाजाभिमुख प्रेरणेचे प्रतिनिधित्व करणारी कविता ठरते. 'दसरा' या कवितेच्या प्रारंभीच गोविंदाग्रजांनी म्हटलेले आहे की, 'हे गाणे केशवसुतांच्या तुतारीचे वेडेवाकडे रूप आहे. सुधारणा पाहिजे या म्हणण्यापलीकडे या गाण्यात काहीच राम नाही.'

समाजातील विषण्ण करणारी अवस्था गोविंदाग्रजांना कुठेतरी खटकत होती. त्यामुळे सामाजिक अंगाने काव्यलेखन करण्याचा प्रयत्न गोविंदाग्रजांनी केला. म्हणूनच 'दसरा' सारख्या कवितेतून त्यांनी परंपरेला उद्ध्वस्त करणारी भूमिका मांडली.

'चला रूढिवर आता घसरा!
टाकुनि सोमा मृत धर्माच्या,
दंभाच्या या अंधपणाच्या,
जुनेपणाच्या अहंपणाच्या,
सीमोल्लंघनकालचि दसरा!
जुन्या मतांचा जाळा कचरा
नव्या मतांचे जे राऊत,
खरेखरे मायेचे पूत,
येऊ द्या धैर्याला ऊत,
नका हातचा दवडू दसरा!
नका हातचा दवडू दसरा!
जुन्या ऋषींना सलाम ठोकुनि
करा तयारी छाती ठोकुनि
आजकालच्या ऋषींमागुनी
जा तिकडे नेइल हा दसरा!
श्रुतिस्मृतींना आता विसरा!

अंधभक्तिचा पांगुळगाडा
मोडुनि तोडुनि उपडा पाडा!
पाताळी तो नेउनि गाडा!
कर साजरा यापरि दसरा!'

केशवसुतांच्या वाटेने जाणारे हे मूर्तिभंजनाचे आव्हान होय. सामाजिक जाणिवेचा आर्त टाहो या कवितेत दिसत नसला, तरी ही कविता सुधारणावादाचा म्हणजेच आधुनिक विचारसरणींचा पुरस्कार करणारी कविता आहे. त्यामुळे मूर्तिभंजनाच्या पातळीवर या कवितेची आपणास दखल घ्यावी लागते. गोविंदाग्रजांची कविता बुद्धिप्रामाण्यवादावर आधारलेली कविता आहे. त्यांच्या 'स्मशानातले गाणे' आणि 'घुबडास' या कवितांमधून रूढिभंजनाचे कार्य हाती धरले आहे. समाजव्यवस्थेच्या विरोधात केशवसुतांनी जे काव्य हत्यार मूर्तिभंजनात्मक पातळीवर स्वीकारले होते, ती काव्यदृष्टी स्वीकारून केशवसुतांनी दिलेले काव्य हत्यार पाजळण्याचा प्रयत्न व्यवस्थेच्या विरोधात केशवसुतांनी जे काव्य-हत्यार मूर्तिभंजनात्मक पातळीवर स्वीकारले होते, ती काव्यदृष्टी स्वीकारून केशवसुतांनी दिलेले काव्यहत्यार पाजळण्याचा प्रयत्न व्यवस्थेच्या विरोधात गोविंदाग्रजांनी वरील कवितांच्या माध्यमातून केला. कलात्मक वा वाङ्मयीन पातळीवर गोविंदाग्रजांची कविता सर्वसाधारण वाटत असली, तरी त्यांनी सामाजिक दंभाचे आपल्या काव्यकृतीतून काढलेले वाभाडे मूर्तिभंजनात्मक पातळीवर आपणास लक्षात घ्यावे लागतात. केशवसुती क्रांतिकारी भाषेची उगवण त्यांच्या कवितेमध्ये नसेल; परंतु ज्या प्रेरणेतून हे काव्य निर्माण झाले, ते प्रेरणास्थान स्वीकारून हा कवी प्रामाणिकपणे लिहिण्याचा प्रयत्न करतो आणि म्हणतो,

'नव शब्दांचे घुंगुर बांधुनी रसवंती माझी
नाचत डोलत करि शिणलेली मने पुन्हा ताजी'

केशवसुतांच्या प्रेरणेतून निर्माण झालेली गोविंदाग्रजांची कविता प्रेम, निसर्ग या विषयांवरतीही आपला हात फिरविते. केशवसुत संप्रदायातील एक कवी म्हणून गोविंदाग्रजांच्या कवितेचे मूर्तिभंजनात्मक स्वरूप त्यांच्या या कवितांमधून अभ्यासावे लागते. अभंगाच्या छंदातून परमेश्वरी सामर्थ्याला आव्हान देणारी भाषा गोविंदाग्रजांनी केली.

'जाता जाता पुढे यापरी एक दिसे पिंपळपार॥
दत्तांचे देवालय खाली छोटेसे शोभे फार॥
सुंदर तरुणी हिंडत होती त्या देवाच्या भवताली॥
निरखुनि बघता – हरहर! होती विधवा ती बाला असली।
उचंबळुनि ये करुणारस – नेत्रहि अश्रूंनी भिजले!!
निर्दयता देवाची बघुनी हृदय बिचारे ते थिजले॥

न्यायदेवता जागृत झाली त्या सौंदर्या बघताच ।।
विषय दयेचा लावित नाही कोणाच्या जीवना आंच? ।।
'धिग् धर्माला – धिग् रूढीला – तेतिस कोटी देवांना.'
किती बोललो – नको सांगणे! पाठ असे ते सर्वांना ।।।
काम कशाचे! धाम कशाचे! एक प्रश्न मग हृदयात– ।।
'सुधारणा होणार तरि कधी या दुर्दैवी देशात?'[२२]

देवाशी उभा दावा धरणारा हा कवी प्रेमासारख्या सनातन काव्यमूल्याशीही जागला. 'प्रेम' या विषयावरती ज्या काळात बोलण्याची मुभा नव्हती, प्रेम म्हणजे पाप अशा भावनेने जेव्हा प्रेमाकडे पाहिले जाई, त्या काळामध्ये गोविंदाग्रजांनी आपल्या कल्पित प्रेयसीच्या माध्यमातून बेडरपणे प्रेमकविता लिहिली. आधुनिक मराठी कवितेमध्ये पुढे 'प्रेम' या विषयावरती अनेक कवी आणि कविता निर्माण झाल्या. ही वाट गोविंदाग्रजांनीच वहिवाट केली. पारंपरिक मराठी कवितेची थोड्याफार प्रमाणात का होईना, चौकट मोडून मराठी कवितेचे मूर्तिभंजन विविध विषयांच्या अनुषंगानेही पुढे होत गेले.

केशवसुत संप्रदायातील पुढचे मूर्तिभंजक कवी या दृष्टीने आपणास रेंदाळकरांच्या कवितेचा अभ्यास करावयाचा आहे. रेंदाळकरांनी केशवसुत प्रेरणेने काव्यलेखन केले. एकंदरीत आंग्ल राजवटीच्या प्रभावातून आणि परिणामातून मराठी आधुनिक कवितेची जडणघडण झाली. मराठी कविता जुनी कात टाकून नवमूल्याची नवीन कात स्वीकारीत होती. या नवप्रेरणेतून नवजीवन मूल्यांची कविता केशवसुतांनी निर्माण केली. केशवसुतांनी आपला एक स्वतंत्र संप्रदाय निर्माण केला. त्या केशवसुत संप्रदायातील एकनाथ रेंदाळकर हे महत्त्वपूर्ण कवी म्हणावे लागतील. रेंदाळकरांनीही केशवसुतांना आपल्या काव्यनिर्मितीच्या गुरुस्थानी मानले होते. केशवसुती प्रेरणेतून निर्माण झालेली ही कविता रूढीचे भंजन करण्याची भाषा बोलत होती; परंतु केशवसुतांसारखी विद्रोही बंडखोर प्रवृत्ती या कवींच्या काव्यामध्ये नव्हती. सामाजिक अभिसरणाची क्रिया वेगाने रुंदावत जावी, हीच प्रांजळ आणि प्रामाणिक इच्छा या कवींच्या ठिकाणी होती. रेंदाळकरांचीही कविता याच मार्गाने निघालेली दिसते. सामाजिक क्रांतीचा आवेग या कवितेत दिसत नसला, तरी आधुनिक जीवनूमल्याचे पडसाद या कवितेत उमटलेले दिसतात. म्हणूनच परंपरेवर भाष्य करताना ही कविता म्हणते,

'किती किड्यांनी बुजबुजलेले
डबके घाणरडे माजले
आतिल पाणी सारे कुजले
दर्प तयाचा दूर दूर ही
फिरला डोकी सर्वांची!''[२३]

रेंदाळकरांनी विविध अंगांनी काव्यलेखन केले. अभ्यासाच्या दृष्टीने आपणास रेंदाळकरांच्या कवितेतील मूर्तिभंजनात्मक कवितेचा अभ्यास अभिप्रेत असल्याने रेंदाळकरांच्या नवजीवन मूल्यांचा स्वीकार करणाऱ्या कवितेचा अभ्यास करणे महत्त्वाचे ठरते. रेंदाळकरांनी पुढीलप्रमाणे काव्यलेखन केले. 'रेंदाळकरांची कविता भाग – १' या संग्रहामध्ये प्रामुख्याने 'मंदारमंजिरी', 'काव्यकुसुममाला', 'कर्णमंगल', 'काव्यगुंफा' या काव्यसंग्रहांचा समावेश आहे.

'रेंदाळकरांची कविता भाग – २' मध्ये 'यमुनागीत' यासारख्या दीर्घ कविता समाविष्ट केल्या आहेत. त्याचबरोबर 'बुद्धनीती', 'अन्योक्ति मुक्तांजली भाग – १ व २' प्रसिद्ध आहेत. वरील काव्यसंग्रहाच्या निर्देशावरून असे म्हणता येईल की, रेंदाळकरांनी विपुल प्रमाणात काव्यलेखन केले. केशवसुत संप्रदायातील इतर कवींप्रमाणेच रेंदाळकरांनी लिहिलेली सामाजिक कविता मूर्तिभंजनाच्या पातळीवर अभ्यसनीय ठरणारी कविता आहे.

रेंदाळकरांच्या सामाजिक कवितेतून मूर्तिभंजनाचे काही पडसाद उमटलेले दिसतात. आगरकरी सुधारणावादाने झपाटलेली रेंदाळकरांची कविता सामाजिक क्रांतीचे रणशिंग फुंकते. रूढींचा ध्वंस करण्याची ऊर्मी रेंदाळकराच्या कवितेत दिसते.

'त्या शिंगाच्या गंभीर नादे।

गेल्या बाष्कळ रूढी ध्वंसुनि।

क्षुद्र थोर हा निरसुनि भेद।

एकत्वाचा समतेचा नव मधुरभाव सर्वत्र भरे।'

सामाजिक समतेचा आविष्कार रेंदाळकरांनी आपल्या कवितेच्या माध्यमातून केला. केशवसुतांनी फुंकलेली 'तुतारी' रेंदाळकरांनी 'शिंगाच्या' माध्यमातून पुढे आणली.

सामाजिक समता हा मानवी विकासाचा पाया आहे. तत्कालीन सामाजिक परिस्थिती अतिशय विषमताग्रस्त अशा स्वरूपाची होती. मानवी मूल्यांची रोज राजरोसपणे कत्तल होत होती. रूढीच्या अधीन गेलेला माणूस बदलण्यास तयार नव्हता. त्या मानवी मनाला बदलण्याचे शस्त्र-शास्त्र मूर्तिभंजनात्मक कवितेच्या माध्यमातून मिळाले. ही मूर्तिभंजनात्मक कविता रूढींचा धिक्कार करणारी कविता होती. रेंदाळकरांच्या कवितेनेही रूढींवर हल्ला चढविला. वस्तुत: मानवप्राणी हा जन्मत: समान आहे. कुठलाही माणूस जन्माला येत असताना त्याला कुठल्या जाती-धर्मात जन्माला आलो, याची यत्किंचितही माहिती नसते. समाजव्यवस्था हळूहळू त्याच्यावर त्याच्या वाढीप्रमाणे संस्कार करते. त्या समाजव्यवस्थेच्या क्रूर पाशात मानव जेव्हा अडकला जातो, तेव्हा जाती-धर्माच्या अभेद्य चौकटी निर्माण होतात. हजारो वर्षांपासून जाती-धर्माची ही मजबूत झालेली चौकट आधुनिक काळामध्ये खिळखिळी होण्यास सुरूवात झाली. नवविचाराचे वारे आपल्या देशात वाहू लागले. नवीन जीवनमूल्यांची मानवतेची ओळख भारतीय तरुणाला व्हायला

लागली. पारंपरिक कला-साहित्य-संस्कृती यातील बेगडीपण लक्षात यायला लागले आणि त्यातून सामाजिक क्रांतीची पायाभूत बांधणी व्हायला लागली. साहित्यानेही ही आधुनिकतेची जाणीव स्वीकारली. त्यातून पारंपरिक समाजव्यवस्थेवर प्रहार होऊ लागले. हा पहिला काव्य प्रहार फुल्यांनी आणि त्यानंतर केशवसुतांनी केला. तोच धागा पकडून रेंदाळकरांची कविता रूढीविरुद्ध प्रागतिक विचारसरणीची बीजं रोवण्याचा प्रयत्न करते.

रेंदाळकरांची कविता आधुनिक मराठी कवितेतील मूर्तिभंजन काव्याची वाट चालते. धर्मनिरपेक्षतेचा विचार स्वीकारणारी ही कविता निधर्मवादाचा पुरस्कार करते. माणसाचा मानवधर्म हाच सर्वश्रेष्ठ धर्म होय, असे रेंदाळकरांना वाटते. आपल्या कवितेमध्ये ते म्हणतात,

'नोहे हिंदुही, जैन मी न, अथवा बुद्धै कसेवी तसा
ख्रिस्ताचा चिरशिष्य मी न अथवा इस्लाम धर्मानुज।'

पारंपरिक समाजव्यवस्था ही धर्माधिष्ठित समाजव्यवस्था. या धर्माधिष्ठित समाजव्यवस्थेला नाकारून समता तत्त्वाचा पुरस्कार करणारी समाजभाषा आपल्या कवितेमध्ये रेंदाळकरांनी आणली. धर्माच्या नावाखाली माणसाची खुलेआम हत्या होत असताना, धर्माच्या नावाखाली माणसाला गुलाम बनविले जात असताना, धर्मावर हिंसाचार वाढत असताना, धर्मामुळे मानव्याचा ऱ्हास होत असताना रेंदाळकरांनी आपल्या कवितेमधून जो धर्मनिरपेक्ष भावनेचा विचार मांडला तो विचार मूर्तिभंजक स्वरूपाचा विचार ठरतो. ही कविता परिवर्तनाला सामोरी जाणारी कविता आहे. या कवितेमध्ये आपणास परिवर्तनाच्या, बुद्धिवादाच्या, इहवादाच्या काही खुणा स्पष्ट जाणवताना दिसतात. वास्तव जीवनावर प्रेम करणारी रेंदाळकरांची कविता केशवसुत प्रभावाखालील कविता असून, या कवितेमध्येही स्फुट-अस्फुट स्वरूपामध्ये मूर्तिभंजनाचे काही ज्वलनबिंदू अस्तित्वात असलेले दिसतात. भारतीय समाजव्यवस्थेमध्ये धर्माला माणसाच्या प्राणापेक्षाही जास्त महत्त्व दिले गेले. त्या धर्माधिष्ठित समाजव्यवस्थेच्या विरोधात रेंदाळकरांची कविता लढा पुकारते. हा लढा केवळ एकट्या हिंदू धर्माशीच आहे, असे मात्र आपणास म्हणता येणार नाही. जो धर्म मानव्याचा, मानवी मूल्यांचा शिरच्छेद करतो, त्या सर्व धर्मांवर, धर्ममार्तंडावर अविश्वास दाखविणारी ही कविता मूर्तिभंजनाची वाट चालते. रेंदाळकरांनी आपल्या उत्साहवर्धक काव्यप्रीतीने समाजातील अनिष्ट चालीरीतींचा समाचार घेतला. सामाजिक परिस्थितीचे भान असणारी रेंदाळकरांची कविता समाजातील विविध प्रश्नांवरती प्रकाश टाकते. स्त्रियांचे प्रश्न, समाजातील अनिष्ट रूढी, प्रथा, स्त्रीशिक्षण, बालविवाह, अस्पृश्योद्धार, विधवांचे प्रश्न अशा समाजातील समग्र प्रश्नांचा वेध घेणारी ही कविता मूर्तिभंजनाचा आविष्कार करते. त्यांच्या सामाजिक प्रश्नांच्या संदर्भातील 'गिधाड', 'निवडुंगातून सुटका', 'धिक्कार त्यांना असो', 'अभिनंदन', 'उलटी

सृष्टी', 'समाज आणि व्यक्ती' या कविता अभ्यासनीय स्वरूपाच्या आहेत. रेंदाळकरांची कविता समाजशील स्वरूपाची कविता आहे. परंपरेच्या गर्तेत सापडलेल्या जीवनाची न सरणारी वाट आणि त्यामुळे धुळीतील दगडावर अगतिकतेने टेकलेला माथा नकोसा होऊन रेंदाळकर म्हणतात,

'अजुनि चालतोचि वाट! माळ हा सरेना!
विश्रान्तिस्थल केव्हा यायचे कळेना!
त्राण न देहांत लेश, पाय टाकवेना,
गरगर शिर फिरत अजी होय पुरी दैना!
सुखकर संदेश अमित पोचविले कोणा,
भार वाहुनी परार्थ जाहलो दिवाणा!
काट्यांवरि घातलाचि जीव तयासाठी,
हसावाया या केली किति आटाआटी!
हेच खास माझे घर म्हणुनि शीण केला,
उमगुनि मग चूक किती अश्रुशोक झाला;
दिन गेले, मास तसे संवत्सरेहि गेली,
निकट वाटते जीवनसंध्या ही आली!
कुठुनि निघालो, कोठे जायचे न ठावे,
मार्गातच काय सकळ आयु सरूनि जावे!
काय निरूद्देश सर्व जीवन मम होते
मरूसारितेपरि अवचित झरूनि जायचे ते?
पुरे! पुरे ही असली मुशाफरी आता,
या धूळित दगडावर टेकलाच माथा?''

या कवितेतून प्रगट झालेले रेंदाळकरांचे सामाजिक विचार आधुनिक जीवनमूल्यांचा पुरस्कार करणारे आहेत. होणारा सामाजिक विध्वंस थांबवून समाजाला स्वास्थ्य लाभावे, समाजातील अनिष्ट प्रवृत्ती नष्ट व्हाव्यात. समाजाची सर्वांगीण प्रगती व्हावी, हा रेंदाळकरांच्या कवितेला लागलेला ध्यास आहे.

रेंदाळकरांच्या कवितेच्या संदर्भात कृ. ब. निकुम्ब यांनी काढलेले उद्‌गार अतिरेकी भावनेने भरलेले दिसतात. रेंदाळकरांची कविता ही मानवी मूल्यांवर श्रद्धा असलेली कविता आहे. रेंदाळकरांच्या कवितेवर टीका करताना निकुम्ब यांच्या मते,

'हळवेपणाबद्दल सहानुभूती वाटते, दुबळेपणा कीव
उत्पन्न करतो आणि रडवेपणाची तर चीडच येते.'

निकुम्बांनी रेंदाळकरांच्या कवितेवर उठवलेली टीकेची झोड तात्कालिक असून

रेंदाळकरांच्या समग्र कवितेला लागू पडणारी नाही. स्वत: रेंदाळकरांनी कवितेच्या संदर्भात आपले विचार मांडत असताना जे म्हटले आहे, ते अतिशय महत्त्वपूर्ण ठरते. त्यांच्या मते,

'वाचकांनी या काव्याकडे स्वतंत्र दृष्टीने पाहावे आणि माझ्याकडे परतंत्रपणाचा वाटा द्यावा.'

रेंदाळकरांची काव्यदृष्टी सामाजिक आशयाने आणि विषयाने भरलेली आहे. समाज उत्थानाची प्रक्रिया वेगाने व्हावी, ही या कवितेची प्रामाणिक इच्छा आहे. समाजातील जे जे दुष्ट त्याचा निषेध नोंदवणारी ही कविता आधुनिक कवितेमधील मूर्तिभंजन चळवळीशी निगडित अशा स्वरूपाची कविता आहे.

केशवसुतांच्या प्रेरणा-प्रभावातून एका संप्रदायाची निर्मिती काव्यप्रांतात झाली. केशवसुतांचा प्रभाव किंबहुना प्रेरणा स्वीकारीत असताना काही कवींनी मात्र आपले स्वत:चे स्वतंत्र अस्तित्व निर्माण केले. त्यामध्ये कवी बींचा प्राधान्याने विचार करावा लागतो.

बींचे संपूर्ण नाव नारायण मुरलीधर गुप्ते. 'फुलांची ओंजळ' हा बींचा प्रसिद्ध काव्यसंग्रह. मानवी जीवनाचे तत्त्वज्ञान स्पष्टपणे मांडणे, हा बींच्या काव्यदृष्टीचा मूलाधार. विश्वव्यापी जीवन तत्त्वज्ञानाची मांडणी बींची कविता करते. मानवी जीवनातील विषमता नाकारून समतेच्या तत्त्वज्ञानाची बांधणी करण्याची जिद्द ही कविता बाळगते. मानवी जीवनाच्या प्रकाशाची ही कविता मानवी जीवनातील अंधार नाकारते. मानव्याचे तत्त्वज्ञान मांडणारी ही कविता नवसमाज निर्मितीचे स्वप्न बांधते. 'आशावाद' हा बींच्या काव्याचा महत्त्वपूर्ण विशेष. मानवी जीवनातील स्थितिशीलतेच्या विरूद्ध गतिशीलतेचा लढा ही कविता पुकारते. केशवसुतांनी आधुनिक मराठी कवितेमध्ये महात्मा फुल्यांपासून स्वीकारलेली मूर्तिभंजनाची चळवळ पुढे नेण्याचा विद्रोही स्वरूपात प्रयत्न केला. बींचा काव्यकालखंड हा मराठी कवितेला आधुनिकत्वाची संपूर्ण दृष्टी आलेला कालखंड होता. सामाजिक प्रगतीचे वारे या कालखंडामध्ये जोराने वाहू लागले. सामाजिक चळवळींच्या उत्कर्षाचा हा कालखंड. प्रामुख्याने या कालखंडात मराठी कविता जुनी कात टाकून नवीन कात स्वीकारीत होती. एकंदरीत वाङ्मयाचा विचार करता हा कालखंड थोडा प्रगतीच्या, आधुनिकत्वाच्या दिशेने जाणारा होता. या सर्व बाबींचा प्रभाव आणि परिणाम वाङ्मयावर होणे क्रमप्राप्तच होते. बींसारखा कवी तर केशवसुतांच्या प्रभावातून आपली काव्यनिर्मिती साधत होता. त्यामुळे बींची कविता सामाजिक गतिशीलता स्वीकारणारी बनली. बींची काव्यदृष्टी व साहित्यविषयक दृष्टिकोन जीवन तत्त्वज्ञान स्वीकारणारा होता. बी यांनी काव्याचे पारंपरिक सौंदर्यशास्त्र नाकारून नव्या दृष्टीने काव्यनिर्मिती साधली. पारंपारिक छंद, अलंकार, यमक, इत्यादी गोष्टींना बी यांनी नाकारले. कवितेवर सक्ती

नको असे त्यांना वाटे. जे जे आहे ते मुक्त, स्वतंत्र, प्रांजळपणे लिहिता यावे, हाच त्यांच्या काव्याचा मूळ उद्देश होता.

बींच्या काव्याचा मूर्तिभंजनात्मक पातळीवर अभ्यास करीत असताना बी यांनी लिहिलेल्या समाजसन्मुख कवितेचे आकलन आपणास करणे महत्त्वाचे ठरते. बी यांनी आपली समाजदृष्टी आणि काव्यदृष्टी केशवसुतांपासून स्वीकारली होती. बी यांनी लिहिलेली 'डंका' ही कविता केशवसुतांच्या 'तुतारी'चा संस्कारित आविष्कार म्हणावा लागतो. सामाजिक विषमता, सामाजिक दुष्ट चालीरीती यािवरुद्ध बी यांनी आपल्या कवितेच्या माध्यमातून 'डंका' वाजविला. बींची काव्यदृष्टी मानवी जीवनविकासाकडे झेप घेणारी आहे. बी यांनी केशवसुती काव्यपरंपरेचा आधुनिक वारसा अतिशय सक्षमपणे स्वीकारला आहे. काव्यक्षितिजावर त्यांनी अनेक प्रश्नांची निर्मिती करून समाजातील दैन्य आणि दयनीय परिस्थितीचे यथार्थ चित्रण केले आहे. तत्कालीन समाजव्यवस्थेतील विविध प्रश्नांवरती कवितेच्या माध्यमातून त्यांनी प्रकाश टाकला. शोषणाधिष्ठित समाजव्यवस्थेमध्ये सर्वसामान्य माणसाची होत असलेली होरपळ हा बींच्या काव्याचा मुख्य गाभा म्हणावा लागेल. बींची कविता विद्रोही जाणिवेचा आविष्कार व्यक्त करते. त्यांची 'डंका' ही कविता येथील सबंध सनातन व्यवस्थेचे मूर्तिभंजन करण्यास निघालेली कविता आहे.

'सामाजिक विषमता जेव्हा बळावते, कुटिलता आणि सर्वसामान्यांचे मान्यवरांनी चालविलेले शोषण अतिरेकाला पोचते, सडलेल्या पाण्याला तीर्थत्वाचे सामर्थ्य लाभते, कर्तव्य आणि श्रेयाची दिशाभूल होते, जुन्या आप्तवाक्यांना महत्त्व येते, बुद्धी आंधळी होते, तेव्हा दंगल म्हणजे बंड होते व अशा बंडखोरांमध्ये ज्ञानेश्वर हे पहिले असून प्रेमाच्या पायावर त्यांनी समतेची इमारत रचली. या आणि अशा पुढच्या समाजधुरीणांचे आम्ही साथी आहोत. असा आशय बी यांनी 'डंका' या कवितेत प्रकट केला आहे' (अर्वाचीन मराठी काव्य दर्शन, डॉ. अक्षयकुमार काळे).

बींची सामाजिक कविता विद्रोह स्वीकारते. रूढी आणि दास्य शृंखलातून माणसाला मुक्त करण्याची भाषा बोलणारी ही कविता प्रकाशाची कविता आहे. शोषणव्यवस्था सामान्य माणसाला नेस्तनाबूत करणारी असते. तत्कालीन भारतीय समाजव्यवस्थेमध्ये सामान्य माणसाचे शोषण अनेक पातळ्यांवरती चालले होते. सामान्य माणूस अनेक अंगाने बंदिस्त जीवन जगत होता. सामान्य माणसाच्या जीवनाची किंमत प्रस्थापित व्यवस्थेने काडीमोल करून ठेवली होती. शोषण म्हणजे माणसाने माणसाचे रक्त पिणे. भारतीय समाजामध्ये शोषणाची मनुवादी व्यवस्था अनेक पातळ्यांवर राबत होती. बींनी आपल्या कवितेमधून शोषणाधिष्ठित समाजव्यवस्थेचा धिक्कार केला. शोषणमुक्त मानवी समाजाची स्वप्ने पाहणारी बींची कविता रूढी – परंपरेचे दास्य नाकारते. फुल्यांनी केशवसुतांनी सुरू केलेला रूढी – परंपरेविरुद्धचा लढा बी यांनी प्रखरपणे आपल्या काव्यातून

मांडला. कवी केशवसुत आणि कवी बी यांची तुलना करताना 'आधुनिक मराठी काव्याचे अंत:प्रवाहा'मध्ये वा. भा. पाठक लिहितात,

'केशवसुत क्रांतिवादी व बी कवी उत्क्रांतिवादी होते, असा फरक काही टीकाकार करतात. सामाजिक व वैयक्तिक जीवनविकास घडवून आणण्यासाठी केशवसुतांनी बंडाची भाषा 'स्फूर्ति' या कवितेत काढली आहे.

'बंडाचा तो झेंडा उभवुनि धामधूम जिकडे तिकडे
उडवुनि देऊनि जुलमाचे या करू पहा तुकडे तुकडे'

हे खरे, परंतु याचा अर्थ विध्वंसनाशिवाय विदायकता प्राप्त करून घेता येणार नाही, असे केशवसुतांचे म्हणणे असावे, असे वाटत नाही. कलावंत हा मूर्तिभंजक असतो की मूर्तिपूजक असतो, ह्या प्रश्नाला केशवसुतांनी जे उत्तर दिले आहे, ते असे –

'मूर्ति फोडूनिया देऊ जोडूनिया
परि विकूनिया टाकू न त्या'

मूर्ती फोडून त्या पुन्हा जोडण्याची भाषा ते वापरतात; विध्वंसनाने विदायकता नष्ट करावी, असे ते म्हणत नाहीत. मूर्ती फोडावयाची ती तिच्यातील अर्थ – सत्त्व – शोधण्याकरिता, केवळ नाशासाठी नाही. किंबहुना विरोधाकरिता विरोध, नाशाकरिता नाश हा त्यांचा प्रकृतिधर्मच नाही. पांढऱ्या किरणांच्या पृथक्करणामुळे सप्तरंगी इंद्रधनुष्य निर्माण होते व शस्त्रक्रियेमुळे मूळचा रोगी निरोगी होतो, तसेच आजच्या समाजव्यवस्थेतील मूर्तिभंजन हे मूर्तिनाशाकरिता नसून मूर्तिसौंदर्याकरिता आहे, हा विचार केशवसुतांना अभिप्रेत असावा. केशवसुतांच्या ईश्वरविषयक बंडखोरवृत्तीसंबंधी एक गैरसमज निर्माण झालेला दिसतो. जो कवी 'देव दानवा नरे निर्मिले' असे म्हणतो, तो कवी ईश्वराला अनुसरून

'तुझे नाम मुखी ध्यान तुझे डोळा
वृत्ति या चंचळा स्थिरावल्या'

असे म्हणेल काय? ही विसंगती नाही काय? अशी शंका काहींना येते. ईश्वराची निर्मिती मानवानेच केली आहे, यात शंका नाही; पण ईश्वराच्या आधारावर जेव्हा लोक दुबळ्यांना फसवितात, त्यांची दिशाभूल करतात, त्या वेळी मानवाला 'भिऊ नका, ईश्वर ही मानवी कल्पना आहे', असे सांगणे म्हणजे ईश्वरी शक्तीचा अनादर करणे असे नाही. निर्गुण, निराकार अशा परमेश्वराची प्रतीती भेदात अभेद पाहण्याने येते, ह्या तात्त्विक विचाराची ओळख केशवसुतांना होती. ईश्वराच्या सगुण आणि निर्गुण स्वरूपांचा परत्वे केशवसुत उपयोग करून घेतात, तेव्हा त्यांना आस्तिक म्हणावे की नास्तिक म्हणावे, हा प्रश्न निरर्थक वाटतो.

बी कवी जीवन – विकासाला मदत करणाऱ्या उत्क्रांतीवर आणि निसर्गमैत्रीवर भर देतात हे खरे; पण 'कष्टद-बिकट प्रसंगामध्ये बाका काळ उद्‌भवत्या' तर आपल्या साधनात

इष्ट तो बदल घडवून आणण्याची भाषाही ते बोलतात.

'आहे हा व्यवहाररूप अखिल व्यापार
जो जो दिसे
हे आहे जर मान्य, कायम ठसे त्याचे
घडावे कसे!
निर्मावे जग अन्यथा, त्यजुनिया
वस्तुस्थितीला सदा
राष्ट्रात्मा अति पंगु पोकळ बने;
तेणे नसे फायदा' (आशादेवी)

बी कवींच्या सात्त्विक मनोवृत्तीलाही युद्धप्रिय रक्तरंजित पाश्चात्त्य संस्कृतीने कसे त्रस्त केले, हे त्यांनी विचारलेल्या खालील प्रश्नावरून दिसून येते.

'येथे सात्त्विक संपदा न मिळती का
रक्तपाताविणे?
आहे मानवजाति आक्रमित का उत्क्रान्ति
पंथाप्रती?'
सारांश, केशवसुत व बी या दोन्ही कवींनी
साध्याच्या शुचितेवर भर दिला होता.
'तेच पतित की जे आंखडिती प्रदेश
साकल्याचा'

हे दोघांचे ब्रीदवाक्य होते; पण परिस्थितिनुसार साध्यावर दृष्टी ठेवून साधनामध्ये क्रांतिकारक बदल करणे, त्यांना अनुचित वाटत नव्हते. दोघेही नव्या युगातील नव्या दमाचे शूर शिपाई शोभतात.'

माणसाने माणसांचीच चालविलेली कत्तल, माणसामाणसांमधील वैमनस्य, माणसाने माणसांशी आणि माणुसकीशी केलेली प्रतारणा हा बीच्या कवितेच्या प्रमुख गाभा आहे. सनातन धर्मव्यवस्थेमध्ये सर्वसामान्य माणसाचे जीवन पशुवत बनले होते. पशूंची पूजा करणाऱ्या सनातन हिंदू धर्मव्यवस्थेमध्ये माणसाला लाथेखाली चिरडले जात असे. माणूस म्हणून माणसाकडे बघण्याची दृष्टी या समाजव्यवस्थेमध्ये नव्हती. माणसाला जाती – धर्माच्या नावाखाली सनातन धर्मव्यवस्था दूर ढकलत होती. मूठभराच्या सुखासाठी सर्वसामान्याच्या आयुष्याची राखरांगोळी होत होती. भारतीय समाजव्यवस्था, विषमतेने ग्रासलेली समाजव्यवस्था मानव्याचा गळा दाबू पाहात होती. या व्यवस्थेविरूद्ध महात्मा फुल्यांनी आणि तदनंतर केशवसुतांनी काव्यक्रांतीच्या माध्यमातून रणशिंग फुंकले. बींनी हाच विचाराचा धागा पकडून आपली कविता घडविली. सामाजिक विषमतेच्या विरुद्ध

बंडखोरपणे आवाज उठवून सामाजिक समतेची, सामाजिक न्यायाची, मानव्याची भाषा आपल्या कवितेमध्ये ओढली.

आधुनिक मराठी कवितेतील मूर्तिभंजन काव्याचा प्रवास बींच्या कवितेने पुढे ढकलला. सनातन धर्मव्यवस्थेच्या विरोधात उभे टाकून सर्वसामान्य माणसाला न्यायाची भाषा शिकविणारा हा कवी सनातन धर्मव्यवस्थेतील प्रश्नांवर मूर्तिभंजक प्रहार करतो. सर्वसामान्य माणसाची होणारी ही पिळवणूक शेकडो वर्षांपासून होत आहे. सामान्य माणसाच्या प्रश्नांना समाजाच्या ऐरणीवर निर्भीडपणे आणण्याचे कार्य शेकडो वर्षांपासून होत आहे. बींची कविता मूर्तिभंजनाचे विचार स्वीकारते. रूढी आणि दास्य शृंखलेला नकार दर्शविणारी ही कविता क्रांतीची ठिणगी आहे. ज्या समाजव्यवस्थेने मानवी बुद्धीला पंगू बनविण्याचे षड्यंत्र रचले, त्या षड्यंत्राचा पर्दाफाश करणारी ही कविता मूर्तिभंजनाचा विद्रोही आविष्कार आहे. सनातन भारतीय धर्मव्यवस्था एवढी कठोर होती की, माणसाला जन्मत:च ती वर्णभेदाच्या जंजाळात अडकवीत असे. जाती – धर्माच्या नावावर माणसाचे माणूसपण इथे हिरावून घेतले गेले, त्या व्यवस्थेच्या विरोधात बंड पुकारून समतेचा लढा देणारी ही कविता आधुनिक जीवनमूल्याचा स्वीकार करणारी कविता ठरते.

बींची सामाजिक दृष्टी प्रगल्भ स्वरूपाची होती. तळागाळातील माणसाचा जीवनविकास हे या कवितेचे ध्येय होते. तळागाळात असलेला माणूस धर्म, रूढी, श्रद्धा, अंधश्रद्धा परंपरेच्या नावाखाली उराशी कवटाळून आपल्या जीवनविकासाचा मार्ग स्वहाताने बंद करीत होता. अज्ञानामुळे खऱ्या जीवनाची या माणसाला ओळख नव्हती. ती जीवनध्येयाची, जीवनविकासाची ओळख करून देणारी कविता मानवी जीवनातील अंधाराला नाकारून प्रकाशाला स्वीकारते. माणूस हा जाती – धर्माच्या पलीकडे असून माणूस माणसासाठी असतो. माणसाने माणसासाठीच जगले आणि झटले पाहिजे. हा संदेश देणारी कविता केशवसुती प्रभावातील कवीची आगळी – वेगळी ओळख दाखविणारी कविता आहे. केशवसुतांच्या बंडखोर काव्यक्रांतीचा प्रभाव बींच्या कवितेवर ओतप्रोत पडलेला आहे. केशवसुतांनी स्वीकारलेली बंडाची भाषा बींनी आपल्याही कवितेमध्ये ठिकठिकाणी पेरली आहे. समग्र मानवी कल्याणाचा ध्यास धरणारी ही कविता आधुनिक मराठी कवितेतील मूर्तिभंजनाचा – परिणामकारक आशय व्यक्त करणारी क्रांती – कविता ठरते. बीच्या एकंदरीत सामाजिक कवितेमध्ये मानवी जीवनातील अंधाराचा वेध घेण्याचा प्रयत्न केला गेला. समाज ही एक सुसंघटित अशा स्वरूपाची कल्पना आहे; परंतु भारतीय समाजजीवन असंघटित आणि वर्णव्यवस्थेवर, जातिव्यवस्थेवर आधारलेले समाजजीवन आहे. या समाजजीवनातील विरोधाभासाचा आलेख बींची कविता मांडते. पारंपरिक समाजधारणेतून भारतीय समाजव्यवस्था बेचिराख झाली. धर्माच्या नावाखाली 'मनुप्रणीत' समाजव्यवस्थेमध्ये वर्णवर्चस्वाला नेहमी झुकते माप दिले गेले.

बींची कविता वर्णवर्चस्वाविरुद्ध पेटून उठते. एका माणसाने दुसऱ्या माणसाला गुलाम बनविणे हा कुठला न्याय? हा तर अन्याय! अन्यायाच्या विरुद्ध बंड करून उठणारी कविता बी यांनी लिहिली. 'समता' हे या कवितेचे प्राणतत्त्व आहे. समतेशिवाय समाजाची संकल्पना आंधळी आहे. या आंधळ्या समाजव्यवस्थेविरुद्ध बींनी काव्यक्रांती केली. रूढी आणि दास्यमुक्त मानवी जीवनाची उभारणी करणारी ही कविता मूर्तिभंजक विचारांचा पाठपुरावा करते. मूर्तिभंजनाची थबकलेली चळवळ बींनी आपल्या कवितेच्या माध्यमातून पुढे नेण्याचा प्रयत्न केला. मानवी कल्याण साधणारी ही कविता अनेक सामाजिक प्रश्नांना हात लावते. मानवी जीवनाचा विकास ही कवितेची तळमळ आहे. बी आपल्या कवितेच्या माध्यमातून म्हणतात. –

'ते स्वातंत्र्य खरे न फक्त आपुली जे तोडिले बंधने
अन्यायाच्या पद शृंखलास बघते निष्कंप ऐशा मने'

अन्यायी व्यवस्थेविरुद्ध बीनी आपला संताप व्यक्त केला. मानवी स्वातंत्र्याची उद्घोषणा करणारी ही कविता मानवी जीवनमूल्यांचा स्वीकार करते. समता, स्वातंत्र्य बंधुत्व या तत्त्वत्रयीचा स्वीकार करणारी ही कविता आधुनिक मराठी कवितेची, परिवर्तनाची दिशा ठरविणारी कविता म्हणावी लागेल.

बींनी आपल्या कवितेच्या माध्यमातून विविध स्वरूपाचे सामाजिक विचार व्यक्त केले. तत्कालीन समाजव्यवस्थेमध्ये असलेल्या विविध प्रश्नांना त्यांनी काव्यमंचावर आणले. बींची समग्र सामाजिक कविता बुद्धीला आव्हान करणारी कविता आहे. वैचारिक गाभा असलेली ही कविता मानवी विकासाचा ध्यास धरते. मूठभरांनी सर्वसामान्यांवरती चालविलेली अरेरावी झिडकारून सर्वसामान्य माणसांना सन्मानाची वागणूक मिळावी ही या कवितेची तहान आहे.

केशवसुत प्रभावातील शेवटचे मूर्तिभंजक कवी म्हणून रहाळकरांच्या कवितेचा आपणास संशोधनात्मक पातळीवर अभ्यास करावयाचा आहे. केशवसुतांनी मराठी कवितेला स्वत्व आणि सत्त्व दिले. केशवसुतांच्या आधुनिक काव्यप्रेरणेने भारावून पुढे केशवसुती प्रभावातून काव्यनिर्मितीची एक लाट निर्माण झाली. हजारो वर्षांच्या बंदिस्त शृंखला तोडण्याची भाषा कविता बोलू लागली. समाजातील सर्व स्तरांचा सामाजिक पातळीवर अभ्यास होऊ लागला. विविध सामाजिक चळवळींचा उदय याच कालखंडात झाला. राजकीय सुधारणांबरोबर सामाजिक सुधारणांनाही वेग आला. वेगवेगळ्या सामाजिक स्तरांतून सुधारकांची एक फळी निर्माण झाली. उक्ती आणि कृती या गोष्टींना या काळात महत्त्व प्राप्त होऊ लागले. आधुनिक विचारांनी मानवी मनाला विचार करण्यास प्रवृत्त केले. मानवी जीवनातील दाहकता आणि भयावहता समाजासमोर स्पष्टपणे मांडली जाऊ लागली. याच काळात वाङ्मयाचे निर्मितीस्वरूप बदलले. काल्पनिक, अलौकिक

विचारांना तिलांजली देऊन वाङ्मय वास्तव परिस्थितीचा, वास्तव जीवनदर्शनाचा आलेख आपल्यासमोर मांडून त्यातून जीवनवादी जाणिवेच्या साहित्याची निर्मिती झाली. रहाळकरांपर्यंत आधुनिक मराठी कविता जीवनवास्तवाशी महत्त्वपूर्ण संबंध जोडत होती. जीवनाचा वास्तव पातळीवर अभ्यास सुरू झाला. देव – धर्मासारख्या पोकळ कल्पनांमुळे मानवी जीवनातील भयावहता, दारुण अनुभव या काळातील तरुण पिढीला विचार करण्यास प्रवृत्त करीत होते. वैश्विक जाणिवेचा संचार या काळात भारतामध्येही झाला. विश्वमानवाची कल्पना हळूहळू आता येथे रुळू लागली. सबंध जगातील मानव एक आहे, कोणी उच्च नाही, नीच नाही. समतेच्या विचारांची पेरणी या काळात व्हायला लागली. मानवी मूल्यांचा प्रचार – प्रसार या काळात वेगाने होत होता.

केशवसुतांच्या प्रत्यक्ष सहवासात रहाळकरांच्या वाङ्मयाची जडणघडण झाली. केशवसुतांच्या प्रत्यक्ष सहवासामध्ये त्यांना काव्यस्फूर्ती प्राप्त झाली. केशवसुतांच्या काव्यप्रतिभेचे प्रतिबिंब रहाळकरांच्या कवितेत उमटलेले दिसते. केशवसुतांच्या काव्यक्रांतीची ज्वाला स्वीकारून रहाळकरांनी आपली काव्यनिर्मिती साधली. केशवसुतांच्या कवित्वाचा सार्थ अभिमान बाळगताना त्यांनी म्हटले की,

'अर्वाचीन कवीत कोण गगनी मारी भरारी वरी
आहे तो कवि तूच केशवसुता! तूही कवींचा कवी'[३३]

केशवसुतांच्या प्रभावाची त्यांनी आपल्या कवितेमधून साक्ष दिली. केशवसुतांच्या अनुकरणातून रहाळकरांची निर्माण झालेली कविता पारंपरिक रूढी – प्रथांचे मूर्तिभंजन करते. केशवसुती प्रभाव – प्रेरणेने आपण लिहीत आहोत, याची रहाळकरांना पूर्णपणे जाणीव आहे आणि ही प्रेरणा – परंपरा ते प्रामाणिकपणे व्यक्त करतात हे महत्त्वाचे.

'जरी प्रगतीला घडे अडथळा जुन्या रूढिने।
झुगारूनि तिला बळे नव रूढी तरी पाडणे।
जगी नियमने अम्हास्तव, आम्ही न त्यांच्यास्तव।
अम्हास्तव रूढी असे परि आम्ही न रूढीस्तव।'[३४]

मानवी विकासाच्या वाटा रुढिग्रस्त समाजाने रोखल्या आहेत, हे पुरते रहाळकरांनी ओळखले होते. केशवसुतांनी रूढीच्या विरुद्ध जे बंडाचे निशाण उभे केले, ती बंडखोरी रहाळकरांची कविता आधुनिक मराठी कवितेतील मूर्तिभंजनात्मक कविता ठरते. रूढीला नकार देणारी ही कविता रूढिमुक्त, भयमुक्त माणसाचे स्वप्न पाहते ही कविता मानव्याचे गीत गाणारी कविता आहे. रूढीचा कर्दनकाळ ठरू पाहणारी ही कविता मनुवादी विचारसरणीला, प्रस्थापित मूल्यव्यवस्थेला बेचिराख करण्यास निघाली आहे. प्रगतीच्या आड येणारी रूढी नाकारून मानवी कल्याणाची नवरूढी निर्माण करण्याची भाषा ही कविता बोलते.

प्रस्थापित धर्मव्यवस्थेमध्ये माणसांसाठी नियमांची बांधणी केली. माणसाला नियमांनी बंदिस्त केले. धर्मव्यवस्थेने जन्मजातच माणसांची कर्मेही ठरविली. त्याच्या विकासाच्या वाटा रोखण्याचे काम सनातन धर्मव्यवस्थेने केले. या सनातन धर्मव्यवस्थेच्या विरोधात मानवी प्रगतीच्या वाटा मोकळ्या करण्याची भाषा रहाळकरांची कविता बोलू लागली.

केशवसुतांच्या काव्य अनुकरणातून स्फुरलेली ही कविता परिस्थितीला परंपरेसह नाकारणारी कविता आहे.

'गाऊ मी कसले गाणे। मज न कळे
हृदय मम शून्य हाय दुबळ.
हृदयीची तारा। ज्या दिवशी तुटली
त्या दिनी कविता मज विटली
जाहले मूक। मूक जरी गान
हृदय परी पिळते आतून'

('माझे गाणे' – नरहर शंकर रहाळकर)

केशवसुत प्रभावातील शेवटचे मूर्तिभंजक कवी म्हणून रहाळकरांची कविता मूर्तिभंजनाच्या पातळीवर महत्त्वपूर्ण ठरणारी कविता आहे. केशवसुतांनी आपल्या काव्यक्रांतीची फुंकलेली मूर्तिभंजक 'तुतारी' रहाळकरांनी इतर कवींच्या तुलनेत जशीच्या तशी स्वीकारली; कारण प्रत्यक्ष केशवसुतांच्या सहवासात रहाळकरांना काव्य स्फुरले. त्यांच्या काव्यमनाची मशागत कवी केशवसुतांच्या सहवासात झाली. त्यामुळे केशवसुतांच्या काव्यक्रांतीचा परिणाम रहाळकरांवर आणि त्यांच्या कवितेवर मोठ्या प्रमाणात झाला. आधुनिक मराठी कवितेतील मूर्तिभंजनात्मक चळवळ मानवी मूल्यांवर अढळ श्रद्धा असलेली, जुन्या रूढी, परंपरांना मूठमाती देणारी, नवसमाज निर्मितीचे स्वप्न बघणारी मराठी कवितेतील मूर्तिभंजन चळवळ रहाळकरांच्या कवितेपर्यंत केशवसुतांच्या प्रभावातूनच पुढे पुढे जात होती. मूर्तिभंजनाचा हा आविष्कार पुढे पुढे उग्र स्वरूप धारण करीत गेला. त्याचा संशोधनात्मक पातळीवर आपण अभ्यास करणार आहोत; परंतु केशवसुत प्रभावित कवी आणि मूर्तिभंजन या दृष्टीने अभ्यास करीत असताना केशवसुतांच्या प्रभावातून अनेक कवी आणि कवितांची निर्मिती झाली. या काळामध्ये जशी मराठी कविता नवीन विचारसरणीला केंद्रवर्ती मानून निर्माण होत होती, त्याचबरोबर पारंपरिक पद्धतीनेही कविता निर्माण होत होती. आपण संशोधन अभ्यासाच्या अंगाने वरील कवींचा विचार त्यांच्या मूर्तिभंजनात्मक कवितेच्या संदर्भात केला. रेव्हरंड टिळकांपासून – रहाळकरांपर्यंतच्या कवी आणि कविता यांचा वेध घेता, आधुनिक मराठी कविता मूर्तिभंजन विचारांना स्वीकारत असलेली दिसते. मूर्तिभंजनाचा परिपूर्ण

असा स्वीकार काही कवींच्या कवितांचा विचार करताना दिसत नाही; परंतु मूर्तिभंजनाच्या पायवाटेने जाण्याचा प्रयत्न या कविता करतात.

प्रस्तुत संशोधन अभ्यासाच्या अंगाने मूर्तिभंजनात्मक पातळीवर केलेल्या काही कवींचा अभ्यास आधुनिक मराठी कवितेमधील महत्त्वपूर्ण बदल सुचविणारा आहे. मराठी कविता मानवी जीवनावर विश्वास ठेवणारी कविता कशी बनत होती, याचा हा लेखाजोखाच आहे. केशवसुतांची कविता आधुनिक जीवन विचारसरणी स्वीकारणारी कविता आहे. अलौकिकातून लौकिकात आलेली ही कविता समग्र मानवी जीवनाचा अभ्यास करणारी कविता ठरली. मानवी जीवनमूल्यांचा स्वीकार करून केशवसुतांनी अतिशय परखडपणे आपले काव्यविचार मांडले. पारंपरिक सौंदर्यशास्त्राला केशवसुतांनी नाकारले. पाश्चात्त्य विद्याभ्यासाने, पाश्चात्त्य राजकारणाने, त्याचबरोबर पाश्चात्त्य संस्कृतीने संपूर्ण भारतीय जीवन बदलून गेले. या बदलत्या जीवनाचे परिणाम वाङ्मयावरही पडणे साहजिक होते. इंग्रजी वाङ्मयाच्या अध्ययन – अध्यापनातून मराठी वाङ्मयाची आधुनिक पायाभरणी झाली. केशवसुतांच्या कवितेने मराठी वाङ्मयाला मूर्तिभंजनात्मक स्वरूप प्राप्त करून दिले.

केशवसुतांच्या अगोदर महात्मा ज्योतिबा फुल्यांनी लिहिलेल्या अखंडादी काव्यरचनेतून आधुनिक जीवनमूल्यांची पेरणी मराठी कवितेत झाली होतीच. हा तुटलेला दुवा पुन्हा केशवसुतांनी जोडला आणि स्वतःचा एक काळ निर्माण केला. त्यातूनच केशवसुतांच्या प्रभावातून कवींची एक फळी निर्माण झाली. या कवींनी केशवसुतांनी स्वीकारलेले आधुनिक मराठी कवितेचे मूर्तिभंजन आपापल्या पातळीवर चालू ठेवले. केशवसुत प्रभावित कवी आणि मूर्तिभंजन अशा प्रकारे पुढे चालूच राहिले.

प्रकरण पाचवे

विसाव्या शतकातील मूर्तिभंजक कवी

महात्मा फुल्यांपासून सुरू झालेली आधुनिक मराठी मूर्तिभंजक कविता विसाव्या शतकामध्ये प्रामुख्याने प्रखर बनली. मानवी जीवनाला प्रकाश दाखविण्याची प्रखरता विसाव्या शतकातील मूर्तिभंजक कवितेमध्ये आली. १९२० – १९४५ हा कालखंड ऐतिहासिक दृष्टीनेही महत्त्वपूर्ण कालखंड म्हणावा लागेल. जागतिक स्तरावर विचार करता या कालखंडामध्ये अनेक उलथापालथी झाल्या. दोन महायुद्धे ह्याच कालखंडात झाली. १९२० हा कालखंड पहिल्या महायुद्धानंतरचा कालखंड. पहिले महायुद्ध (१९१४ – १९१८) झाल्यानंतर त्याच्या ज्वाला अजूनही समाजजीवनाला शेकीत होत्या. होरपळून निघालेल्या समाजजीवनावर या महायुद्धाचे दूरगामी परिणाम झाले. माणसातील क्रूरता या महायुद्धाने जगाच्या डोळ्यांसमोर आणली. माणूस ही कल्पना जितकी सुंदर तितकीच भयंकर कशी आहे, हे या महायुद्धाने जगाला समजले. मांगल्य, प्रेम, दया या मूल्यांना या दोन महायुद्धांमुळे मूठमाती मिळाली. या युद्धाने संपूर्ण जग ढवळून निघाले. भारतीय समाजजीवनावरही या युद्धाचे अप्रत्यक्ष परिणाम झाले. एकूणच मानवी जीवनाकडे बघण्याचा दृष्टिकोन या महायुद्धामुळे पार बदलला. समाज, साहित्य, कला, संस्कृती, राजकारण, धर्मकारण या सगळ्या गोष्टींवर या महायुद्धाचे पडसाद उमटले. साहित्याला तर 'समाजाचा आरसा' म्हटले जाते. साहित्यावरही या घटनांचे प्रतिबिंब पडणे साहजिकच होते. १९२० नंतर मराठी साहित्यामध्ये अशा विविध घटनांचे पडसाद उमटू लागले. अशा या बहुआयामी कालखंडात वैश्विक पातळीवर अनेक बदल होत होते. जेते आणि पराजित राष्ट्रांमध्ये सत्तासंघर्षाची युद्धजन्य परिस्थिती १९२० च्या या आरंभीच्या कालखंडात चालूच होती. इंग्लंड, अमेरिका, फ्रान्स ही जेते राष्ट्रे आत्मपरीक्षण करत होती; तर पराजित राष्ट्रांत जर्मनी आपल्या पराभवाची मूळ कारणे शोधत भविष्यातील युद्धाची तयारी करीत होता. याच कालखंडात नाझींच्या ज्यूद्वेषातून अनेक कत्तली झाल्या. साम्यवादी रशियाचा हा उभरता कालखंड. वैश्विक स्तरावर विसाव्या शतकात असे नानाविध बदल होत होते. भारतीय समाजजीवनाचा या कालखंडात विचार करीत असताना राजकीय पटलावर

या काळाच्या आरंभीच मोठा बदल झाला होता. टिळकांच्या निधनामुळे दक्षिण आफ्रिकेतून परतलेल्या गांधींच्या हाती भारतीय स्वातंत्र्यसंग्रामाची सूत्रे आली. गांधीवादाचा प्रचार – प्रसार याच कालखंडात सुरू झाला. मार्क्सवाद याच कालखंडात जनमानसात रुजत होता. डॉ. बाबासाहेब आंबेडकरांची दलितमुक्तीची चळवळ याच कालखंडात प्रामुख्याने पुढे – पुढे सरकत होती. आंबेडकरवाद, मार्क्सवाद आणि गांधीवाद या कालखंडात म्हणजेच विसाव्या शतकात प्रामुख्याने भारतीय समाज जीवनात रुजले आणि मुरले. या सर्व घटनांचा परिणाम वाङ्मयावर होणे साहजिकच होते. मराठी वाङ्मयावर या सर्व बाबींचा परिणाम झाला. गांधीवाद, मार्क्सवाद, आंबेडकरवाद या विचारांना स्वीकारून या काळात साहित्य निर्माण होण्यास सुरुवात झाली.

मार्क्सवाद, आंबेडकरवाद आणि गांधीवाद या विचारांनी हा काळ प्रभावित झाला. गांधीवादाविषयी काही कवींना आदर वाटत असला, तरी गांधीवादाने प्रेरित होऊन स्वतंत्र गांधीसंप्रदाय कवितेमध्ये निर्माण होऊ शकला नाही. मार्क्स आणि आंबेडकरी प्रेरणेने विपुल अशी काव्यनिर्मिती झाली. मार्क्स आणि आंबेडकरी विचाराने लिहिली गेलेली कविता विसाव्या शतकातील मूर्तिभंजक कविता ठरते. विसाव्या शतकातील मूर्तिभंजक कविता मानवी जीवनव्यापाराची चिकित्सा करणारी कविता आहे. या शतकातील कविता मानवी विकासाच्या वाटा खुल्या करणारी कविता बनली. स्वातंत्र्य, समता आणि बंधुता या तत्त्वत्रयींवर आधारलेली ही कविता माणसाला माणूसपण दाखविणारी कविता ठरते. या काळातील पांढरपेशा नवसुशिक्षितांप्रमाणे कवींची मनेही मार्क्सवादाने प्रेरित झाली. मार्क्सचे जीवनविषयक तत्त्वज्ञान वर्गवादी व्यवस्थेला, भांडवलशहांच्या शोषक प्रवृत्तीला बेचिराख करणारे तत्त्वज्ञान आहे. मार्क्सच्या कामगारांच्या राज्याची संकल्पना अनेक विचारवंतांना भावली. कविमनही या विचाराकडे आकृष्ट झाले. मार्क्सचे जीवनतत्त्वज्ञान स्वीकारून आधुनिक मराठी कविता मानवी विजयाचे स्वप्न रंगवत होती.

विसाव्या शतकातील मूर्तिभंजक काव्याचा विचार करीत असताना या सर्व विचारसरणींचा उल्लेख करणे क्रमप्राप्त ठरते. त्याशिवाय मूर्तिभंजक कवितेची संकल्पना पूर्ण होऊ शकत नाही. प्रा. गो. म. कुलकर्णी यांनी विचारप्रणालीच्या किंबहुना तत्त्वप्रणालीच्या संदर्भात 'आधुनिक मराठी वाङ्मयाची सांस्कृतिक पार्श्वभूमी' स्पष्ट करताना व्यक्त केलेला पुढील अभिप्राय अभ्यसनीय आहे.

'कोणतेही तत्त्वज्ञान किंवा विचारप्रणाली उदित झाल्या, सर्जनशील पातळीवर जाईलच अशी ग्वाही देता येत नाही. त्यासाठी एखादी तत्त्वप्रणाली त्या समाजाच्या वा व्यक्तिसमूहाच्या चिंतन-मननाचा प्राधान्याने आणि प्रकर्षाने विषय व्हावी लागते. ती संकल्पनात्मक पातळीवर न राहता, आत्मजाणिवेचा वा जीवनजाणिवेचा घटक बनावी लागते. असे होण्याची शक्यता त्या काळात निर्माण होऊ शकली नाही. जे जीवनविचार

सामोरे आले, ते त्या व्यक्तिजीवनातील स्फुट स्वरूपाच्या स्पंदनांचा भाग बनून गेले. ते एका आवर्तात जमत राहिले. येथील या काळातील विशिष्ट व्यक्तिवादाच्या एकेरी प्रभावाचाही परिणाम म्हणावा लागेल.'

एखाद्या तत्त्वप्रणालीला जीवनप्रणालीमध्ये सामावून घेण्यासाठी काही काळ लोटावा लागेल. आधुनिक मराठी कवितेने या तत्त्वप्रणालीचा स्वीकार करून नवआविष्काराची नवकविता निर्माण केली. तेराव्या शतकापासून विसाव्या शतकापर्यंत मराठी कवितेने अनेक पावसाळे – उन्हाळे पाहिले – साहिले. मराठी कवितेने समाजापुढे अनेक प्रश्न निर्माण केले. या प्रश्नांची निर्मिती निर्मात्यांपासून – रसिकांपर्यंत, समीक्षकांपर्यंत पोहचली. एकंदरीत मराठी कवितेने समाजासमोर अनेक प्रश्नांची निर्मिती केली. साचलेपणा झिडकारून नव्या उमाळ्यांना या कालखंडातील मराठी कवितेने जन्म दिला. समाजजीवनातील रंग – तरंग विसाव्या शतकातील मराठी कवितेने रंगविला.

या काळातील लक्षणीय आणि महत्त्वपूर्ण बदल म्हणजे या काळामध्ये शिक्षणाचा प्रसार बहुजन समाजात झाला. बहुजन समाजातील तरुण पिढी उच्चशिक्षित बनायला लागली. त्यामुळे ब्राह्मणी व्यवस्थेला हादरे बसण्यास सुरुवात झाली. परिवर्तनाची विचारक्रांती या काळात व्हायला लागली. बहुजन समाजातील अनेक तरुण राजकारण, समाजकारण, शिक्षण आणि नोकरी या क्षेत्रांमध्ये आले. लोकशाही याच काळात भारतामध्ये स्थापन झाली. स्वतंत्र भारताची रचना करणारी नवी विचारसरणी या काळातच उदयाला आली. त्यामुळे हजारो वर्षांपासून गुलामीत जीवन जगणाऱ्या माणसातील ऊर्जा जागृत झाली. हा माणूस आता समाजक्रांतीची भाषा बोलू लागला. समाज-उन्नयनाची चळवळ या काळामध्ये गतिशील बनली. ब्राह्मण – ब्राह्मणेत्तर वाद याच काळात जन्मास आला; नव्हे तर तो पुढेपुढे अधिक-अधिक तीव्र बनला. तरीही संपूर्ण ब्राह्मणव्यवस्थेला बहुजन समाजाने नाकारले, असे मात्र आजपर्यंतही घडले नाही. या ना त्या स्वरूपामध्ये आजही बहुजन माणूस प्रस्थापित व्यवस्थेच्या जाळ्यामध्ये अडकलेलाच आहे, हे कटू सत्य नाकारता येणार नाही. याच काळामध्ये दलित आणि पुढे जाऊन ग्रामीण – स्त्रीवादी साहित्याची निर्मिती झाली. आत्मभान, आत्मजागृती, आत्मसन्मान आणि विद्रोहात्मकता हे या काळातील प्रमुख विशेष मानावे लागतील. या गोष्टींचा प्रमुख परिणाम कवितांवरही झाला. आधुनिक मराठी कविता विसाव्या शतकामध्ये समाजजीवनातील अंग – उपांगाचा अतिशय खालच्या समाजजीवनापर्यंत जाऊन विचार करीत होती. मानवी कल्याणाचे नव-जीवनतत्त्वज्ञान मांडण्याची ऊर्मी याच काळामध्ये मराठी कवितेत आली.

विसाव्या शतकातील आधुनिक मराठी कवितेतील मूर्तिभंजनाच्या अंगाने विचार करता या काळामध्ये महाराष्ट्रात नवविचाराचे, नवप्रवाहाचे वारे जोरात वाहू लागले होते. महाराष्ट्राच्या जीवनात आर्थिक, सांस्कृतिक, शैक्षणिक आणि मानसिक पातळ्यांवर

विविधांगी बदल घडत होते. याच काळात शिक्षणाला समाजविकासाच्या केंद्रस्थानी मानले गेले. शिक्षणामुळे मराठी मनाला जगातील विविध संस्कृतींचा अभ्यास करता येऊ लागला. जगातील आणि त्यातही पाश्चात्त्य ज्ञान-विज्ञानाचे प्रतिबिंब मराठी मनाला लवकर भावले. अनेक विद्वान मंडळी परदेशामध्ये जाऊन तेथील समाजजीवनाचा अभ्यास करू लागली. भारतीय समाजजीवनातील विषमता, अंधश्रद्धा, दैववाद अशा सनातन अवस्थेमुळे भारतीय समाजाची विकलांगता या विद्वान मंडळींच्या लक्षात येऊ लागली. पाश्चात्त्य विचारवंतांचा प्रभावही याच काळामध्ये येथील विचारवंतांवर झाला आणि त्यातूनच पुढे समाजसुधारणेची चळवळ प्रबळ, प्रखर बनत गेली. या सर्व गोष्टींचा परिणाम मराठी वाङ्मयावर आणि विशेषत्वाने मराठी कवितेवर झाला. स्त्री – पुरुष समानता, स्त्री – स्वातंत्र्य यातून स्त्री – पुरुषांच्या एकमेकांकडे पाहण्याच्या दृष्टीमध्ये बदल व्हायला लागला. सांस्कृतिक वातावरणामध्ये बदल होऊन सहजीवनाची कल्पना विकसित होऊ लागली. शिक्षण स्त्रीपर्यंत पोहचले. शिकलेल्या स्त्रीला आत्मभान आले. तिच्या स्वातंत्र्याविषयी ती विचारप्रवृत्त व्हायला लागली. आत्मभान आलेल्या या स्त्रीमध्ये बदल जाणवायला लागला. त्यांचा पोशाख व आचार – विचार यांमध्ये बदल झाला. स्त्रीचे 'स्वातंत्र्य' अनेक अंगांनी विचारात घेतले जाऊ लागले. 'चूल आणि मूल' या बाहेरच्या विश्वाशी स्त्री आपला संबंध प्रस्थापित करण्याचा प्रयत्न करू लागली.

विसाव्या शतकातील मूर्तिभंजक कविता वरील पुरोगामी विचारांना स्वीकारून निर्माण होत होती. 'प्रेम' या संकल्पनेचाही या काळामध्ये मुक्त आविष्कार होऊ लागला. लाजरी – बुजरी प्रेमप्रवृत्ती आता निर्धास्तपणे रस्त्यावर फिरू लागली. तरुण – तरुणी आपले एकमेकांवरील प्रेम निर्धोकपणे व्यक्त करू लागले. प्रेमविवाह ही संकल्पना याच काळात रुजली. पारंपरिक व्यवस्थेला या सर्व गोष्टींमुळे हादरे बसू लागले. बुरसटलेली विचारप्रवृत्ती या काळामध्येही या सर्व गोष्टींना विरोध दर्शवीत होती. 'जुने ते सोने' असे म्हणून परिवर्तनवादी पुरोगामी विचारांची नाकेबंदी करण्याचा प्रयत्न ही प्रवृत्ती करत होती; परंतु आता परिवर्तन अटळ होते. समाजातील छोटे – छोटे समूह आत्मजागृत होत होते. त्यांना स्वातंत्र्याची तहान लागली होती. हजारो वर्षांची सनातन व्यवस्था तोडण्याचा प्रयत्न काही समाजसमूह करीत होते. एकंदरीत विसाव्या शतकातील काळ हा परिवर्तन, उद्योग, ज्ञान – तंत्रज्ञान, विज्ञान या सर्व गोष्टींनी भरभराटीचा कालखंड ठरला. या काळात जसे चांगले काही घडले, तसेच वाईटही घडले. जात, धर्म, देव, दैववाद ही संकल्पना अजूनही संपलेली नाही. ती या काळामध्ये होती, आजही आहे; परंतु नवक्रांतीची, नवसमाजरचनेची पायाभरणी आणि त्या दृष्टीने झालेले प्रयत्न याच कालखंडात घडले. या सर्वांमधून आधुनिक मराठी कविता निर्माण झाली. या मराठी कवितेमध्ये पारंपरिक पद्धतीने लिहिणारेही कवी होते; पण त्याचबरोबर काळाच्या बरोबर चालणारे, काळाशी

तादात्म्य पावणारे, काळाची आव्हाने स्वीकारणारे कवीही याच काळात निर्माण झाले. या कवींनी आपली कविता वेगवेगळ्या अंगांनी लिहिली.

विसाव्या शतकातील मूर्तिभंजक कवितेचा अभ्यास करीत असताना मूर्तिभंजनाची पायवाट हळुवारपणे चोखाळणारा कवी म्हणून माधवराव पटवर्धन यांच्या कवितेचा अभ्यास महत्त्वपूर्ण ठरतो. तसे मराठी वाङ्मयेतिहासात पटवर्धनांना 'प्रेमकवी' म्हणूनच ओळखले जाते. रविकिरण मंडळातील 'रवी' म्हणूनही माधव जूलियनांची ख्याती आहे. माधव जूलियनांची कविता रविकिरण मंडळाच्या कालखंडातील म्हणजे १९२० ते १९४० या कालखंडातील कविता म्हणावी लागते. हा कालखंड मराठी वाङ्मयेतिहासात 'रविकिरण मंडळ कालखंड' म्हणूनही ओळखला जातो. माधव जूलियनांची कविता या संपूर्ण काळावर आपला प्रभाव गाजविताना दिसते.

प्रयोगशील असणाऱ्या आणि अपयशाला न जुमानणाऱ्या माधव जूलियनांनी मराठी काव्यसृष्टीमध्ये आपला स्वतंत्र असा ठसा उमटविला. आपल्या जीवनानुभवाशी प्रामाणिक असणारी कविता त्यांनी निर्माण केली.

विपुल अशा काव्यनिर्मितीमध्ये जूलियनांची मूर्तिभंजक स्वरूपाची कविता अत्यल्प स्वरूपाची आहे. माधव जूलियनांचा पिंड हा प्रेमकवीचा असल्याकारणाने त्यांच्या हातून मूर्तिभंजक स्वरूपाची कविता निर्माण होऊ शकली नसली, तरी त्यांच्या 'सुधारक' व 'नकुलालंकार' या काव्यग्रंथांमध्ये मूर्तिभंजक स्वरूपाची काही स्फोटके सापडतात, हे मात्र विसरता येणार नाही. आपल्या वाङ्मयनिर्मितीविषयी बोलत असताना माधव जूलियन म्हणतात,

'मी जे लिहितो ते मनापासून लिहितो, प्रत्यक्षाप्रत्यक्ष अनेक अनुभूतींचा उपयोग करून लिहितो. माझी कृती आत्मप्रकटीकरणासाठी आहे हे खरे, तथापि ती आत्मचरित्रपर नाही हेही तितकेच खरे.' (माधवराव पटवर्धन वाङ्मय दर्शन)

जूलियनांची कविता मानवी जीवनवास्तवाचा विचार करणारी कविता आहे. आपल्या कवितेच्या संदर्भात त्यांनी म्हटले आहे – 'मी काव्यं यशसे म्हणूनि धरिली नाही करी लेखणी किंवा अर्थ हवा म्हणूनि नकली स्तोत्रे न मी गाइली सांगाया उपदेश ही न विदुषी माझी कला देखणी'

आपल्या काव्यनिर्मितीच्या संदर्भात माधव जूलियनांनी प्रामाणिकपणे आत्मोद्गार काढले आहेत. जूलियनांनी निर्माण केलेली कविता ही प्रामुख्याने नैसर्गिक प्रेमाविष्काराची भावना प्रगट करणारी कविता आहे. मूर्तिभंजक अंगाने माधव जूलियनाच्या कवितेचा अभ्यास करीत असताना मूर्तिभंजक विचाराचे आद्य प्रस्फुरण जूलियनांच्या 'सुधारक' आणि 'नकुलालंकार' या काव्यांमध्ये काही स्वरूपात सापडलेले दिसते.

'सुधारक' या खंडकाव्यामधून माधवरावांनी सामाजिक विडंबन केले आहे. या

खंडकाव्याचा प्रमुख विषय स्वत:ला सुधारक समजणाऱ्या बापाने मुलीच्या प्रियकराची दरिद्रता पाहून लग्नास दिलेला नकार आणि आपल्या मुलीचे एखाद्या श्रीमंत व्यक्तीशी लग्न करण्याचा घातलेला घाट हा असून समाजजीवनात नेहमी दिसणारे हे चित्र माधवरावांनी प्रस्तुत काव्यात मांडलेले आहे. या काव्याचा मूर्तिभंजक पातळीवर अभ्यास करीत असताना या काव्यामधून माधवरावांनी समाजसुधारकांतील नकलीपणा समाजपटलावर आणला. तत्कालीन समाजजीवनामध्ये स्वत:ला समाजसुधारक म्हणवून घेणारे अनेक लोक निर्माण होत होते. समाजजीवनामध्ये दुसऱ्याला शहाणपण शिकविणाऱ्या या सुधारकांमध्ये स्वत:वर जेव्हा वेळ बेतत होती, तेव्हा त्यांच्यातील सनातन प्रस्थापित माणूस जागा होत होता. ढोंगी सुधारकांवर माधवरावांनी काढलेले हे चित्र मूर्तिभंजन चळवळीशी निगडित अशा स्वरूपाचे दिसते. माधवरावांच्या एका मित्राच्या मुलीच्या संदर्भात हा प्रश्न निर्माण झाला होता. त्यामधून माधवरावांना 'सुधारक' ची निर्मिती सुचली असे सांगितले जाते. 'सुधारक'विषयी स्वत: माधव जूलियन प्रस्तावनेत लिहितात,

'केशवसुतांनी 'तुतारींत' व गोविंदाग्रजांनी 'स्मशानगीतां'त सामाजिक अन्यायांवर जशा प्रकारची टीका केली आहे, तशा प्रकारची टीका 'सुधारक'काव्यात निरनिराळ्या सामाजिक प्रश्नांवर व कल्पनांवर केलेली आहे; पण ही टीका एका कल्पित कथेच्या निरूपणाच्या ओघात विखुरलेली असून कित्येकदा उपरोधिक आहे. शिवाय निरनिराळ्या विचारसरणींचेही दिग्दर्शन व्हावे अशी व्यवस्था पुरोगामी व प्रतिगामी श्रोत्यांचे उद्गार अनुक्रमे चौकटीच्या व अर्धचंद्राकृती कंसांत छापून केलेली आहे. विनोदाचा उपयोग अधम भावना उद्दीपित करण्यासाठी नसून उद्‌बोधक मनोरंजनासाठी आहे. यात सहृदय उपहास आहे, पण चावटपणा नाही. धर्माचा व्यापार करणाऱ्या दांभिकतेचे यात वस्त्रहरण असेल, पण कोणत्याही उदात्त नीतितत्त्वांची यात कुत्सित हेटाळणी नाही.''

भारतीय पारंपरिक समाजव्यवस्थेमध्ये 'लग्न' ही एक महत्त्वाची जीवनक्रिया मानली जाते. धर्मव्यवस्थेने लग्नाचे काही नीतिनियम मांडले. त्यामध्ये 'लग्न' हा विधी स्वजातीमध्येच झाला पाहिजे असा दंडक आहे. हिंदूधर्मव्यवस्थेमध्ये तर जातीतील पोटजातीत विवाह करण्याची प्रथा आजही कायम आहे. हिंदूधर्मव्यवस्थेच्या संदर्भात प्रत्यक्ष – अप्रत्यक्ष माधवराव या खंडकाव्यातून काहीही बोलत नसले, तरी 'सुधारक' म्हणवून स्वत:ला समजणारा जो नायक आहे, त्यातील सनातन खलनायक स्वत:वर वेळ आल्यानंतर लगेच कसा जागा होतो याचे हे जिवंत चित्रण आहे. 'सुधारक' म्हणजे नवजीवनप्रणाली आणि आधुनिक जीवनमूल्ये स्वीकारणारा सर्जनशील माणूस. भारतीय समाजजीवन जसे जाती – वर्णाच्या चौकटीत अडकलेले आहे. त्याचप्रमाणे गरीब – श्रीमंत ही दरीही या समाजजीवनाची अविभाज्य स्वरूपाची रेषा आहे. जूलियनांनी 'सुधारक' या त्यांच्या खंडकाव्यामध्ये प्रतिपादित केलेला विषय मानवी जीवनाचे बेगडी

स्वरूप प्रदर्शित करणारा असून सनातन, प्रस्थापित व्यवस्थेमधील अनेक समस्यांची मांडणी माधव जूलियनांनी प्रस्तुत खंडकाव्यामध्ये केलेली आहे. सामाजिक समस्यांना माधवरावांनी फोडलेली वाचा या अनुषंगाने प्रस्तुत खंडकाव्याचा मूर्तिभंजनाच्या पातळीवर अभ्यास अधोरेखित करता येतो. जूलियनांनी या खंडकाव्यामधून केलेली प्रश्नांची मांडणी मूर्तिभंजन विचाराशी निगडित अशा स्वरूपाची मांडणी म्हणावी लागते. समाज, साहित्य, धर्म, शिक्षण असा चौफेर प्रश्नांकित आलेख माधवरावांनी या खंडकाव्याच्या माध्यमातून मांडून सामाजिक दंभाचार आपल्या काव्यलेखणीतून प्रकट केला. मानवी जीवनातील स्वार्थी प्रवृत्तीने सर्वार्थाने झपाटलेला माणूस समाजाशी नेहमीच प्रतारणा करीत असतो, याचे जिवंत चित्रण या खंडकाव्यामधील विविध व्यक्तिरेखांच्या माध्यमातून जूलियनांनी मांडलेले आहे. वासू, सरला, ठोसर, मेजर गोखले, समाजकंटक डॉ. ओंकार या विविध व्यक्तिरेखांमधून समकालीन समाजाचा आलेख मांडण्याचा प्रयत्न माधव जूलियनांनी केला आहे.

आधुनिक मराठी कवितेमधील मूर्तिभंजन चळवळीची प्रस्फुरणे त्यांच्या 'सुधारक' आणि 'नकुलालंकार' या खंडकाव्यात दिसतात. मराठी कवितेचा जूलियनांचा कालखंड 'रविकिरण कालखंड' म्हणून ओळखला जातो. या कालखंडामधील मराठी कविता पारंपरिक काव्यमूल्ये झिडकारून स्वतंत्रपणे स्वतंत्र बाण्याची, रचनेची मोडतोड करून मुक्तछंदपणे निर्माण होत होती. मराठी कविता जशी अंतरंगात-बहिरंगात बदलत होती, त्याचप्रमाणे आशय आणि अभिव्यक्तीच्या अंगानेही मराठी कवितेचे मूर्तिभंजन याच काळात झाले. पुढे पुढे मराठी कविता वास्तव जीवनाशी, वास्तव प्रश्नांशी समरस होत गेली. वास्तव जीवनाचे जिवंत असे चित्रण पुढील काळात मराठी कवितेत यायला लागले. माधव जूलियनांनी 'सुधारक' आणि 'नकुलालंकार' या खंडकाव्यांच्या माध्यमातून समाजजीवनातील विविध प्रश्नांना हात घालण्याचा केलेला प्रयत्न मूर्तिभंजक विचारांशी जवळीक साधणारा आहे. या कवितेमध्ये मूर्तिभंजन विचारांचा प्रस्फोट झालेला नसला, तरी मानवी मनाला प्रश्नांकित करणारी ती कविता मूर्तिभंजनाची धूळवाट म्हटली पाहिजे. कवी केशवसुतांना खंडकाव्याकडून जी अपेक्षा होती, ती या ठिकाणी नमूद करणे महत्त्वपूर्ण ठरते. केशवसुत म्हणतात, *'A Century has passed without producting a long marathi poem worth the name.'*

माधव जूलियनांच्या प्रस्तुत खंडकाव्याने मराठी कविता लवचीक बनविली. पारंपरिक पद्धतीने निर्माण होत असलेल्या खंडकाव्याचे मूर्तिभंजन करून जूलियनांनी आपल्या खंडकाव्याच्या माध्यमातून वास्तवजीवन प्रतिबिंबित करीत असतानाच त्यामध्ये नवचैतन्य ओतले. पारंपरिक काल्पनिक कल्पनावादी खंडकाव्यांतून मानवी जीवनाचा लवलेशही प्रतिबिंबित होत नसे. पृथ्वीवर घडण्याऐवजी ते कुठेतरी स्वर्ग-नरक-पाताळ या अकल्पित

ठिकाणी घडत असे. या खंडकाव्यांमधील मानवी जीवनाच्या एकदम विरुद्ध असे देव-देवादी कल्पना यावरतीच प्रामुख्याने ही खंडकाव्ये बेतलेली असत. मात्र माधव जूलियनांनी प्रस्तुत खंडकाव्यांच्या माध्यमातून खंडकाव्य मानवी जीवनाला वाहिली. मानवी जीवनातील प्रश्न-समस्यांची मांडणी 'सुधारक' आणि 'नकुलालंकार' या खंडकाव्यांच्या माध्यमातून मांडली. मूर्तिभंजक विचारांची स्वीकृतता या खंडकाव्यांमध्ये पडलेली दिसते. त्यामुळे आधुनिक मराठी कवितेतील मूर्तिभंजनात माधव जूलियनांच्या 'सुधारका'चा उल्लेख करणे क्रमप्राप्त ठरते. सामाजिक दंभाचे चित्रण करताना सुधारकांचा बेगडी बनाव –

'बडे सुधारक कोण खरोखर?
भव्य बङ्गला, बगिचा भंवती,
विचित्र सुमनें नव टवटवती,
ठळक अक्षरें पाटीवरती
'रावबहादुर के. व्ही. ठोसर'
शहराबाहिर नवी वसाहत,
अलग बङ्गले बड्याबड्यांचे
वकील, डाक्तर, हपीसरांचे,
रङ्गाकारहि विविधतऱ्यांचे,
गमे फिरावें शोभा पाहत..'

अशा प्रकारे चित्रित करणारी जूलियनांची कविता समाजातील वास्तव जीवनाचे चित्र रेखाटते. त्यामुळे तिचा मूर्तिभंजक पद्धतीने विचार केलाच आहे; परंतु त्याचबरोबर माधव जूलियनांनी पारंपरिक काव्यसंकेतांना झुगारून नवकाव्यसंकेतांची निर्मिती केली. आधुनिक जीवनमूल्यांचा स्वीकार केल्यानंतर भारतीय समाजजीवनामध्ये विविध स्वरूपांचे बदल झाले. हे बदल 'तेथे चल राणी' सारख्या कवितेतून माधव जूलियनांनी चित्रित केले.

'कोठें तरी जाऊं बसुनी शीघ्र विमानीं
अज्ञात ठिकाणीं
स्वातंत्र्य जिथें, शांति जिथें, प्रेम इमानी
तेथें चल राणी!
गे लग्नविधी जेथ न जीवैक्यनिशाणी,
तेथें चल राणी!
नातें पुरुषस्त्रीमधिं तें एकच वाटे
ऐसें उफराटें
ज्यांचें मत, त्यांचें वच यावें नच कानीं
तेथें चल राणी!'

यामुळे 'प्रेम' ही संकल्पना बदलली. प्रेमजाणिवा बदलल्या. माधव जूलियनांनी आपल्या कवितेच्या माध्यमातून बदलती प्रेमजाणीव प्रकट केली. ज्या समाजव्यवस्थेमध्ये 'प्रेम' या शब्दाकडे तिरस्कृत नजरेने पाहिले जात असे, त्या समाजव्यवस्थेमध्ये माधव जूलियनांनी प्रेमाचे पाढे गायिले. मराठी कवितेला प्रेमाची शिकवण दिली. सनातन व्यवस्थेमध्ये 'स्त्री'ला विविध नीति-नियमांनी बंदिस्त केले होते. 'स्त्री'च्या मनाचा गळा दाबण्याचाच हा प्रकार केला. स्त्रीने आपला जीवनसाथी, आपला प्रियकर मुक्तपणे निवडावा, असे स्वातंत्र्य आणि सामर्थ्य सनातन व्यवस्थेने तिला दिले नव्हते. आधुनिक कालखंडामध्ये स्त्रीचे आत्मभान जागृत झाले. तिच्या गुलामगिरीची तिला जाणीव होऊ लागली. त्या बदलत्या जाणिवेचे चित्रण करणारी कविता माधव जूलियनांनी लिहिली.

'छाया ठोसरघरीं पसरली;
बघुन सुखाचे तुटले झोले,
पुशीत आई अपुले डोळे
'प्रारब्ध कसें टळेल?' बोले –
खतास अगदी कशी विसरली? ॥१॥
झाला ना तद्दैवीं पालट?
तुटले मंगळसूत्र पुन्हा तें
जुळलें जमलें नवीन नातें,
सफल सुखावह झालेंना तें?
पतिमरणाची हवीच कां अट? ॥२॥
('स्त्रीसच हक्क न परि व्हाया च्युत
पत्नीस न ये होतां अनृण
धर्म, कायदा पडला निर्घृण,
भूतदयेनें नच तो मसृण,
व्यक्ति समष्टीस्तव होवो हुत.') ॥३॥
पवित्रतेचा जुलूम सन्तत
स्त्रियांचवरती दिसतो, तो कां?
('क्षेत्र असे ती? महिमा मोठा!
पवित्रतेला येतां धोका
जाति होउनी जाई अवनत.') ॥४॥
ठोसर वदले, 'ही न मला जड,
निसर्गक्रमेंविसरुन जाइल,
सुखांत खाउन पिऊन राहिल,

भावण्डांचें शिक्षण पाहिल,
हिजसाठीं मी ठेविन रग्गड. ॥५॥
विविध चमत्कृतिमयी धरा ही;
करील हौशी ही बागाइत,
बसेल नाना 'माला' वाचित,
लिहीत गोष्टी, यमकें जुळवित,
काव्यबीज यमकांतच राही. ॥६॥
फिरावयाला भुण्डा डोङ्गर,
उदात्त तत्त्वीं लागाया-लय
पवित्र तें स्थळ शान्त निरामय,
भवदुक्खाची पळे पहा सय.
घरांत अथवा विणीत लोंकर॥७॥
कार्य करिल तें ललित दिखाऊ;
घरांत आहे बाजापेटी,
गन्धर्वाच्या फोनो-प्लेटी,
आहे सेवासदन कमेटी,
करिल तिच्यावर कार्य टिकाऊ॥८॥
स्त्रिया चळवळीमधिं न फारशा,
कुणी करावें अबलोद्धारण
संकटकालीं दुःखनिवारण?
इथें स्त्रियांची चाले दारूण
काय कायदेशीर दुर्दशा?॥'

पारंपरिक कवितेच्या विरुद्ध हे मूर्तिभंजनच होते. याप्रमाणे 'नकुलालंकार' हे माधव जूलियनांचे आणखी एक उपहासप्रचुर खंडकाव्य असून मोरोपंती ढंगाच्या या आर्यांतून समाजातील प्रतिष्ठितांचे ढोंग व त्यांचे लटपटे स्वभाव, त्यांचा संधिसाधूपणा इत्यादींचा उपरोधपूर्ण परामर्श या काव्यात पाहावयास मिळतो.

त्यांच्या कवितेचा मूर्तिभंजनात्मक पातळीवर अभ्यास करीत असताना विशेषत्वाने हे लक्षात घेणे अगत्याचे आहे की, माधव पटवर्धनांची कविता केशवसुत आणि मर्ढेकर यांच्या कवितेला जोडणारा दुवा आहे. केशवसुतांनी मराठी कवितेला सामाजिक अंगाने प्राणतत्त्व दिले. केशवसुतांची कविता मानवी जीवनाला वाहिलेली कविता बनली. मर्ढेकरांनी मानवी जीवन-अस्तित्वाचे विदारक चित्र आपल्या कवितेच्या माध्यमातून मांडले. मानवी जीवनाची समग्रता साकल्याने आळवणारी कविता केशवसुतांपासून

मर्ढेकरांपर्यंत विविध टप्प्यांवर निर्माण होत गेली. माधव जूलियनांची कविता प्रेमभावना, समाजमन प्रतिबिंबित करण्याचा प्रयत्न करते.

त्यांच्या कवितेचा सामाजिक अंगाने मूर्तिभंजनात्मक पातळीवर अभ्यास करीत असताना त्यांची कविता ही सामान्य अनुभूतीची कविता आहे. केशवसुतांसारखा विशाल, व्यापक दृष्टिकोन माधव जूलियनांकडे नाही. मानवी जीवनाच्या दु:खाची आत्मिक तळमळ त्यांच्या कवितेत दिसत नाही. त्यामुळे त्यांची कविता सामान्य राहिली; परंतु 'सुधारक' आणि 'नकुलालंकार' सारख्या काव्यांतून पटवर्धनांनी सामाजिक प्रश्नांची केलेली मांडणी मूर्तिभंजक विचारांशी जवळीक साधणारी आहे. त्यामुळे माधव जूलियनांच्या सामाजिक कवितेचा मूर्तिभंजनात्मक आविष्कार महत्त्वपूर्ण ठरतो.

रविकिरण मंडळाबाहेरील एक कवी म्हणून वा. गो. मायदेवांच्या कवितेमधील प्रामुख्याने 'सुधा', 'गरिबांची गोष्ट' आणि 'एकनाथ' या खंडकाव्यांचा मूर्तिभंजनात्मक कविता म्हणून निर्देश करता येईल. त्यातही मायदेवांचे 'सुधा' हे खंडकाव्य मूर्तिभंजनात्मक पातळीवर महत्त्वपूर्ण ठरणारे काव्य आहे. 'सुधा' या काव्यामध्ये त्यांनी प्रतिपादित केलेला विषय अतिशय महत्त्वपूर्ण असा आहे. स्त्री-स्वातंत्र्य आणि कुमारीमातेचा प्रश्न 'सुधा'मध्ये मायदेवांनी मांडला. स्त्रीला भारतीय समाजव्यवस्थेमध्ये नेहमीच दुय्यम दर्जाची वागणूक दिली जाते. स्त्रीच्या सर्जनशील शक्तीचा भारतीय समाजमनाने कधी विचार केलाच नाही. अलीकडे स्त्री-स्वातंत्र्य सैल दिसत असले, तरी हे स्वातंत्र्य हातचे राखूनच आहे हेही तेवढेच खरे. स्त्रीला समानतेचा दर्जा मिळावा, स्त्री ही पुरुषाची सारथी असल्याकारणाने स्त्रीशिवाय मानवी जीवनाची कल्पनाच करता येऊ शकत नाही. स्त्री ही आदिजननी, आदिशक्ती असतानासुद्धा स्त्रीला हीनत्वाची मिळणारी वागणूक भारतीय प्रस्थापित व्यवस्थेमधील बेधुंदशाही आहे, हे पुरते जाणत असताना आजही स्त्रीवर विविध अंगांनी अन्याय-अत्याचार होताना दिसतोच आहे.

तत्कालीन समाजव्यवस्थेमध्ये स्त्रीचे अस्तित्व तर शून्यवतच होते. त्या परिस्थितीत मायदेवांनी १९४० मध्ये प्रामुख्याने 'सुधा' हे खंडकाव्य लिहिले आणि एका सामाजिक प्रश्नाला वाचा फोडली. तो महत्त्वपूर्ण प्रश्न म्हणजे कुमारी मातेचा प्रश्न. लग्न होण्याअगोदर जर एखाद्या स्त्रीला अपत्य होत असेल, तर तिला समाजाशी अनेक अंगांनी तोंड द्यावे लागते. तत्कालीन सामाजिक परिस्थिती तर अतिशय भयावह अशा स्वरूपाची होती. मनुवादी समाजव्यवस्थेमध्ये स्त्रीला पार गुलाम बनविले होते. अशा स्थितीमध्ये 'सुधा'च्या माध्यमातून मायदेवांनी मांडलेला कुमारीमातेचा प्रश्न मूर्तिभंजन स्वरूपाचाच म्हणावा लागेल. एखाद्या स्त्रीला जर लग्नाअगोदर मूल होत असेल, तर त्या अर्भकाच्या जन्मास जेवढी स्त्री जबाबदार, तेवढाच पुरुषही असतो; परंतु समाजव्यवस्थेने पुरुषाला या गुन्ह्यामध्ये अडकविले नाही. दुबळ्या स्त्रीवरच कुरघोडी करून तिला समाजामधून वाळीत टाकण्याचे

चाळे भारतीय प्रस्थापित समाजव्यवस्थेने केले. त्या समाजव्यवस्थेच्या विरोधात मायदेवांनी 'सुधा'ची रचना करण्याचा प्रामाणिक प्रयत्न केला. वाङ्मयीन पातळीवर सदर काव्य टिकाव धरू शकले नाही; परंतु त्यामधून मायदेवांनी जो जिवंत प्रश्न मांडला, तो प्रश्न मूर्तिभंजक विचाराचा स्वीकार करणारा आहे. त्यामुळे आधुनिक मराठी कवितेतील मूर्तिभंजनात्मक कवितेमध्ये मायदेवांच्या 'सुधा' चा उल्लेख करणे क्रमप्राप्त ठरते. मायदेवांच्या कवितेतून विद्रोही जाणीव आविष्कृत होत नसली, तरी मायदेवांनी सनातन व्यवस्थेमधील सामाजिक प्रश्नांची मांडणी केली हे महत्त्वपूर्ण म्हणावे लागते. 'सुधा' मधून मायदेवांनी मांडलेला कुमारीमातेचा प्रश्न गंभीर स्वरूपाचा आहे. प्रस्थापित व्यवस्थेमध्ये स्त्रीची होणारी कुचंबणा, तिचा छळ आणि पिळवणूक 'सुधा'मधून प्रामुख्याने प्रदर्शित होते. समाजातील दंभ आणि स्त्रीवरील अन्यायाला, अत्याचाराला वाचा फोडणारा मूर्तिभंजक विचार मायदेवांनी 'सुधा', 'गरिबांची गोष्ट' आणि 'एकनाथ' या खंडकाव्यांमधून व्यक्त केला आहे.

माधव जूलियन आणि वा. गो. मायदेव यांच्यानंतर एक प्रमुख कवी म्हणून अनिलांच्या कवितेचा मूर्तिभंजनात्मक पातळीवर विचार क्रमप्राप्त आहे. एकंदरीत मराठी काव्यसृष्टीमध्ये अनिलांनी महत्त्वपूर्ण भर टाकली. अनिलांची कविता आणि मुक्तछंद हे जणू काही समीकरणच बनले. छंदोबद्ध कवितेला मुक्त करून अनिलांनी मुक्तछंद निर्माण केला. पारंपरिक मराठी कवितेच्या शृंखलाबद्ध बेड्या अनिलांनी मुक्तछंदाच्या माध्यमातून तोडल्या. प्रयोगशीलपणे अनिलांनी मराठी कवितेला नवा आकार दिला. आशय आणि अभिव्यक्तीच्या पातळीवर मराठी कविता मुक्त केली. अनिलांनी भावसंपन्न अशी कविता निर्माण केली. काव्यामध्ये क्रांती निर्माण करून अनिलांनी मराठी काव्यसृष्टीमध्ये आपले अढळ आणि अटळ असे स्थान प्राप्त केले. मुक्तछंदाच्या संदर्भात आपले विचार मांडत असताना अनिल म्हणतात,

'काव्याच्या विषयांत आणि तंत्रांत नवकाळाला योग्य असे क्रांतिकारक फरक केल्याशिवाय काव्याचे नवयुग कसे येईल? काव्याची प्रगती व्हावयाची असेल, काव्याचे नवयुग सुरू व्हावयाचे असेल, तर काव्यास ते आज आहे, त्यापेक्षा वरच्या पायरीवर नेलें पाहिजे. ते आजच्या काळाला साजेसे झाले पाहिजे. अनेक अस्वाभाविक बंधनांतून त्याची मुक्तता करून त्यात जिवंतपणाचें, मुक्ततेचे नवचैतन्य ओतले पहिजे... अशा नवकाव्याचे वाहन होण्यास मुक्तछंदच योग्य आहे. काव्यास ओहोटी लागली आहे. काव्याचे नवयुग सुरू होत नाही, ह्याचे कारण मुक्तछंदाचा स्वीकार केला जात नाही. छंदांत ज्यायोगे अंगचे सौंदर्य येते, ते आंदोलन, ताल आणि अंतर्गत नादसाम्य हे सर्व गुण मुक्तछंदांत आहेत. कृत्रिम बंधने त्यास नाहीत. आपल्या साधेपणामुळे नवकाव्याचे वाहन होण्यास मुक्तछंदच योग्य आहे.' (भग्नमूर्ति)

नवकाव्याच्या संदर्भात अनिलांनी मांडलेले विचार अत्यंत महत्त्वपूर्ण आहेत. मराठी कवितेला नवा आयाम देण्याचे कार्य अनिलांच्या कवितेने केले. मुक्तछंदाच्या माध्यमातून अनिलांनी मराठी कवितेचे केलेले मूर्तिभंजन महत्त्वपूर्ण स्वरूपाचे आहे. अनिलांच्या मूर्तिभंजनात्मक कवितेच्या अभ्यासाच्या दृष्टीने त्यांनी लिहिलेली 'भग्नमूर्ति' ही कलाकृती मूर्तिभंजनाच्या पातळीवर महत्त्वपूर्ण म्हणावी लागेल. 'भग्नमूर्ति'मधील कविता मूर्तिभंजनाचा जिवंत आविष्कार ठरते.

'देवाधिदेवा!
खंडित मूर्तीत आता कोठलें
अधिष्ठान आहे भगवंताचें
भाविकजना?
पळाले पाहा पुजारी सारे
पोटार्थी बिचारे!
नवस सायास करणारे स्वार्थी भक्तजनही –
आता मी नास्तिक बांधीत आहें
पूजा तुम्हां माझ्या मनोभावांची
उचंबळलेल्या हृद्भावनांची
कलेंत जो आहे अमर प्राण
आणि विकास मानवतेचा
त्यासच मानितों अधिष्ठान मी भगवंताचे
जनतारूपी जनार्दनाचें'

'भग्नमूर्ति' या खंडकाव्यामध्ये अनिलांनी मानवी जीवन-इतिहासाची साक्षेपी कहाणी वर्णिली आहे. 'देव' हा काही निर्जीव पाषाणामध्ये नसतो. ईश्वरी अंशाला नाकारणारी आणि मानवतेला पुजणारी कविता अनिलांनी निर्माण केली. आधुनिक मराठी कवितेतील मूर्तिभंजनाच्या अभ्यासाच्या दृष्टीने अनिलांनी लिहिलेली 'भग्नमूर्ति' वैशिष्ट्यपूर्ण ठरते. या संग्रहातील कविता मूर्तिभंजनाचा जिवंत आविष्कार घडवितात. मानवी जीवनमूल्यांचे रक्षण करणारी ही कविता समानतेची भाषा बोलताना म्हणते,

'तसेंच पाहा हें दुसरें तत्त्व –
'क्षत्रिये केवळ युद्ध करावें'
'ब्राह्मणे करूते मंत्र जपावे'
'वैश्याने करावा व्यापार आणि शूद्राने सेवा'
सुखस्वास्थ्यांत संकटात वा
सर्वांनी हाच धर्म पाळावा!

येतां परचक्रे अशा स्थितींत
कोण होणार तेथे सांगता...
अरे! देशाला लागतां आग
कोण ब्राह्मण, कोण क्षत्रिय,
वैश्य, शूद्र वा
सारे सैनिक मायभूमीचे
करा रक्षण देऊन प्राण!
...नवल कशाचे विनाश झाला!!'

'मनुस्मृती' नावाच्या सनातन धर्मग्रंथामध्ये माणसाला जन्मतःच कर्माची वाटणी केलेली होती. त्या धर्मग्रंथानुसार ब्राह्मण कुळामध्ये जन्माला आलेला बालक ब्राह्मणच होणार. त्याने विद्या आणि मंत्र-तंत्र शिकणे हेच त्याचे परम कर्तव्य. क्षत्रियाने देशाचे रक्षण करणे; वैश्यांनी व्यापार करणे आणि शूद्रांनी या तिन्ही वर्णांची सेवा करणे अशी कर्माची उतरंड मनुस्मृतीमध्ये मांडली गेली. अनिलांनी तो सिद्धांत इथे जशाचा तसा घेतला असला, तरी शेवटच्या चरणामध्ये प्रश्न उपस्थित केला आहे की, जेव्हा देशावर आक्रमण होते, देश संकटात सापडतो, तेव्हा कुठल्याही जातिभेदाच्या भिंती देशाला वाचवू शकत नाहीत. अशा क्षणाला ह्या भिंती पाडून सर्वांनी एकजुटीने शत्रूशी लढा देऊन स्वराष्ट्राचे रक्षण करणे, हे आपले आद्यकर्तव्य ठरते. जातिभेदाच्या, वर्णभेदाच्या पलीकडे राष्ट्ररक्षण हे अनिलांनी प्रस्तुत चरणामध्ये सांगितले. हे सांगत असतानाच समानतेची भाषा आपल्या कवितेमध्ये अनिलांनी पेरली. त्यामुळे मूर्तिभंजनात्मक पातळीवर अनिलांची कविता वैशिष्ट्यपूर्ण म्हणावी लागते.

मानवी जीवन जेवढे मांगल्यमय, सुखकारक, तेवढेच क्षणाक्षणाला दुःखकारकही बनते. मानवी दुःखाचे मूळ शोधण्याचा प्रयत्न इ. स. पूर्वी सहाव्या शतकात जन्मलेल्या सिद्धार्थ गौतम बुद्धाचे जीवनविषयक तत्त्वज्ञान मानवी कल्याणाचा महामंत्र बनले. मूर्तिभंजनात्मक विकासामध्ये बुद्धाच्या तत्त्वज्ञानाचा फार मोठा वाटा आहे. बुद्धाने माणसाला अहिंसा, प्रेम, दया, क्षमा, शांतीची शिकवण दिली. बुद्धविचाराशी प्रतारणा करणारा माणूस शेवटी बुद्धाचे अवशेष नष्ट करण्यास निघाला. बुद्धाची विचारप्रणाली, बुद्धाचा धम्म मानवी जीवनाची सोनेरी पहाट संपूर्ण विश्वाला बुद्ध-तत्त्वज्ञानाने आकर्षित केले. जगभर बुद्ध-तत्त्वज्ञानाचा आणि त्याच्या धम्माचा प्रचार-प्रसार झाला. मूर्तिभंजनात्मक अधिष्ठानावर आधारलेला बुद्ध अनिलांनी 'भग्नमूर्ति'च्या माध्यमातून चितारित असताना मानवी जीवनाची क्रूरता आणि दयनीयता दृष्टिपथात आणली. बुद्धासंबंधी ते म्हणतात,

'भंग पावे तेथे बुद्ध समाधि
उडाले पोपडे चित्राचित्रांचे

नाही जाणिली जगाची हानि
विध्वंस तेथे जयांनी केला!
प्रियकराच्या गळ्यांत हात
असतां तेथे त्याची ती प्रिया
एका डोळ्याने दावीत विश्वस्त कोमलभाव
दुसऱ्या डोळ्यांत पाहा म्हणते
विनाश माझा!!'

बुद्धाने जगाला शांतीचा संदेश दिला. बुद्धाने विश्वकल्याणाची संकल्पना प्रथम मांडली. बुद्ध एक जीवन-तत्त्वज्ञान बनला. त्या बुद्धाची शिल्पाकृती उद्‌ध्वस्त झालेली कवींनी पाहिली आणि मग त्यातून कवीला बुद्धाची समाधी भंग पावल्यासारखी भासली. अनिलांनी 'भग्नमूर्ति' या खंडकाव्यामध्ये लिहिलेल्या कविता मूर्तिभंजनात्मक पातळीवर जाणाऱ्या कविता आहेत. भारतीय संस्कृती ही सनातन प्रस्थापित व्यवस्थेच्या दबावाखाली निर्माण झालेली संस्कृती आहे. भारतीय संस्कृतीने माणसाला न्यूनतम स्थानी मानून धर्म सर्वोच्च स्थानावर नेऊन ठेवला. वास्तविक जीवनापेक्षा अवास्तव काल्पनिक गोष्टींना सनातन धर्मामध्ये महत्त्वपूर्ण स्थान दिले गेले. संस्कृतीच्या संदर्भात 'भग्नमूर्ति'मध्ये अनिलांनी मांडलेल्या काही ओळी मूर्तिभंजन विचाराच्या दिशेने जाणाऱ्या आहेत.

'संस्कृतींत न्यून हेच आमुच्या आम्ही उपेक्षिले इहजगाला
तुच्छ लेखिल इहवैभवा कर्मफलाचे कमनशिबी
तत्त्वज्ञान बाळगलें उराशीं पवाडे गात परलोकाचे!
निजरक्षणाचा भार घालून दगडी देवदेवतांवरी स्वस्थ
बसलों इतुके जाहलों कर्म निवृत्त विचार भ्रष्ट!'

अनिलांनी 'भग्नमूर्ति'मध्ये मांडलेल्या काव्यात्मक सामाजिक विचाराचे स्वरूप आहे. संस्कृती ही मानवी विकासाला, मानवी मनाला चालना देणारी असावी. संस्कृती मानवी वैभवाचे स्तोत्र ठरावी; परंतु प्रस्थापित संस्कृतीने माणसा – माणसांमध्ये भेदाच्या भिंती उभ्या केल्या. माणसाला पशूहून हीनत्वाची वागणूक देणारी आमची सनातन संस्कृती इहलोकाऐवजी परलोक, स्वर्ग – नरक या भोंगळ कल्पनांवर आधारली. मानवता या मूल्याचा नेहमी या संस्कृतीने अव्हेर केला. स्वीकाराला नकार आणि नकाराला स्वीकार मानणारी संस्कृती देव – धर्म, श्रद्धा – अंधश्रद्धा या चक्रात अडकली. 'संस्कृती' हा शब्द अमूल्य अशा स्वरूपाचा आहे. संस्कृतीतूनच मानवतेचा उगम होत असतो. सनातन भारतीय संस्कृती परंपरा, पारंपरिकता या सर्व गोष्टींना चिकटून बसलेली संस्कृती बनली. त्यामुळे आधुनिक बदल, आधुनिक जीवनमूल्ये, जडवादी तत्त्वज्ञान, निरीश्वरवादी विचार

यांचा स्वीकार करण्याचे धाडस या संस्कृती मनाने कधी केलेच नाही. म्हणून अनिलांनी भारतीय संस्कृतीचे वजाबाकीचे गणित मांडले. कर्मसिद्धांतावर अंधविश्वास ठेवणारी आमची संस्कृती नेहमी नशिबावर अवलंबून राहिली. माणसातील सर्जनशीलता संपविण्याचा घातक प्रकार यामुळेच नशिबावर अवलंबलेल्या माणसामध्ये आला. जे काही घडते, ते आपल्या हातात काहीच नसून हे सर्व सूत्र हलविणारा कर्ता करविता परमेश्वर आहे, या अंधभावनेतून माणसामधील निर्माणक्षमता नष्ट होण्याचे प्रकार याच संस्कृतीमुळे घडले. तळागाळातील बहुजन समाज वर्षानुवर्षे अज्ञान, अविद्या, अडाणी राहिला, याचे कारणही संस्कृतीतच सापडते. अनिलांनी सामाजिक भाषा आपल्या कवितेमध्ये पेरली.

अनिलांनी जशी प्रेम-निसर्ग-कविता लिहिली, तशीच सामाजिकही. अनिलांनी लिहिलेली सामाजिक कविता मूर्तिभंजन कवितेच्या संदर्भातील विसाव्या शतकातील मूर्तिभंजन कवितेचा अभ्यास करताना नोंद करून घ्यावी अशी कविता म्हणावी लागेल. अनिलांनी लिहिलेली सामाजिक आविष्काराची कविता त्यांच्या जीवनजाणिवेतील नसली, तरी मानवाविषयी असलेली तळमळ त्यांच्या कवितेला दृष्टिपथास नेते. मानवतावादाचा स्वीकार करणारी ही कविता मानवी मूल्यांना जोपासत मूर्तिभंजन विचाराची कास धरते. अनिल जेवढे प्रेमकवी म्हणून ओळखले गेले, तेवढे सामाजिक कवी म्हणून त्यांची ओळख निर्माण होऊ शकली नाही. आत्मिक जाणीव, आत्मिक तळमळ, आत्मभाव हा त्यांच्या कवितेमधून उत्स्फूर्तपणे वाहताना दिसत नाही. या कवीच्या कवितेचा मूर्तिभंजनात्मक पातळीवर अभ्यास करीत असताना त्याने 'भग्नमूर्ति'मध्ये लिहिलेल्या काही कविता निश्चितच मूर्तिभंजन विचाराशी साधर्म्य पावणाऱ्या ठरतात. विसाव्या शतकामध्ये पुढे मूर्तिभंजन कवितेने विद्रोही स्वरूप प्राप्त केले. अनिलांच्या कवितेचा मूर्तिभंजनात्मक पातळीवर अभ्यास करणे म्हणजे अनिलांनी त्यांच्या कवितेमधून नाकारलेला परंपरावाद शोधणे होय. अनिलांनी प्रखरपणे ईश्वर नाकारलेला नसला, तरी ईश्वरी कल्पनेतला फोलपणा – 'भग्नमूर्ति'च्या माध्यमातून मांडून मूर्तिभंजन - स्वरूपाचाच आविष्कार केला.

ईश्वरी कल्पनेवर आधारलेल्या समाजाची कधीही आत्मिक उन्नती होत नसते. भौतिक सुखमयता म्हणजे मानवी जीवनाचे सर्वस्व असे आपणास म्हणता येणार नाही. मानवी जीवन जर सुखी बनवायचे असेल, तर समाजातील प्रत्येक माणसाला त्याचे स्वतंत्र अस्तित्व असले पाहिजे. माणसाच्या मनावर, बुद्धीवर कुठल्या धर्मसंस्थेचे, ईश्वरी सत्तेचे नियंत्रण नसले पाहिजे. माणसामाणसांमध्ये भेद निर्माण करणाऱ्या रूढी – प्रथा समाजातून नष्ट झाल्या पाहिजेत. केवळ दगडाला पुजून माणसाला ईश्वरी चमत्कार किंवा साक्षात्कार होत नसतो. मुळात ईश्वर ही कल्पनाच निराधार अशा स्वरूपाची असल्यामुळे मूर्तिभंजन कविता या सर्व पोकळ गोष्टींना नाकारते. अनिलांची कविता अल्पशा प्रमाणात या दिशेने निघाललेली दिसते. अनिलांनी 'भग्नमूर्ति' खंडकाव्यामध्ये सांस्कृतिक इतिहासाची

शिल्पाकृती विध्वंसक मूर्ती उभी करीत असताना माणसातील पशुत्वाची आणि हीनत्वाची रूपरेखाही आपल्यासमोर मांडली आहे; परंतु 'ईश्वर', 'देव' या कल्पना निर्माण करणारा आणि तोडणाराही माणूसच आहे, हे शुभ्र सत्य आपल्यासमोर मांडले. दगडामध्ये माणूसच देव निर्माण करतो, याविषयी अनिल म्हणतात,

'अरे! दगडांच्या देवमूर्तींत
देवत्व तुमच्यामुळेंच येते
तुमच्याच भावनेचें तें तेज!
तुम्हींच पाहिजे रक्षण केलें तुमच्या देवांचें
देवावरी जरी विश्वास आहे
श्रद्धा आणि निष्ठा
तितुकीच ठेवा आपुल्यांतही
कारण दवा देवांचें कार्य
तुमच्या हातेंच होणार आहे,
तुमच्या रक्षणीं त्यांचें रक्षण!'

'माणूस' हा अनिलांच्या सामाजिक कवितेचा केंद्रबिंदू आहे. माणसामाणसांतील अंतर माणसामाणसांतील वैमनस्य आणि दुरावा कमी करण्याची अपेक्षा ही कविता व्यक्त करते. अनिलांची कविता प्रखर विद्रोही भावना प्रकट करून सनातन संस्कृतीचा जहरी भाषेत धिक्कार करताना दिसत नाही; पण या कवितेमध्ये अनिलांनी मांडलेला मानवतावाद जाती – धर्माच्या बेड्या तोडून समग्र मानवी विश्वाशी निगडित ठरतो. त्यामुळे मूर्तिभंजनाच्या अंगाने या कवितेचा विचार करणे क्रमप्राप्त ठरते. अनिलांनी आपली सामाजिक मूर्तिभंजनात्मक कविता चिंतनशील अंगाने लिहिली. ही कविता वैचारिक स्वरूपाची आहे. अनिलांची कविता 'स्व'ला जागृत करणारी कविता आहे. मानवी प्रेरणा हा अनिलांच्या सामाजिक कवितेचा प्रमुख विषय म्हणावा लागतो. अनिलांची कविता क्रांतीसाठी उद्युक्त करणारी कविता आहे. मानवता मूल्यावर अढळ श्रद्धा असलेली ही कविता मानवी मूल्यांना स्वीकारून मानवी जीवनातील अंधाराला नाकारणारी ही कविता आशावादी दृष्टिकोन स्वीकारते. माणसातील 'स्व' अस्तित्व जागृत करण्याचे कार्य या कवितेने हाती घेतले. समता, न्याय आणि विश्वबंधुत्व या तत्त्वत्रयींभोवती अनिलांची सामाजिक कविता रुंजी घालते. मानवी जीवनाचे कल्याणकारी स्वप्न बांधणारी ही कविता अन्याय, अत्याचार, सामाजिक दुरवस्था, क्रांतीचा उद्घोष करून नव्या समाजाची रचना करण्याचे स्वप्न पाहते. अनिलांची सामाजिक कविता मूर्तिभंजनात्मक पातळीवर या अंगाने तपासावी लागते. फुल्यांनी, केशवसुतांनी कवितेच्या माध्यमातून पेटवलेली क्रांतीची प्रखर ठिणगी अनिलांपर्यंत कुणाला पुन्हा तितक्या प्रखरपणे पेटविता आली नाही.

समाजातील दास्य, गुलामगिरी, अनाचार, रूढी – प्रथा, श्रद्धा – अंधश्रद्धा, देवधर्म या बाबींवर या काळातील कवींनी आपापल्या परीने प्रहार केला; परंतु फुल्यांच्या नंतर आधुनिक मराठी कवितेत मूर्तिभंजनात्मक पातळीवर केशवसुतांनी केलेला प्रहार रोखठोकपणे पुढे मात्र कुणाला जमलेला नाही. अनिलांनी 'भग्नमूर्ति'तून केलेले मूर्तिभंजन आणि 'मानवता', 'सुप्त ज्वालामुखी', 'धडकी', 'बंड' यांमधून केलेले परंपरेविरुद्ध बंड आणि 'पेर्ते व्हा'मधून केलेली नव्या युगाची आराधना ही सर्व चिन्हे मूर्तिभंजनाच्या वाटेने जाणारीच आहेत.

अनिलांच्या नंतर पुढे जे काही कवी आले, त्यांच्यातील मूर्तिभंजनात्मक आविष्कार प्रखर आणि प्रहार करणारा होता. 'एक घाव दोन तुकडे' अशी मराठी कवितेला माहीत नसलेली विद्रोही भाषा आणि बोली तिच्यातील तीव्रता, आत्मीयता, आत्माविष्कार क्रांतिकारी भाषेत पुढे आली; परंतु आधुनिक मराठी कवितेच्या मूर्तिभंजनात्मक विकासात अनिलांच्या सामाजिक कवितेचा विचार करणे महत्त्वपूर्ण ठरते. साम्यवादी विचारसरणी स्वीकारून अनिलांनी आपली सामाजिक कविता निर्माण केली. अनिलांच्या कवितेवर अनेक आरोप – प्रत्यारोप झाले. वाङ्मयीन पातळीवरही समीक्षात्मक दृष्टीने या कवितेचा अभ्यास चांगला-वाईट दोन्ही स्वरूपात झाला. संशोधनाच्या अंगाने अनिलांच्या कवितेचा अभ्यास करीत असताना अनिलांच्या कवितेतील मूर्तिभंजनात्मक स्वरूपाची कविता आपण अभ्यासासाठी पुढे घेतली. तिच्यातील मूर्तिभंजनाची पातळी आपण तपासून पाहिली. अनिलांच्या कवितेत मूर्तिभंजन विचाराची मांडणी विद्रोही, बेडर, निडर, निर्भीड स्वरूपात झालेली नसली, तरी अनिलांनी इथल्या सामाजिक व्यवस्थेचे मांडलेले चित्र, सामाजिक विषमता, सामाजिक न्याय, धर्मकल्पनेतील फोलपणा आणि मानवतावाद हा मूर्तिभंजन अभ्यासाच्या दृष्टीने महत्त्वपूर्ण ठरतो. याच दिशेने आपण अनिलांच्या कवितेचा अभ्यास केला.

आधुनिक मराठी कवितेमधील विसाव्या शतकातील मूर्तिभंजक कवींचा अभ्यास करीत असताना एकंदरीत मराठी काव्यप्रांतात कवी कुसुमाग्रजांचे अतिशय आदराने आणि सन्मानाने नाव घेतले जाते. मराठी कवितेमधील देदीप्यमान प्रतिभेची नैसर्गिक देणगी लाभलेला, समाजशील, चिंतनशील, माणसांवर आणि माणुसकीवर जिवापाड प्रेम करणारा कवी म्हणून कुसुमाग्रजांचे नाव मोठ्या आदराने घेतले जाते. विसाव्या शतकातील मूर्तिभंजक कवितेच्या अभ्यासाच्या अनुषंगाने विचार करीत असताना कुसुमाग्रजांची विपुल कविता ध्यानात घ्यावी लागते. धीरगंभीर अशा स्वरूपाचे काव्यलेखन करणारा हा कवी नाटककार म्हणूनही विख्यात आहे. 'नटसम्राट'सारखी अजोड कलाकृती निर्माण करणारा हा नाटककार प्रामुख्याने संवेदनशील मनाचा कवी आहे. उत्तुंग अशी प्रतिभेची देणगी असलेल्या या कवीने आयुष्याच्या शेवटच्या क्षणापर्यंत आपली लेखणी अविरत

चालूच ठेवली. कादंबरीकार किंबहुना नाटककार यापेक्षा कुसुमाग्रजांनी मराठी वाङ्मय इतिहासात कवी म्हणून आपली एक स्वतंत्र ओळख निर्माण केली. कुसुमाग्रजांची कविता बहुजन समाजाच्या उत्थानाची कळकळ असलेली कविता आहे. १९४२ मध्ये 'विशाखा'ची जी पहिली आवृत्ती प्रकाशित झाली, त्या आवृत्तीच्या प्रस्तावनेमध्ये वि. स. खांडेकरांनी कुसुमाग्रजांच्या कवितेविषयी मांडलेले विचार कुसुमाग्रजांची कविता मूर्तिभंजक विचारांशी नाळ जोडणारी आहे, हे सिद्ध करण्यास पुरेसे ठरतात. त्यांच्या मते, 'विषमता, पिळवणूक, गांजणूक आणि अन्याय यांच्याविषयीची बहुजन समाजाची चीड कुसुमाग्रजांनी अत्यंत उत्कट आणि सुंदर स्वरूपात आपल्या काव्यातून व्यक्त केली आहे.'

'विशाखा'च्या प्रस्तावनेमध्ये खांडेकरंनी कुसुमाग्रजांच्या कवितेचे केलेले मूल्यमापन 'कुसुमाग्रजांची कविता मूर्तिभंजक विचाराचा पुरस्कार करणारी हे सिद्ध करते. वैयक्तिक जीवनामध्येही कुसुमाग्रज नेहमीच समाजशील राहिले. एका व्यक्तिकेंद्राचा समाजकेंद्राशी असलेला संबंध असेही या समाजशीलतेबद्दल म्हणता येईल.' कुसुमाग्रजांना विषमता, अन्याय याविषयी चीड होती. विषमतेने ग्रासलेल्या समाजाला समतेच्या किनारी नेण्याची आस त्यांना लागलेली होती. आपल्या अंत:करणातील विषमतेविषयीचा जाळ त्यांनी कवितेच्या माध्यमातून शब्दांत पेटविला.

कुसुमाग्रजांनी आपल्या आयुष्याच्या शेवटच्या क्षणापर्यंत आपली लेखणी चालूच ठेवली. वरील काव्यसंग्रहावरून त्यांची काव्यनिर्मितीची विपुलता आपल्या लक्षात येते. कुसुमाग्रजांनी निर्माण केलेली काव्यसृष्टी वैशिष्ट्यपूर्ण अशा स्वरूपाची आहे. कुसुमाग्रजांच्या कवितेचा मूर्तिभंजनात्मक पातळीवर अभ्यास करीत असताना डॉ. यशवंत मनोहर यांनी कुसुमाग्रजांच्या कवितेच्या संदर्भात मांडलेले विचार कुसुमाग्रजांची मूर्तिभंजकता स्पष्ट करणारी आहे.

'उत्तुंग आणि भव्य कल्पनाशक्ती, व्यापक अशी जीवनास्था आणि मानवतेवरची निष्ठा ही कुसुमाग्रजांच्या कवितेची वैशिष्ट्ये होत. एवढ्या प्रदीर्घ पटलावर ही कविता पसरली असली, तरी कालमानाप्रमाणे काही बदल तिने स्वीकारले. मूल्यदृष्ट्या कोणत्याही टोकाला न जाणे आणि मूल्यसमन्वय करणे ही तत्त्वदृष्ट्या कुसुमाग्रजांची प्रवृत्ती आहे. त्यामुळे त्यांची आस्तिक प्रतिभा चैतन्यवादी जीवनदृष्टीला सुरक्षित राखून नास्तिक आंबेडकरांचा गौरव करते.' (मराठी कविता आणि आधुनिकता)

कुसुमाग्रजांची कविता पारतंत्र्यात जन्मून स्वातंत्र्यानंतरचे पन्नास वर्षे मानवी जीवनाच्या विकासाचा ध्यास ठरते. अशा विस्तृत स्वरूपामध्ये कुणीही काव्यलेखन केले नाही. कुसुमाग्रजांच्या कवितेने दुसरे महायुद्ध औद्योगिक क्रांती, स्वातंत्र्यप्राप्ती विभाजन लोकशाहीनिष्ठ भारतीय राज्यघटना, बुद्धधम्म स्वीकार आणि इतर राजकीय, सामाजिक आर्थिक लढा हे सर्व अनुभवले आणि या सर्व घटनांची साक्षीदार असलेली कुसुमाग्रजांची

कविता मार्क्सवादी, आंबेडकरवादी कवितेच्या कालखंडातही निर्माण झाली. पुरोगामी विचारसरणीचा स्वीकार, बदलत्या मूल्यांशी नाळबांधणी करणारी कुसुमाग्रजांची कविता उत्तुंग प्रतिभेचे लेणे ल्यालेली आहे. मूर्तिभंजनाचा हृद्‌गत आविष्कार या कवितेमध्ये सापडतो. विषमताधिष्ठित समाजरचनेला नाकारणारी ही कविता विषमतेचे उघडे – नागडे रूप आपल्यासमोर उभे करते. या कवितेमध्ये दारिद्र्याचे मांडलेले नग्न चित्र विषमतेचा धिक्कार करणारे आहे.

'ऊर उघडे ते तिचे न्याहळोनी
थोर थैलीतिल वाजवीत नाणी
'आणि ही रे!' पुसतसे सावकार
उडे हास्याचा चहुकडे विखार!'

कुसुमाग्रजांची कविता मानवी मूल्यावर आणि मानवतेवर अढळ श्रद्धा असणारी कविता आहे. समाजामध्ये श्रीमंत आणि गरीब असे दोन वर्ग प्रामुख्याने आहेत. श्रीमंताला असलेली श्रीमंतीची मस्ती गरिबाचे झोपडे कशी उद्‌ध्वस्त करते, याचे संवेदनशील चित्रण कुसुमाग्रजांनी त्यांच्या 'लिलाव' कवितेमध्ये केले आहे. सामान्य माणसाच्या जीवनाला प्रस्थापित समाजव्यवस्थेमध्ये काडीमोल किंमत आहे. एकीकडे सधन असलेला वर्ग, तर दुसरीकडे निर्धनक असलेला वर्ग! रस्त्याच्या कडेला झोपणारा भिकारी आणि उंच महालामध्ये गादी – बिछान्यावर लोळणारा श्रीमंत या दोहोंमधील दरी कुसुमाग्रजांना नेहमीच सलत आणि सोलत राहिली. त्या जाणिवेतून त्यांची कविता आकारास आली.

'कोण्या वैभवात होऊनिया लीन
विसरसी दीन लेकरांना?
म्हणतात तुझ्या दयेला न अन्त
पुकारती सन्त थोरी तुझी
चिमण्यांच्या घरा लावसी मशाल
केवढी विशाल दया तुझी?
जळातले जीव तापल्या दुपारी
वाळवंटावरी ओढसी तू
पाहसी तू शान्त त्यांची तगमग
कोणाचा हा राग कोणावरी?
आणि आता त्याच मूर्ति पुजवून
वेडे विडम्बन करतात!'

कुसुमाग्रजांनी आपल्या कवितेमध्ये मानवतेबद्दलचा श्वास ओतला. त्यांची कविता भांडवलशाहीशी झुंज देणारी, राष्ट्रप्रेमाने ओत – प्रोत भरलेली आणि विषमताधिष्ठित

समाजरचनेची चिरफाड करणारी अशा स्वरूपाची मूर्तिभंजक कविता कुसुमाग्रजांनी निर्माण केली; परंतु त्यांची कविता प्रचारकी थाटली नव्हती.

आजच्या समाजरचनेच्या कुजलेल्या अंतरंगाचे भेदक चित्रण करणारा हा कवी प्रचारक असलाच पाहिजे, अशी अनेकांची स्वाभाविक समजूत होईल; पण कुसुमाग्रजांची प्रतिभा स्वभावत: प्रचारक नाही. ती कल्पक आहे. निर्माणक (Creative) आहे. खरा कलावंत प्रचार करीत नाही. तो त्याच्या कलाकृतीतून आपोआप होत असतो, या सिद्धान्ताची हवी तेवढी उदाहरणे या संग्रहात मिळतील. कुसुमाग्रजांइतकी अष्टपैलू कल्पकता मराठीतल्या फारच थोड्या लेखकांच्या वाट्याला आली असेल. 'मातीची दर्पोक्ती', 'आगगाडी व जमीन', 'माळाचे मनोगत' इत्यादी कवितांतला कल्पकतेचा विलास पाहिला की, शिवरामपंत परांजप्यांच्या चमत्कृती आणि उपरोध यांनी नटलेल्या प्रतिभेची आठवण होते. 'मूर्तिभंजक' ही कविता वाचताना रवींद्रनाथ किंवा खलिल जिब्रान यांची उत्तुंग कल्पकताच आपणांपुढे उभी आहे असा भास होतो. (कुसुमाग्रज)

कुसुमाग्रजांची मूर्तिभंजक कविता प्रामुख्याने राजकीय विद्रोहातच दिसते.

'मानवाच्या संस्कृतीची काय लागे ही ध्वजा
तीस कोटी दैवतांच्या की दयेचे हे मढे.
मूक झालेल्या मुखाने गर्जते का प्रेत हे
घालिती हे बंद डोळे का निखाऱ्याचे सडे.
अन् अजूनी उन्मत्त हो प्रासाद ते
वेड – वेड्या वाहनांचा घोष ये चोहीकडे.
भेकडांनो, या इथे ही साधण्याला पर्वणी
पेटवा येथे मशाली अन् झडू द्या चौघडे.'

मार्क्सच्या विचाराने प्रभावित असलेली सामाजिक विषमतेविरूद्ध बंड करून उठणारी कविता क्रांतीचे स्वप्न बघते.

'कशास घाई, भिजविसि डोळे, उजळ तुझे भाल
रात्रीच्या गर्भात उद्याचा असे उष:काल
सरणावरती आज आमुची पेटताच प्रेते
उठतिल त्या ज्वालांतुन भावी क्रांतीचे नेते'

कुसुमाग्रजांच्या कवितेविषयी वि. स. खांडेकरांनी काढलेले उद्‌गार त्यांच्या काव्यप्रतिभेची साक्ष देत असतानाच मानवी मूल्यांवर आणि माणुसकीवर अढळ श्रद्धा असलेला हा कवी आधुनिक मराठी कवितेमधील मानवतेचे पूजन करणारा कवी ठरला. खांडेकरांच्या मते, 'टिळक जसे फुलामुलांचे कवी होते किंवा गोविंदाग्रज जसे कल्पनारम्य प्रणयाचे कवी होते, तसे कुसुमाग्रज हे मानवतेचे कवी आहेत. आजच्या सामाजिक

असंतोषाचा ज्वालामुखी त्यांच्या कवितांतून इतर काव्यांप्रमाणे नुसता धुसमत नाही, तो अग्निरसाचा वर्षाव करीत सुटतो.' (कुसुमाग्रज)

प्रस्थापित भारतीय समाजव्यवस्थेमध्ये कुसुमाग्रजांनी जन्म घेतला, परंतु कुसुमाग्रज शेवटच्या क्षणापर्यंत पुरोगामी पद्धतीने जीवन जगले. आयुष्याला त्यांनी कुठल्या सोवळ्या-ओवळ्यात बांधले नाही. त्यांनी जगलेल्या – भोगलेल्या आणि पाहिलेल्या जीवनाचे प्रतिबिंब त्यांच्या कवितेत पडले. 'माळाचे मनोगत' या कवितेमध्ये कुसुमाग्रजांनी मांडलेली दलित व्यथेची जाणीव महत्त्वपूर्ण अशी आहे. दलितांच्या वाट्याला कधी सुखकारक आयुष्य त्या काळामध्ये आलेच नाही. सामाजिकता रसातळाला गेलेली असताना अस्पृश्याची कैफियत कुसुमाग्रज 'माळाचे मनोगत' या प्रतिभासंपन्न कवितेतून मांडतात.

'वाटते बुल्बुल कोयल यावे
मंजुळ संगीत तयांनी गावे
जीवन – जाणीव सारी
विरावी घटकाभरी
येऊन कधी ते घुबड मात्र
भीषण भासवी अधिक रात्र.'

दाहकता आणि प्रक्षोभकता कुसुमाग्रजांच्या कवितेत दिसत नसली तरी, सनातन व्यवस्थेला नकार देणारी ही कविता प्रस्थापित व्यवस्थेमधील कुरूपतेचे दर्शन घडविणारी कविता आहे.

'व्यर्थ गेला तुका। व्यर्थ ज्ञानेश्वर
संतांचे पुकार। वांझ झाले॥
रस्तोरस्ती साठे। बैराग्यांचा ढीग
दंभ शिगोशीग। तुडुंबला॥
बँड वाजवि। सैंयापिया धून
गजाचे आसन। महंतास॥
भाले खड हाती। नाचती गोसावी
वाट या पुसावी। अध्यात्माची॥
कोणी एक उभा। एका पायावरी
कोणास पथारी। कंटकांची॥
असे जपीतपी। प्रेक्षकांची आस
रूपयांची रास। पडे पुढे॥
जटा कौपिनांची। क्रीडा साहे जळ
त्यात हो तुंबळ। भाविकांची॥

क्रमांकात होता। गफलत काही
जुंपते लढाई। गोसाव्यांची ॥'

ईश्वर ही कल्पना कुसुमाग्रजांनाही मान्य नाही. त्यामुळेच कुसुमाग्रजांची कविता मूर्तिभंजकता स्वीकारते.

'दर्शनाला आलात?

या —

पण देवालयात

सध्या देव नाही.

गाभारा आहे, चांदीचं मखर आहे,

सोन्याच्या समया आहेत,

हिऱ्यांची झालर आहे —

त्याचंही दर्शन घ्यायला

हरकत नाही.'

ईश्वराच्या अस्तित्वावर असे प्रश्नचिन्ह करणाऱ्या कुसुमाग्रजांच्या भूमिकेबद्दल प्रा. शंकर वैद्य लिहितात,

'ईश्वर आहे की नाही याचा विचार करताना कुसुमाग्रज अतिशय खणखणीत शब्दांत सांगतात की, सर्व धर्मांचा मध्याधार असलेला, नवसाला पावणारा, काहींना संत पण लाखोंना सैतान बनविणारा असा जो परमेश्वर आहे तो इथे गाडून टाकला आहे.' (कुसुमाग्रज)

मुळात कुसुमाग्रज हे मानवतावादी कवी. कुसुमाग्रजांनी आपल्या कवितेमधून मानवी मूल्यांचा पुरस्कार केला. समता, स्वातंत्र्य, बंधुता या तत्त्वत्रयींचा पुरस्कार करणारी कविता कुसुमाग्रजांनी लिहिली. कुसुमाग्रज हे मराठी काव्यसृष्टीतील एक थोर कवी म्हणून ओळखले जातात. कुसुमाग्रजांनी आपली संपूर्ण कविता मानवी मूल्यांभोवती निर्माण केली. याचे प्रत्यंतर त्यांच्या 'विशाखा' या काव्यसंग्रहात येते. कुसुमाग्रजांना 'मूर्तिभंजक कवी' म्हणून अभ्यासत असताना —

'खुळाच! कळे न पाषाणापासून

अपेक्षा कशाची उपेक्षेवाचून!

वैतागे, संतापे, अखेरी क्रोधाने

मूर्तीच्या ठिकऱ्या केल्या त्या भक्ताने!

रित्या त्या मंदिरी आता तो दाराशी

बसतो शोधत काहीसे आकाशी

वाटेचे प्रवासी मंदिरी येतात

आणिक शिल्पाची थोरवी गातात.
पाहून परंतु मोकळा गाभारा
पाषाणखंडांचा आतला पसारा
त्वेषाने बोलती जाताना रसिक
असेल चांडाळ हा मूर्तिभंजक'

ही मूर्तिभंजकता लक्षात घ्यावीच लागते. देवापेक्षाही गाभऱ्याचे महत्त्व अधिक मानणाऱ्या व्यवस्थेच्या दांभिकपणावर बोट ठेवताना ते लिहितात,

'पण तूर्त,
गाभाऱ्याचं दर्शन घ्या,
तसं म्हटलं तर
गाभाऱ्याचंच महत्त्व अंतिम असतं.
गाभारा सलामत
तो देव पचास.'

देवदेवतांप्रमाणेच व्यक्तिमाहात्म्यांसंदर्भातही कुसुमाग्रज हल्ला चढवितात.

'महापुरुष मरतात
तेव्हा
जागोजागचे संगमरवरी दगड
जागे होतात
आणि चौकातल्या शिल्पात
त्यांचे आत्मे चिणून
त्यांना मारतात
पुन्हा एकदा.... बहुदा कायमचेच.
म्हणून –
महापुरुषाला मरण असते
दोनदा,
एकदा वैऱ्यांकडून
आणि नंतर भक्तांकडून.
हे संगमरवरी मरण तुला न लाभो
ही माझी या शुभदिनी मनोमन प्रार्थना.'

महापुरुषाच्या मरणातून उद्याची मूर्तिभंजकता निर्माण होणार असते. त्यसाठी कुसुमाग्रज अशाप्रकारे काळजी घेताना दिसतात. देवाची दांभिकता हा समाजाच्या

शोषणाचा मूळ स्रोत आहे, हे लक्षात घेऊन कुसुमाग्रज तर्क्यातर्क्य विचार – विवेकातूनसुद्धा मूर्तिभंजनाची भूमिका घेतात.

'ज्या क्षणी विश्व निर्माण करण्याची ऊर्मी
स्फुरण पावली त्याच्या अंत:करणात
त्याच क्षणाला विसर्जन पावली
त्याची अवघी शरीरता.
परार्ध प्रेरणांच्या ठिणग्या
उधळल्या त्या विसर्जनातून
काळाची किनार नसलेल्या भयाण
अभावाच्या दलदलीवर
आणि एकेका ठिणगीतून
फुटायला लागले अपूर्व अद्भुत कोंब
रूपवान् अस्तित्वाचे
अरूप जाणिवांचे.
आणि तरीसुद्धा –
मीही सामील झालो होतो
या मारेकऱ्यांच्या जमावात
अनेकदा
आणि अजूनही होतो.
केव्हातरी
लाल द्वेषाची पिसे नजरेमध्ये खोचून
लोखंडी क्रोधाचे हातोडे परजीत
मी धावून जातो
मीच निर्माण केलेल्या
त्यांच्या संगमरवरी पुतळ्यावर,
आणि फोडल्यावर तो पुतळा
ध्यानात येते माझ्या
की मी फोडला आहे फक्त संगरवरी दगड
पाथरवटाच्या कौशल्याने'.

दगडी देवाचे देवपण दगडातून नष्ट करून चालणार नाही, ते मनामनातून नष्ट व्हायला पाहिजे, यासाठीची ही काव्यात्म धडपड आहे. या संदर्भाने वि. स. खांडेकर लिहितात, 'जुनी धर्म, जुनी नीती, जुनी समाजरचना म्हणते, 'देवाला शरण चला. तो दयाघन

आहे. सर्व दु:खांचा परिहार करण्याला तोच समर्थ आहे!' पण हा उपदेश भोंदूपणाचा नसला, तरी मूर्खपणाचा आहे, हे कुसुमाग्रजांना कळून चुकले आहे. मानवजातीने ज्या दिवशी दगडातून देव निर्माण करून त्याच्यापुढे आपले डोके वाकविले, त्याच दिवशी तिने आपल्या प्रगतीच्या मार्गात एक अनुल्लंघनीय धोंड निर्माण करून घेतली. हा काल्पनिक देव दुर्बळांचा मित्र होऊ शकत नाही. तो सत्ताधाऱ्यांना आणि संपत्तीवाल्यांना मात्र सहाय्य करू शकतो.'

अनुभवान्ती देव दगड ठरतो! पण मनुष्य काही केल्या दगड होऊ शकत नाही. आपला उद्धार आपणच केला पाहिजे, याची जाणीव त्याला हळूहळू होऊ लागते. सारे सामाजिक तत्त्वज्ञान या जाणिवेतूनच निर्माण होते; पण स्वार्थ सांभाळून आणि स्वत:चे उच्च आसन उच्च राहील, किंबहुना उच्चतम कसे होईल याची काळजी बाळगून जी सुधारणा केली जाते, ती समाजाच्या तळापर्यंत पोचू शकत नाही. वणवा विझवायला रंगपंचमीच्या पिचकाऱ्या आणि म्युनिसिपालिटीचे बंब कसे उपयोगी पडणार? हळव्या पण आत्मनिष्ठ सुधारकांचा हा दुबळेपणा मानवतेला प्रतीत झाला की क्रान्तीची कल्पना जन्माला येते. क्षणाक्षणाने आणि कणाकणाने सुधारणा होऊन मानवजात सुखी होईल हा भोळा आशावाद मागे पडतो आणि क्रांतीचे निशाण हातात घेतलेल्या समतादेवीकडे समाजाचे डोळे लागतात.

राजकीय सोंगाढोंगांवरही कुसुमाग्रजांनी गंभीर भाष्य केले आहे. त्यांची राजकीय कविता प्रामुख्याने विद्रोही स्वरूपाची असलेली दिसते. डॉ. यशवंत मनोहर यांनी 'मराठी कविता आणि आधुनिकता' या ग्रंथामध्ये कुसुमाग्रजांच्या कवितेचा अभ्यास राजकीय स्वरूपाचे विद्रोही कवी म्हणून गणना केली आहे. त्यांच्या मते,

'सरंजामी व्यवस्थेला साद घालणारा हा त्यांचा राजकीय विद्रोह मळ्यास कुंपणे पडलेल्यांचा होय. कुसुमाग्रजांच्या कवितेत सामाजिक विद्रोह मार्क्सच्या प्रभावातून येतो आणि तो मुख्यत: अर्थविषमतेवर उभा असतो.'

कुसुमाग्रजांची मूर्तिभंजक कविता विषम समाजव्यवस्थेला नाकारते. आर्थिक समानतेचा पुरस्कार करणारी ही कविता तळागाळातील माणसाविषयी आस्था बाळगते. कुसुमाग्रजांनी आपल्या कवितेमधून 'देव' ही कल्पना नाकारली. 'देवाच्या दारी' या कवितेमध्ये या मूर्तिभंजक विचारांचे पुन्हा एकदा प्रत्यंतर येते.

'म्हणतात तुझ्या दयेला न अन्त
पुकारती सन्त थोरी तुझी
चिमण्यांच्या घरा लावसी मशाल
केवढी विशाल दया तुझी?
जळातले जीव तापल्या दुपारी

वाळवंटावरी ओढसी तू
तुझ्या महिम्याची प्रचंड पुराणे
गमती तराणे अर्थहीन!'

प्राचीन संत – महात्म्यांनी देवाची थोरवी गायिली. भारतीय समाजव्यवस्थेमध्ये देवाला श्रेष्ठ स्थानी मानून माणसाला कनिष्ठ स्थानी मानले. एवढेच नव्हे, तर देवाच्या दर्शनासाठीसुद्धा काही माणसांना (अस्पृश्य) दूर लोटले गेले. माणसानेच माणसांवरती अमानुष अशा स्वरूपाचे अन्याय, अत्याचार केले. ही भीषण समाजवास्तवता कुसुमाग्रजांनी जवळून पाहिली. आधुनिक जीवनमूल्यांचा पुरस्कार करणारी कविता कुसुमाग्रजांनी लिहिली. त्यामुळे आधुनिक मराठी कवितेतील मूर्तिभंजक कवी म्हणून कुसुमाग्रजांच्या कवितेचा अभ्यास करावा लागतो. मानवी जीवनातील अंधार नाकारणारी ही कविता प्रकाशपूजक अशा स्वरूपाची कविता आहे.

कुसुमाग्रजांच्या कवितेचा मूर्तिभंजनात्मक पातळीवर अभ्यास करीत असताना कुसुमाग्रजांची 'विशाखा' या काव्यसंग्रहातील कविता प्रामुख्याने मूर्तिभंजन विचाराचा पुरस्कार करणारी कविता आहे. याशिवाय कुसुमाग्रज राष्ट्रवादाने भारलेली देशभक्तिपर कविता निर्माण करताना 'क्रांतिकवी' म्हणून पुढे येतात. त्यांच्यातील क्रांतिकारी कवी देशभक्ती, राष्ट्रनिष्ठा अतिशय प्रक्षोभाने, विद्रोहाने व्यक्त करतो. आधुनिक मराठी कवितेमध्ये आपले स्वत:चे एक अढळ स्थान निर्माण करणारा एक तेज:पुंज कवी म्हणून आपणास कुसुमाग्रजांच्या कवितेकडे पाहावे लागते. मूर्तिभंजन कवितेमध्ये कुसुमाग्रजांच्या कवितेचे योगदान महत्त्वपूर्ण अशा स्वरूपाचे आहे.

कुसुमाग्रजांच्या कवितेनंतर मूर्तिभंजक कवी म्हणून कांतांच्या कवितेचा अभ्यास करणे क्रमप्राप्त ठरते. कांतांची क्रांतीची कविता कुसुमाग्रजांच्या सामाजिक व राजकीय कवितेशी साधर्म्य राखणारी कविता आहे.

श्री. कांत यांनी केशवसुतांकडून घेतलेली स्फूर्ती त्यांच्या 'पेटताहे', 'संपताहे', 'खंगताहे' वगैरे शब्दप्रयोगांपुरतीच मर्यादित नाही. त्यांच्या 'मूर्तिभंजक' वर केशवसुतांच्या 'मूर्तिभंजना'चा ठसा स्पष्ट दिसतो. केशवसुतांच्या 'मूर्तिभंजनात'

'मूर्ति फोडूनीयां देऊं जोडूनियां
परी विकूनीयां टाकूं न त्या!
विकूनि टाकिती तेचि हरामखोर
तेचि खरे चोर आम्ही नव्हों!'

असा जो विचार आहे, त्याचाच अनुवाद श्री. कांत यांच्या 'मूर्तिभंजका'त आढळतो.

वा रा. कांतांची कविता रक्तरंजित क्रांतीचे प्रतीक आहे. कांतांची कविता जळजळीत आणि दाहक अशी आहे. विचारतेजस्वितेने नटलेली ही कविता माणसाला विचारप्रवृत्त

करणारी कविता म्हणावी लागते. कांतांनी विपुल असे काव्यलेखन केले. 'पहाटतारा' (१९३०), 'फटत्कार' (१९३३), 'अग्निपथ', 'आशिया' ही दोन खंडकाव्येही कांतांनी लिहिली. कांतांची कविता ही प्रामुख्याने देशभक्ती आणि समाजशीलता यांना जवळीक साधणारी कविता आहे. त्यांच्या मूर्तिभंजक कवितेचा अभ्यास त्यांच्या 'रुद्रवीणा' या काव्यसंग्रहाच्या माध्यमातून करता येतो. 'पार्थिव' आणि 'फटत्कार' या कवितासंग्रहानंतर कांतांचा 'रुद्रवीणा' (१९४७) हा काव्यसंग्रह प्रसिद्ध झाला. 'रुद्रवीणे'ने कांतांच्या कवितेला विकसित रूप प्राप्त करून दिले. 'रुद्रवीणे'चा पूर्वार्ध क्रांतिरसाने ओतप्रोत भरलेला आहे. 'रुद्रवीणे'च्या प्रारंभीच ते म्हणतात,

'नेत्रानलि करूनी त्रैलोक्याची होळी!
अन्याय – असमता रगडित पायाखालीं
कर तांडव रूद्रा, विराट विश्वचितेंत'

कांतांनी 'रुद्रवीणे'मध्ये प्रतिकूल दैवाला आव्हान दिले आहे. त्याचबरोबर दलितांच्या आणि दासांच्या बंदिस्त स्वातंत्र्याला स्फुलिंगत्व देण्याचे काम 'रुद्रवीण' करते. कांतांची कविता मूर्तिभंजन विचारांचा स्वीकार करणारी कविता आहे. 'सदरा', 'फितुर', 'तुज बोलवी देवगिरी', 'दुंदुभि आमच्या बनवा' या गीतांमधून कांतांनी आपल्या जाज्वल्य अशा स्वरूपाचा देशाभिमान प्रगट केला आहे. स्वातंत्र्याची महती जाणणारा हा कवी मानवी मुक्तीची ही थोरवी ओळखतो. त्यामुळे समाजातील दास्य, गुलामी, दीनदलितांवरील अत्याचार पाहून कविमन रक्तबंबाळ होते अन् त्यातून मग जळजळीत अशा स्वरूपाचा शब्दांगार निर्माण होतो. मानव्याची चाललेली विटंबना नाकारणारी कांतांची कविता क्रांतिगीत बनते. कांतांनी आपल्या क्रांतिगीतातून वापरलेल्या कल्पना अतिशय भयानक अशा मानवी जीवनाचे दर्शन घडविणाऱ्या कल्पना आहेत. थिजलेली बुबुळे, पिळलेली आतडी, पिचलेली हाडे, रक्त, अश्रू इत्यादी रौद्र आणि भयानक कल्पनांमधून तत्कालीन मानवी जीवनातील भयानकता किती रसातळाला गेली होती, समाजजीवन कसे गलिच्छ बनले होते याचे जिवंत चित्र उभे करणारे क्रांतिगीत कांतांनी निर्माण केले.

'मूर्तिभंजक' या कवितेत मंदिरपरंपरा आणि त्यातील देवदेवतांच्या मूर्तीच्या निर्मिती, अघोरी व्यवस्था यांचे चित्रण करून कांतांनी मूर्तिभंजकतेचे तत्त्वज्ञान मांडले आहे.

'मंदिर हे मुक्त करा,
द्वारपाल, उगि न मरा,
पूजकगण, दूर सरा
भिंत खचे, द्वार फुटे, श्रद्धेसह अंधानों,
अडसरही भंगती खंड खंड करिन आतां
सर्व देवमूर्ति

मानवांस तुडवुनिया,
रक्त – मांस – चिखल करून,
बसविल्यात धर्ममूर्ति त्या खूनी मातीच्या
चपल – भाव – पीठावरि;
रडवुनिया दुबळ्यांना
अश्रुंतून निर्मिलीत नीतिदेवी पंकजा;
अन्नाविण तडफडले
पथिं सडसडुनी मेले
घालुनि माळा त्यांच्या, थिजलेल्या बुबुळांच्या
नाचतात मंदिरांत कोटि कोटि देवमूर्ति!
पूजा यांचीच करा बळि देउनि आम्हांला
लावा माथ्यास टिळा आमुच्याच रक्ताचा!
हें न घडे!'

मानवी भावावस्थेचे एवढे भयानक चित्रण मूर्तिभंजकतेचे नवीन युग उभारण्याच्या आशावादातून कांतांच्या कवितेतून चित्रित झाले आहे.

या नव्या युगाच्या स्वागतासाठी उभ्या असलेल्या कवीला येणारा अनुभवही तसाच.

'कंठी नररुंडांच्या माळा
साम्राज्यांचे भस्म कपाळा
प्रेतांवरती नाच मांडिला
ओल्या मानवचर्माचें करि निशाण फडकाविलें!
आज हे नवे वर्ष प्रकटले
अपलक नेत्रीं ज्वाला फुलती
धूर लोऊ केसांतुनि उठती
निश्वासीं बारूद पेटती
स्फोटक कुलुपी गोळे झेलित युद्धदेव पातले!
आज हे वर्ष नवे प्रकटले
ये नव वर्षा, प्रलय करित चल,
नगरें, राज्यें नांगरीत चल,
शिरें बलींचीं अन् पेरिच चल,
मानवतेचें पीक नवें ये उद्या, सुगी ती साध बळें!
आज हे वर्ष नवे प्रकटले.''

'प्राण्याची आराधना' ही परंपरेच्या विध्वंसासाठी आणि मानवतेच्या उष:कालासाठीची आहे. या नव्या उष:कालासाठी रक्त सांडणाऱ्या तरुणांनाही कवी कांत सजग करताना म्हणतात,

'यौवनविक्रमरसिं फेंसळला
रसरस तुमचा जीवनप्याला –
क्षितिजीं अमृतघन जणुं लवला! –
दगड शेंदरी निज रक्तानें अजुनि लेपिता कोठवरी?
सांडितां कुणास्तव रुधिर तरी?॥१।
मंत्र, गीत तुम्हि स्वातंत्र्याचें
जयजयकारच लोकशक्तिचे
स्वप्न अमर तुम्हि तारुण्याचें
बंदिघराची भिंत उमवितां कां निज हाडांनींच बरी?
सांडितां कुणास्तव रुधिर तरी?॥२॥
अमुच्या अस्थिशिरांच्या केल्या
घोर फिरंगी लोहशृंखला,
फितुरांनी त्या पायी ठोकिल्या
तोडा त्या बेड्या नि उडूं द्या ठिणग्या लोहातून वरी
सांडितां कुणास्तव रुधिर तरी॥३॥
पहा कापिलें शिर 'तात्या' चें
नभिं आव्हानित अजुनी नाचें
तुटले बाहू 'गोकलखां' चे
उभे दिशांतुनि तडफड करिती खड्ग धरुं देशार्थ करीं
सांडितां कुणास्तव रुधिर तरी?॥४॥
'नाना'ची तनु 'तराई' तुनी
उठे थडथडत हिंवतापानीं
पुसे कुणास्तव तुम्ही उभे रणिं
जळत्या गंजींतूनि विचारी 'लक्ष्मी' ज्वालामय नजरींह
सांडितां कुणास्तव रुधिर तरी?॥५॥'

इतिहासाची साक्ष काढत काढत वर्तमानाच्या नव्या इतिहासाची नांदी या कवितेतून कवी घडवू इच्छितो. यासाठी अंधाराच्या वाटेवरसुद्धा चालण्याची तयारी ठेवायची दीक्षा तरुणांना कवी देतो. कष्टप्रद भविष्याचा वेध घेण्यासाठी आणि नवनिर्मितीसाठी तरुणांना प्रकाशपर्वाची वाट धरण्याचा आग्रह कवी करतो.

'चाल, चाल, अंधारांतचि, चाल एकटाची
पाहशील कुठवर तरुणा, वाट प्रकाशाची?
दीप, सोबती कुणी न
तम तुफान ये उठून
जणुं हरील दृष्टि – प्राण आज एकदाची
कंटक वा शूल तेथ
जरि पथांत रोविलेंत
भीति येथुनी कशास भावि संकटांची?
दमन, दैन्य हें बघून
मन रडेल पिळवटून
अश्रूनें परी न विझव ज्योत तूं मनाची
चमकति तव अस्थिंतून
तेच अग्निकण अजून
जागविली ज्योती ज्यानी सूर्यमालिकांची!
श्रवुन पीडिताक्रंदन
धुपुं दे तव हृदय तरुण
वाट तें प्रकाशिल तुझी जाऊ पेटताची!'

ही सर्व धडपड कशासाठी? तर परंपरेला संपवणारे मूर्तिभंजन घडविण्यासाठी; सत्तेच्या मुळ्या ज्या धर्म – कर्मकांडातून निघाल्या, त्या मुळ्यांवर उभा असलेला डोलारा कोसळविण्यासाठी. म्हणूनच कवी म्हणतो,

'मारली जयाने हरिच्या हृदयी लाथ
त्या भृगुलत्तेचें मी विप्लव – उत्पात
तेव्हांच हदरले विष्णुलोक कैलास
कोसळतिल आतां सत्तांधांचे तख्त!'

ईश्वरी शक्तीला असे आव्हान देतानाच दलाली नाकारत कवी कांत मूर्तिभंजनाचा सिद्धांत उजागर करतात.

'कर्मानुसार जर मिळणें फळ आम्हांला
मग तुझी दलाली देवा, मधिच कशाला
गणनाच करित तूं रूहा पापपुण्याची
पतनीहि करूं अम्ही सुंदर मानवतेला!'

अशा प्रकारे मानवतेच्या नव्या युगाची वाट चोखाळणारी मूर्तिभंजनात्मक कविता कांतांनी लिहिली.

तत्कालीन समाजव्यवस्थेमध्ये असलेले प्रश्न हाताळणारी ही कविता स्वातंत्र्यप्रेमाने भारावलेली कविता आहे. कांतांची कविता 'रुधिराचा लाल सडा' आहे. स्वातंत्र्य, देशभक्ती, राष्ट्रनिष्ठा यांवर अपार प्रेम करणारी ही कविता मानवी जीवनातील सुबत्तेचे, मानवतेचे पूजन करणारी कविता आहे. मूर्तिभंजनात्मक पातळीवर कांतांच्या कवितेचा अभ्यास करीत असताना असे दिसते की, कांतांनी समाजजीवनातील 'रुद्रवीणा' आपल्यासमोर वेगवेगळ्या अंगांनी मांडली. हे मांडत असताना त्यांनी अन्याय, जुलूम, अत्याचार, अमानुषता या सर्व गोष्टींचा जहरी समाचार घेतला. कांतांची कविता कुसुमाग्रजांच्या कवितेपेक्षा तिखट रूप धारण करणारी अशा स्वरूपाची मूर्तिभंजनात्मक कविता आहे. 'शततारका' या रूबाया - संग्रहामध्येही क्रांतिप्रवणतेचे दर्शन घडते.

'धर्मास्तिव किती हे सांडे रक्त पहाना?
ये शोणितदर्पचि कर्पट या स्वर्भुवना!
अन् रक्ते भिजली वस्त्रे ईश्वरतेची
प्रेषित तव आणिक, तूहि खुनी भगवाना!'

कांतांची कविता समाजशील कविता आहे. धर्म अवडंबरामुळे माजलेली सामाजिक विषमता त्यांच्या मनाला सारखे चटके बसविते. धर्मामुळे माणूस रक्तलांछित झालेला पाहून त्यांचे हृदय गहिवरते आणि ईश्वर ही कल्पना नाकारून ईश्वरालाच या सर्व गोष्टींच्या मुळाशी धरून त्याला नाकारते. कांतांची कविता अशी मानवी जीवनपातळीवरची कविता आहे. मूर्तिभंजनात्मक विचाराची प्रखर अशी दाहकता या कवितेत दिसत नसली, तरी उग्रता मात्र आहे.

प्रकरण सहावे

नवकविता आणि मूर्तिभंजन

काव्यातील नवीनतेविषयी नवकाव्याचे जनक बा. सी. मर्ढेकर यांनी 'सौंदर्य आणि साहित्य' या ग्रंथात 'काव्यातील नावीन्य म्हणजे नवीन भावनानिष्ठ समानता किंवा New emotional equivalences', असे नमूद करून नव्या प्रतिमांमधून नवकाव्य निर्माण होते, इतर कुठल्याही गोष्टींच्या उपस्थितीमुळे काव्य नवीन होत नाही, हे सांगताना ते म्हणतात, 'शब्दांचे स्वरूप, त्यांचे ध्वनी आणि घडण हे काळाबरोबर बदलत असतात. आणि हा बदल काव्यात आपोआपच प्रतिबिंबित होत असतो. त्याचप्रमाणे जीवनौघाबरोबर मानवी विचार, हेतू व भावनाविषय हेही बदलत जातात आणि हाही बदल आपोआपच काव्यात प्रतिबिंबित होत असतो. काव्यात प्रतिबिंबित होणारे हे बदल; क्रिया आणि प्रतिक्रिया अशा दोन्ही पद्धतींनी आपले अस्तित्व प्रकट करतात; पण त्याबद्दल विस्तृत चर्चा करण्याची जरुरी नाही. ह्या ठिकाणी फक्त एवढे सांगायचे की, ह्या बदलांचे खरे नाते आधुनिकतेशी जुळते, काव्यात अभिप्रेत असलेल्या नावीन्याशी नाही. थोडक्यात म्हणजे, आधुनिकता ही बव्हंशी अपरिहार्य असते; उलट नावीन्य हे नेहमी अनपेक्षित असते.'

या कालखंडातील नवकविता अनेक अंगांनी वेगळी ठरली. मर्ढेकरांपासून सुरू झालेला हा नवकाव्याचा प्रवाह मूर्तिभंजनात्मक अभ्यासाच्या दृष्टीने महत्त्वपूर्ण असा एक टप्पा आहे. काव्यातील नवीनतेविषयी शरच्चंद्र मुक्तिबोधांनी म्हटले आहे की,

'काव्यातील नवेपणा हा नव्या दृष्टिकोनात, त्यामुळे निर्माण होणाऱ्या नव्या आशयात, म्हणून त्यातून प्रकट होणाऱ्या नव्या भावनेच्या रसायनात असतो.' ('नवीन मळवाट')

मुक्तिबोधांच्या वरील विचारांवरून काव्यातील नवीनतेबरोबरच काव्यातील मूर्तिभंजनही तपासण्यास सोपे जाते. मुक्तिबोध नवकविता आणि मूर्तिभंजन यांच्या संबंधी पुढे म्हणतात, 'समाजप्रवण, समाजास बदलू पाहणारी वैचारिक बैठक, प्रतिमांचा उपयोग निव्वळ अलंकरणासाठी न करता वास्तवतेचे आजच्या आणि उद्याच्या प्रकटीकरण करण्यासाठी प्रतिमांचा उपयोग करण्यावर भर आणि नवछंद ही नवकाव्याची हळूहळू पुष्ट

होत असलेली वैशिष्ट्ये आहेत. ही यापूर्वीच्या कवितेत नव्हती. म्हणूनच या काव्यास नवकाव्य म्हणावयाचे.' (नवी माळवाट)

मूर्तिभंजनात्मक नवकविता समाजशील असून समाजास नवा आयाम देणारी कविता आहे. वैचारिकता हा तर मूर्तिभंजनात्मक नवकवितेचा गाभा आहे. परिवर्तनवादी नवकविता मार्क्सवादी, आंबेडकरवादी आणि पुढे जाऊन मानवतावादी विचाराने ओतप्रोत भरलेली कविता आहे. या कवितेचा प्राण मानवी जीवनातील मांगल्याची पूजा बांधणे आणि दुष्टाला पायताण दाखविणे हाच आहे. नवकविता आणि मूर्तिभंजनात्मक कविता असा अभ्यास करीत असताना रा. अ. काळेले यांनी 'नवकविता म्हणजे काय?' या प्रश्नाची मांडणी करताना नवे काव्य आणि नवकाव्य असे नवकवितेचे दोन प्रकार कल्पिले आहेत. त्यांनी नवकवितेविषयी म्हटले आहे की, 'नुसते नवे काव्य म्हणजे 'नवकाव्य' नव्हे. सगळे 'नवे' कवी जसे 'नव – कवी' नाहीत; तसे सगळे 'नवे' काव्य हे नवकाव्य असत नाही. 'नवे' 'जुने' असे आपण कालाच्या अपेक्षेने म्हणतो. जे काळाबरोबर मागे गेले, ते जुने आणि जे काळातून पुढे येते ते नवे. एकदा नवे असलेले कालांतराने जुने होते आणि त्याच्या जागी दुसरे नवे येते. नवकाव्य हे नव्या काळातून तर आले; पण ते काळाने नवे म्हणूनच त्याला 'नव' म्हटलेले नाही. 'जे जुने नाही ते नवकाव्य', अशी नवकाव्याची नकारात्मक व्याख्या करता येणार नाही. जे जुने नाही असे पुष्कळ नवकाव्य 'नवकाव्य' नाही. नव्या काव्याच्या एका विशिष्ट भागाला 'नवकाव्य' ही संज्ञा आहे. नवकाव्य हे काळाच्या दृष्टीने नवे आहेच; परंतु मुख्य म्हणजे ते गुणानेदेखील नवे आहे. जे काव्य नुसते काळाने नवीन ते नवकाव्य; आणि जे गुणासकट काळाने नवीन ते 'नवकाव्य' अशा रीतीने नवकाव्य नुसत्या काव्याहून पृथक पडते.' ('नवकवितेचे एक तप)

मूर्तिभंजनात्मक नवकवितेचा अभ्यास करीत असताना 'आधुनिक' म्हणजे आताचे असे मानले जाते आणि त्या दृष्टीने त्या त्या वर्तमान काळासाठी, त्या त्या वर्तमानातील सर्वच काव्य कालदृष्ट्या आधुनिक असते असे मानले जाते. ज्यात इहवाद, बुद्धिप्रामाण्यवाद, व्यक्तिस्वातंत्र्यवाद ही आधुनिक जीवनमूल्ये आहेत, ते मूल्यदृष्ट्या म्हणजे गुणाने आधुनिक काव्य वेगळे कसे आहे ते काढून दाखवितो. मूर्तिभंजनात्मक कविता प्रामुख्याने या नवकाव्यातच मोठ्या प्रमाणावर निर्माण झाली. मूर्तिभंजनात्मक कवितेने आधुनिक जीवनप्रणाली, विचारप्रणाली अंगीकारली. नव्या मानवतावादाची दृष्टी आधुनिक मूर्तिभंजनात्मक नवकवितेने दिली. या मूर्तिभंजनात्मक नवकवितेमध्ये बा. सी. मर्ढेकरांच्या मूर्तिभंजनात्मक कवितेचा विचार अग्रक्रमाने करावा लागेल.

नवकविता आणि मूर्तिभंजन या दृष्टीने मर्ढेकरांच्या कवितेचा अभ्यास करीत असताना मूर्तिभंजनात्मक पातळीवर मर्ढेकरांची कविता निराशाच व्यक्त करते. १९४० नंतरच्या मराठी काव्यप्रांतातील एक अग्रगण्य कवी म्हणून मर्ढेकर ओळखले जातात. अनेक

कारणांमुळे मर्ढेकरांची कविता खूप गाजली. मर्ढेकरांची कविता ही प्रामुख्याने मध्यमवर्गीय, सुखवस्तू आणि पारंपरिक समीक्षादृष्टीला जवळ करणारी कविता आहे. मर्ढेकरांच्या कवितेविषयी 'आधुनिक मराठी कविता'या ग्रंथात प्रा. भ. श्री. पंडित म्हणतात,

'जीवनाच्या प्रतिकूल परिस्थितीत मनुष्याच्या आशा-आकांक्षांचा चुराडा होत आहे. तो अश्रद्ध, अस्थिर, उद्भ्रांत, साशंक व दुर्बल बनला आहे. त्याच्या या अनुकंपनीय मन:स्थितीचे वस्तुस्थितिनिदर्शक मिश्रण बाळ सीताराम मर्ढेकर यांच्या कवितेत झाले आहे.'

यंत्रयुगामुळे निर्माण झालेली भयावह परिस्थिती, यंत्रवत बनत चाललेला माणूस यांचे प्रतिबिंब मर्ढेकरांच्या कवितेत दिसते. त्यांनी मराठी नवकवितेला आशय आणि विषयाच्या अंगाने नवरूप दिले. शब्दांची मोडतोड करून नवीन शब्दरूपे घडविली, विरोधी कल्पनांची सांगड घालणे, विलक्षण वाटाव्यात अशा प्रतिमांची निर्मिती करणे यांमधून मर्ढेकरांनी आपले स्वतंत्र असे काव्यविश्व निर्माण केले. या नवनिर्मितीच्या माध्यमातूनच मर्ढेकरांच्या मूर्तिभंजनात्मक काव्याचा विचार करावा लागतो.

मर्ढेकरांनी जीवनामध्ये अनेकदा पराभव अनुभवाला. जीवनाच्या विविध पातळ्यांवर पराभवाचे चटके सहन केले. ते म्हणतात,

'अशा येथल्या संसारात
जगण्याचाही चुकला पाढा
आणि शेवटी परिस्थितीचा
गळ्याखालती उतरे काढा....
घडल्या गोष्टी विसरून जाऊन
नडल्या आशा चुलीत फेका -
उघडझाप ही डोळ्यांचीच
अज्ञानाच्या गळफासातच'

मर्ढेकरांची कविता ही निराशावाद व्यक्त करणारी कविता आहे. जीवनाची हतबलता त्यांच्या कवितेतून प्रकट होताना दिसते. जीवनाची अर्थशून्यता मोठ्या कडवट पद्धतीने मर्ढेकरांनी व्यक्त केली आहे. मर्ढेकरांची कविता ही युद्धोत्तर युगाची कविता आहे. या दृष्टीने प्रा. वसंत बापट, चारुशीला गुप्ते यांचा 'आजची मराठी कविता' मधील अभिप्राय मर्ढेकरांच्या नवकवितेचा अभ्यास करीत असताना महत्त्वपूर्ण आहे.

'युद्धोत्तर उद्वेगातून निर्माण झालेल्या कवितेला किंवा संवेदनाशून्य समाजावर कठोर प्रहार करणाऱ्या कवितेलाच 'नवकाव्य' ही पदवी मिळाली. मात्र नवकाव्याची नवता केवळ काव्य – विषयाधिष्ठित नाही. त्यातील प्रतिमा या प्रथमत: जरी विक्षिप्त वाटल्या, तरी केवळ प्रतिमानावीन्य हेही तिच्या नवतेचे मुख्य गमक नव्हे. प्रतिमांची जडणघडण

वेगळ्या पायावर होऊ लागली. प्रतिमांचे लोकविलक्षण संयोग, त्याचे अनुभवाशी असलेले अपरिहार्य तादात्म्य ही नवकाव्याची दोन महत्त्वाची गमके आहेत.'

मर्ढेकरांच्या मूर्तिभंजनात्मक कवितेचा अभ्यास करीत असताना प्रतिमांचे लोक-विलक्षण संयोग आणि अनुभवांशी असलेले अपरिहार्य तादात्म्य या दृष्टीने मर्ढेकरांची कविता, माणसातील दानवता प्रकट करणारी ही कविता मूर्तिभंजनाचा आविष्कार आहे असे म्हणावे लागते. मर्ढेकरांचे व्यक्तिमत्त्व हे दुभंगलेले व्यक्तिमत्त्व होते; कारण त्या कालखंडातील पार्श्वभूमीच तशा प्रकारची निर्माण झालेली होती. मुळात मर्ढेकर हे पारंपरिक दृष्टिकोन असलेले कवी होते. मर्ढेकरी कालखंडात विज्ञानाचा मोठ्या प्रमाणावर विकास झाला. माणसाने निसर्गाला अचंबित करणारे शोध लावण्यास सुरुवात केली. जीवनातील अनेक प्रश्नांना आपण सोडवू शकतो, असा आत्मविश्वास माणसात निर्माण व्हायला लागला. मानवी अहंकाराला विज्ञान संस्कृतीने खतपाणी घातले. आपण विश्वाचे मालक आहोत अशी भावना माणसाच्या मनात निर्माण होत होती. माणसाने विज्ञानाच्या साहाय्याने प्रत्यक्ष पृथ्वीवर स्वर्ग आणला. माणसाचा विकास विज्ञानाच्या नवनवीन शोधांमुळे व्हायला लागला. विज्ञानामुळे जशा अनेक प्रकारच्या सुखसुविधा आल्या, त्याचप्रमाणे विज्ञानामुळे अनेक प्रकारच्या अस्त्रांचीही निर्मिती झाली. मर्ढेकरांची कविता ही मध्यमवर्गीय जीवनाच्या कलहस्थितीचे चित्रण करणारी कविता आहे. प्रा. गो. वि. करंदीकरांच्या मते,

'विसाव्या शतकातील मानवी जीवनामधील विसंगतीने अगतिक झालेल्या व आध्यात्मिक भावस्थितीमध्ये शेवटचा आधार शोधणाऱ्या अस्वस्थ संवेदनाक्षम व ज्ञानविज्ञान संस्कारित मनाची ती प्रतिनिधी आहे.' (परंपरा आणि नवता पृ. २३८)

आधुनिक मराठी कवितेतील प्रयोगवादी नवकवी म्हणून मर्ढेकरांनी मराठी कवितेचे मूर्तिभंजन करून नवकविता आकारास आणली. मूळ स्वरूपात मूर्तिभंजनात्मक असलेला विचार मर्ढेकरांच्या कवितेत कुठेही दिसत नाही. मर्ढेकरांनी काव्याचे नवे सौंदर्यशास्त्र निर्माण केले. भावनांची समतानता लयबद्ध पद्धतीने मोजून मराठी कवितेला नवा आयाम दिला. मराठी कवितेला नवा चेहरा दिला. या अंगाने मर्ढेकरांची कविता मूर्तिभंजनात्मक ठरते. मर्ढेकर हे जीवनातील दु:ख मांडत असताना केवळ मानवी संहाराचा आलेख रेखाटतात. यंत्र संस्कृतीमुळे निर्माण झालेले नवे शब्द, नव्या प्रतिमा मर्ढेकरांच्या कवितेत येतात. मर्ढेकरांच्या कवितेने तत्कालीन कालखंडात वादळ निर्माण केले. अश्लीलतेचे आरोपही त्यांच्या कवितेवर झाले. नव्या प्रतिमा निर्माण करून मर्ढेकरांनी मराठी कवितेमध्ये क्रांती केली. या अनुषंगानेही त्यांनी एकप्रकारे परंपरा नाकारून मूर्तिभंजनच केले आहे. मर्ढेकरांची कविता ही अंधारभेदी कविता आहे. प्रा. गो. म. कुलकर्णी यांनी या संदर्भात ('नवकाव्य' – प्रतिष्ठान) म्हटले आहे,

'आजच्या जीवनातील सर्वंकष अंधाराला, विरूपनतेला, अभद्रतेला आजच्या

परिभाषेतून मर्ढेकरांइतक्या भेदकपणे अन्य कोणीही वाचा फोडली नाही. हे..... आहे. कवित्वाचा विचार आशयानुगामी असावा. कवीचे 'आशावादी', 'निराशावादी' असे वर्गीकरण करणे युक्त नव्हे.... असे आजचे काव्यशास्त्र कंठरवाने कितीही सांगो; नवकवितेची पहाट फुटल्याची जी सार्वत्रिक जागा आली, ती मर्ढेकरांच्या कवितेतील विशिष्ट प्रकारच्या काळोख्या आशयातून.'

मर्ढेकरांनी आपल्या नवकवितेच्या माध्यमातून मराठी कवितेचे नवयुग सुरू केले. माणसानेच माणसाला खावे, माणसांनीच माणसाशी हिंस्र पशूपेक्षाही भयंकर वागावे यामुळे मर्ढेकर हवालदिल झाले. असंख्य माणसांची प्राणहानी महायुद्धाने झाली. याच काळात मानवी मूल्ये धुळीला मिळाली. माणसाचा माणसावरील विश्वास उडाला. माणसात परमेश्वरी अंश दडलेला असतो, ही नाजूक समजूत धुळीला मिळाली. विज्ञानाच्या अकल्पित विकासामुळे आणि घनघोर महायुद्धामुळे परमेश्वरी कल्पना नेस्तनाबूत झाली. माणूस परावलंबी झाला, अधांतरी झाला. जीवनाची नश्वरता, क्षणभंगुरता त्याच्या मनाला अस्वस्थ करू लागली. असुरक्षितता, भीती आणि विफलता यांनी त्याच्या मनात घर केले. त्यामुळे आपण नियतीपुढे हतबल आहोत, असा नियतीवाद फोफावण्यास सुरुवात झाली. युद्ध परिस्थितीत हानीचे चित्रण करणारी कविता मर्ढेकरांनी पुढीलप्रमाणे लिहिली.

'प्रेमाचे लव्हाळे
सौंदर्य नव्हाळे
शोधू?
आसपास
मुडद्यांची रास;
यंत्रातून आग
गोळ्याचे पराग
विमानाचे हल्ले
बेचिराख जिल्हे
रक्ताची थारोळी.'

यंत्रसंस्कृतीच्या आधीन झालेल्या माणसाची विदारक अशा स्थिती मर्ढेकरांनी आपल्या कवितेच्या माध्यमातून मांडली. त्यांची कविता युद्धोत्तर मानवी जीवनातील दाहकता स्पष्ट करणारी कविता आहे. 'आरामाचा राम', 'जे न जन्मले वा मेले', 'केला थोडा रोजगार', 'आहे रक्तात उजाळा', 'आहे बुद्धीशी इमान', 'नाही कोणी गा कुणाचा' यांसारख्या कवितांमधून मर्ढेकरांनी युद्धोत्तर जगातील भेदक वास्तवता चित्तारली आहे. मर्ढेकरांच्या कवितेबद्दल लक्ष्मणशास्त्री जोशी यांनी 'आधुनिक मराठी साहित्य समीक्षा व रससिद्धांत' स्पष्ट करताना म्हटले आहे,

'मानवाच्या भवितव्याबद्दल घोर निराशा व तिच्यामुळे लोटलेले कडवट हसू हे स्वर त्यांच्या काव्यात आहेत; पण हे अंत:प्रवाह व्यक्त करताना ते जी भाषा वा रूपके-प्रतीके वापरतात, त्यात त्यांच्या काव्याचे खरे नावीन्य व खरी प्रेरणा आहे. केशवसुतांच्या मानवतावादातली श्रद्धा काढून टाकली की, मानवतावादीच पण निराशा गीते तयार होतील. त्या निराशेत एखाद्याने दु:खाऐवजी विकट हास्य करायचे ठरविले, तर मर्ढेकरी मानवतावाद निर्माण होईल; पण या विकट आणि अश्रद्ध मानवतावादालाही मर्ढेकरांच्या भाषेची गरज नाही. त्या भाषेची प्रेरणा त्यांच्या कलात्मक नावीन्याच्या विचित्र सिद्धांतात आहे.'

मर्ढेकरांच्या कवितेचे मूर्तिभंजनात्मक स्वरूप त्यांच्या नावीन्यपूर्ण काव्यरचनेत दिसते. पारंपरिक मराठी काव्यरचना नाकारून मर्ढेकरांनी स्वतंत्र अशी नवकविता निर्माण केली. मराठी कवितेला एक काव्याची नवी पहाट मर्ढेकरांनी दाखविली.

विज्ञानातून निर्माण झालेली भयावह परिस्थिती चित्तारित असताना मर्ढेकरांनी विज्ञानामुळे निर्माण झालेल्या मानवी सामर्थ्याचे गुणगानही गायिले आहे. विज्ञानाने मानव सामर्थ्यवान बनला, याची साक्ष ते पुढील कवितेतून देतात.

'आहे रक्तात उजाळा। सूक्ष्मदर्शी चष्मा डोळा
नाही बुद्धीचा पाताळा। मानव मी.....
जाणे शुद्ध शुचिर्भूत। एक प्रायोगिक सत्य...
सत्याचे सुपीक। विश्वातून वेचूं
प्रयोगात खेचू। परमाणू॥
अधिकार ऐसा। मिळविला आम्ही
आमुच्याच धामी। नाठाळ का?॥'

विज्ञानामुळे माणसाची नेत्रदीपक प्रगती झाली हे नाकारता येत नाही. जशी प्रगती झाली, त्याचप्रमाणे विज्ञानामुळेच माणसाची अधोगतीही झाली. वेगवेगळ्या प्रकारची संहारक अशी शस्त्रे – अस्त्रे मानवांनीच निर्माण केली. यंत्रसंस्कृतीमुळे माणूस यंत्रवत झाला. यंत्रयुगामुळे माणसातील माणुसकी हरवली. याला विज्ञान दोषी नसून प्रत्यक्ष मानवच दोषी आहे. हे मर्ढेकरांनी ओळखले. विज्ञानाची निर्मिती आपणच केली असल्यामुळे आपण विज्ञान महंत आहोत, बुद्धीशी आपले इमान आहे; परंतु विज्ञानाच्या युगामध्येही आपण दारिद्र्य आणि असुरक्षितता यांनी ग्रासलेले आहोत. यावर आपणास विज्ञानाने मात करता आली नाही. माणसाला मानवी जीवनातील अंधाराची आग लागली आहे. भोवतीच्या विश्वाचे गूढ माणसाला उकलत नाही. सगळीकडे अंधारच दिसतो आहे. अशा अंधाराची मर्ढेकरांची कविता आहे. जीवनातील काळ्याकुट्ट अंधाराचे दर्शन घडविणारी मर्ढेकरी कविता मानवी जीवनातील नैराश्येचे मूर्तिभंजन करतान दिसत नाही. नैराश्यग्रस्त, वैफल्यग्रस्त अशी ही कविता मानवी जीवनातील यंत्रप्रभावित अंधाराचे

दर्शन घडविणारी आहे. यंत्रामुळे ज्याप्रमाणे मानवी विकास साधला जातो, त्याचप्रमाणे यंत्रामुळे मानवी जीवनात काही प्रश्नही निर्माण होतात. या प्रश्नांची मांडणी करणारी मर्ढेकरांची कविता यंत्रयुगीन समाजजीवनाचे मूर्तिभंजनात्मक पातळीवर आशय-विषयाच्या अंगाने दर्शन घडविणारी कविता आहे. मर्ढेकरांच्या कवितेतील मूर्तिभंजन वेगळ्या पातळीवर तपासावे लागते. प्रा. श्री. के. क्षीरसागर यांचे या संदर्भातले मत लक्षात घेण्यासारखे आहे. 'शिशिरागमातही निराशा आहे, दु:ख आहे; पण कडवटपणा आणि सर्वनाशाची छाया नाही. एवढा एकदम फरक पडायला कारण केवळ कवीचे प्रामाणिक अनुभव की, एखादा नूतन पाश्चात्त्य काव्यसंप्रदाय हा प्रश्न टीकाकाराला पडल्याखेरीज राहत नाही. मर्ढेकरांनी आधुनिक मराठी कवितेची भावनावासी, ध्येयवादी परंपरा टाकून उद्वेगाची, उपरोधाची, भ्रमनिराशाची वेगळी कविता लिहायला प्रारंभ केला.' ('टीकाविवेक')

'मर्ढेकरांची कविता ही उद्वेगाची, उपरोधाची आणि भ्रमनिराशेची कविता आहे', असे क्षीरसागरांनी जे म्हटले, ते अगदी सत्य आहे. मराठी कवितेला आवर्तातून बाहेर काढणारी कविता मर्ढेकरांनी लिहिली, हेच मर्ढेकरी कवितेचे मूर्तिभंजन म्हणावे लागेल.

रूढी, परंपरा नाकारतानाच देवाचा दांभिकपणा सिद्ध करण्यासाठी मर्ढेकर आपल्या कवितेतून माणसाच्या प्रवृत्तीचा आधार घेतात.

'जे जन्मले वा मेले। त्यांसी म्हणे जो आपुले,
तोचि मुत्सद्दी जाणावा। देव तेथे ओळखावा॥
मोलें धाडी जो मराया। नाही आसूं आणि माया
त्यासी नेता बनवावें। आम्हा मेंढरांस ठावें॥'

मानवी जीवनाची विफलता आणि वैफल्याच्या निराकरणासाठी चाललेली जीवनाची धडपड बघून मर्ढेकर अस्वस्थ होतात. या अस्वस्थतेतून ते नारायणाची म्हणजे काल्पनिक देवाची सत्यता उघड करताना म्हणतात,

'आरामाचा राम। वदावा निष्काम
खंदकांत पण। विसरावा॥
खंदकांत ओल्या। दारूगोळ्याचा रे
नाही नारायण॥ कदापीही॥
कोरडी ठेवावी। दारू सर्व काळ
ओठांवर माळ। हुकुमांची॥
पायाची वहाण। पायांत ठेवावी
चित्तीं असूं द्यावी। मद्यभ्रांती॥
अज्ञानी जनांस। ज्ञान पाजूं नये

मरूनी उरावें। धडरूपें॥
हे गा हेंचि दान। देवा, माझीं हाडें
खाउनी गिधाडें। तृप्त व्हावीं॥'

देवाच्या आधाराने धर्मकांडाचे माजणारे स्तोमक आणि मानवा-मानवांतील धर्मजातिभेदाची नीती ही मूर्तिभंजनाची नीती असते. याला उत्तर मूर्तिभंजनानेच द्यावे लागते. धर्माच्या जातीच्या आडून देवदेवतांच्या नावाने होणारे सामाजिक हल्ले समजून घेतल्यास आपसातील यादवीचे स्वरूपही समजू शकते. म्हणून मर्ढेकर जातिभेदाची, धर्मभेदाची दरी नष्ट करू पाहतात.

'अरे हिंदू-मुसल्मान। प्राण देशावरी कुर्बान;
परी यादवी ही लांछन। अल्ला-रामां॥
जो जो उठे तो तो नेता। मारी लंब्याचवड्या बाता;
परि हुल्लडीचा नियंता। कोणी नाही॥'

देवाच्या देवत्वाला, सरळ आव्हान करून मर्ढेकरांनी मूर्तिभंजनाची कविता लिहिली. अज्ञानासारख्या अजातशत्रूने ग्रासलेल्यांना देवाने का जवळ केले नाही? त्याचे अज्ञान हेरून त्यांना साफल्याच्या वाटेवर का नेले नाही? असे प्रश्न उपस्थित करून मर्ढेकर देवाच्या अस्तित्वावरच प्रश्नचिन्ह निर्माण करताना म्हणतात,

'जे अज्ञानांत जन्मले। आणि अज्ञानांत मेले,
त्यांस देवा तूं धरिलें। काय पोटीं?॥
का, झालासी निष्ठुर?। दिलें तयांसी अंतर
जन्ममरणाही नंतर। विश्वगर्भी॥
देह साफल्य पावले। पृथ्वीवरी त्यांचें भलें;
आलें काम त्यांनी केलें। आणि गेले॥'

देव ही केवळ एक कल्पनामात्र आहे. त्याचा मानवी जीवनाशी काहीही संबंध नाही. नित्यनूतन दिवस उगवतो आणि निसर्गाचा मानवी समाजाचा व्यवहार सुरू होतो. घटना घडत जातात; पण घडणाऱ्या प्रत्येक घटनेमागे कोणीतरी 'देव' नावाचा करविता आहे, अशी एक अज्ञानमूलक धारणा माणसांच्या विचारात असते. या अज्ञानातूनच देवाची कल्पना आकार घेते. त्या संदर्भाने मर्ढेकर आपल्या कवितेतून लिहितात,

'देवाजीने करुणा केली,
सकाळ नित्याची ही आली
जणु पायाने चित्त्याच्या अन्
रस्ता झाडी झाडूवाली.
घराघरांतिल चूल पेटली;

चहा उकळुनी काळा झाला;
जरा चढवितां दुसरें भांडें
भातहि शिजुनी होइल पिवळा.
देवाजीने करुणा केली;
रोजचीच पण 'बस' ही आली
जणु पायाने हरिणीच्या अन्
शिरस्त्यांतलीं कामें झालीं.
घरीं परततां, भाजीवाली
समोर दिसली, भरली थैली;
दो दिडक्यांची कडू दोडकीं
जरी पिकूनी झालीं पिवळीं.
उजाडतां जें उजाड झाले,
झोपीं गेलें मावळतां तें;
करील जर का करुणा देव
विचकुनि होतिल हिरवीं भातें!'

निसर्गाचा ऋतुचक्र आणि मानवी जीवन यांच्या साहचर्यातून घडणाऱ्या घटनांमध्ये देवाच्या काल्पनिक मूर्ती मनात बसवून घडणाऱ्या घटनांचे श्रेय त्याच्याकडे देऊ पाहतो. मर्ढेकर या मनातल्या मूर्तींवरच प्रहार करून त्यांचे भंजन करू पाहतात.

देवाचे देवपण स्पष्टपणे नाकारताना ते म्हणतात,

'राव, सांगतां देव कुणाला?
शहाजोग जो शहामृगासम;
बोंबिल तळलों सुके उन्हांत,
आणि होतसे हड्डी नरम.
छान शेकतें जगणें येथे
जगणारांच्या हें अंगाला;
निदान ढेकर करपट आणूं
द्या तुमच्या त्या शहामृगाला!'

अशा शहाजोग देवाचे देवपण शोधण्यात जीवन संपून जाते; परंतु त्याचा शोध लागत नाही. मिथ्या व तथ्यहीन देवकल्पनेत स्वत:ला गुंतवून विज्ञानाची वैभवी कास सोडून माणूस सैरभैर होऊ नये म्हणून मर्ढेकर वास्तवाला हात घालताना म्हणतात,

'ठायीं ठायीं रूप तूझें। बघण्याचा केला दावा,
पीठ झालेल्या मनांत। लोकीं राघव पहावा॥

पीठ लोटिती पिठांत। उरे चक्कीचा आवाज,
रूप लोपलें स्वरूपीं। उरे डोळ्यांचीच खाज॥
उसवली माणुसकी। तुझ्या नांवाने शिवावी,
लोकीं हाडांच्या प्रदेशीं। हिरवीं गोपुरें थाटावीं।
फाडी धागाच धाग्याला। उरे सुईवर रक्त,
नांगरितां हाडें हाडें। पेटे गंधकच फक्त॥
विज्ञानाच्या वैभवाला। द्यावें शीर्षक उत्तम,
रुग्ण मनीं तुरटीचें। पाणी शिंपावें परम॥'

एकंदरीत मानवी जीवनाच्या बोकांडीवर बसलेला देव प्रत्येकाच्या मनात एक मूर्ती करून आहे. ह्या देवत्वाच्या मूर्तीचे भंजन करून विज्ञानाची कास धरायला लावणारी मूर्तिभंजक कविता मर्ढेकरांनी लिहिलेली दिसते.

आधुनिक मराठी नवकवितेचा मूर्तिभंजनात्मक पातळीवर अभ्यास करीत असताना ज्या कवींनी प्रखरपणे आणि स्वच्छपणे आपल्या कवितेतून अंधाराचे, अज्ञानाचे, परंपरेचे, रूढिग्रस्त समाजाचे आणि रूढीचे मूर्तिभंजन केले, त्यामध्ये प्रामुख्याने शरच्चंद्र मुक्तिबोध यांचा मानाने उल्लेख केला जातो. शरच्चंद्र मुक्तिबोधांना प्रामुख्याने मार्क्सवादी कवी म्हणून ओळखले जाते. कवी हा कुठल्याही विचारसरणीशी बांधलेला असला, तरी कवीची जीवनाकडे पाहण्याची चिंतनशीलता महत्त्वाची ठरत असते. कलावंताच्या संदर्भात मुक्तिबोधांनी म्हटले आहे, 'कलावंतांचा संबंध मानवी जीवनाच्या सुख – दुःखाशी असतो. तो जसा संकुचित जाणिवांचा असू शकणार नाही, तसाच तो प्रणालीपीडित वा प्रणालीसीमितही असू शकरणार नाही. उलट कलावंताची साक्ष विचारप्रणालींनाही मोलाची व महत्त्वाची मानावी लागेल.' (नवी मळवाट)

मुक्तिबोधांची कविता ही परिवर्तनाची कविता आहे. जीवनातील दुःखदैन्य, निराशा यांना नाकारून नवीन आशावाद प्रतिपादित करणारी कविता मुक्तिबोधांनी लिहिली. जीवनपरिवर्तनाचे शास्त्र म्हणून मुक्तिबोधांनी समाजवादाकडे पाहिले. समाजवादातून मानवी जीवनाचे आमूलाग्र परिवर्तन होईल, अशी आशा त्यांनी व्यक्त केली. समाजवाद म्हणजेच मार्क्सवाद हे एक जडवादी तत्त्वज्ञान आहे. ईश्वरी अंशाला नाकारत विश्वाची उत्पत्ती जड तत्त्वातूनच झाली, असे या तत्त्वज्ञानाचे मत आहे. परिवर्तन हे द्वंद्वविकासी भौतिकवादाच्या तत्त्वानुसार होते. या द्वंद्वविकासी भौतिकवादामध्ये दोन वर्गांत नेहमी संघर्ष सुरू असतो आणि संघर्षातूनच नवसमाजाची निर्मिती होत असते, असे मार्क्सच्या द्वंद्वशील भौतिकवादात दिसते. मार्क्सवादामध्ये ऐतिहासिक भौतिकवाद दडलेला आहे. ऐतिहासिक भौतिकवादा-विषयी मार्क्सने उत्पादन साधनांना महत्त्व दिले. मानवाच्या गरजा पूर्ण करण्यासाठी सतत उत्पादनाची गरज असते. उत्पादन साधने बदलत्या काळानुसार बदलत राहतात.

बदलत्या उत्पादन साधनांनुसार मानवाचे संबंधही बदलत राहतात. उत्पादन व्यवस्थेमध्ये प्रामुख्याने मालक आणि नोकर असे दोन वर्ग असतात. इतिहासाच्या वेगवेगळ्या टप्प्यांवर या वर्गाची सबंध व्यवस्था वेगवेगळी असते. ती कशी होती, याचा विचार मार्क्सवादाने केलेला आहे. प्राथमिक समाजव्यवस्थेचा अपवाद वगळता पुढील कालखंडात वर्गसंघर्ष झाले. मार्क्सने ऐतिहासिक भौतिकवादाची मीमांसा करीत असताना प्रामुख्याने आदिम साम्यवाद, गुलामीची अवस्था, सरंजामी अवस्था, भांडवली अवस्था असे चार टप्पे सांगितले. प्रामुख्याने मार्क्सने दुसऱ्या अवस्थेपासून चौथ्या अवस्थेपर्यंतचा जीवनसंघर्ष मांडला आणि शेवटच्या म्हणजे भांडवलदार – कामगार या शेवटच्या वर्गसंघर्षानंतर उत्पन्नाची साधने समाजाच्या मालकीची होतील, असे मार्क्सला वाटत होते; परंतु त्यांचे हे भाकीत खरे ठरले नाही. त्या त्या काळामध्ये त्या वर्गाचे हितसंबंध जोपासणारी एक प्रस्थापित व्यवस्था असते. या प्रस्थापित व्यवस्थेच्या हातीच त्या समाजातील नैतिकता, तत्त्वज्ञान, कायदे, साहित्य – कला, शिक्षण आणि एकूणच समाजाची सांस्कृतिक व्यवस्था असते.

उराउरात निर्माण झालेल्या अग्निज्वालेची कविता मुक्तिबोधांनी निर्माण केली. 'प्रकाश' हा मानवी जीवनातील आशावादी स्वप्न होय. नडलेल्या – पिडलेल्या माणसाला नव्या स्वप्नांची दिशा दाखविणारी, परिस्थितीशी झुंज देण्याचे सामर्थ्य निर्माण करणारी कविता मुक्तिबोध मूर्तिभंजनात्मक पातळीवर लिहून काव्यामध्ये नवइतिहासाची निर्मिती साधतात. मुक्तिबोधांची मानवतावादी हुंकार पुकारणारी कविता समाजनिष्ठ मानवतेचे स्वप्न बांधते. मुळात मार्क्सवादी जीवनतत्त्वज्ञानातून निर्माण झालेली मुक्तिबोधांची कविता मानवी जीवनातील क्रूरतेचे, दानवतेचे विच्छेदन करते. मुक्तिबोधांच्या कवितेमागे मार्क्सचे विरोध – विकासवादी तत्त्वज्ञान आहे. मार्क्सवादी तत्त्वज्ञानशक्तीचे बीज या कवितेत पेरलेले आहे. मुक्तिबोध प्रस्तावनेत म्हणतात,

'प्रत्येकाचा मी हा आता आम्ही जाहलेला आहे. यातनांच्या भुईमध्ये विश्वास पेरला आहे आणि आहे कशाचीही वाट सगळ्यांना आता घृणेचिया धगधगत्या भाल्यावरी आता सारे गुंडाळून टाकलेले दुःख पूर्ण जिणे आम्ही असेच आहे काही पिचूनिया रौखात आम्ही मरणार नाही.'

माणसामध्ये झालेल्या आत्मजागृतीची पहाट ही कविता रेखाटते. हजारो वर्षांपासून ज्यांना यंत्रवत राबवून घेतले गेले, जाती – धर्माच्या नावाखाली प्रत्येकाला वेगवेगळे ठेवले गेले, तो प्रत्येक आता संघटित होऊन आम्ही बनतो आहे. सामान्य माणसाच्या संघटितपणाची शक्ती ही प्रस्थापित भांडवलशाही व्यवस्थेला हादरून टाकण्यासाठी निर्माण होते; कारण यातनांची वर्षानुवर्षांची शृंखला तोडून नवआत्मविश्वासाची बीजे या मनामनात आता संचारत आहेत. सामान्य माणसाच्या जीवनसंघर्षाची क्रांतिसन्मुखता या कवितेत

टिपलेली आहे. मुक्तिबोधांची कविता ही मुळात समूहाची कविता आहे. धगधगत्या रक्ताची कविता मानवी जीवनातील दु:ख भोगते आणि तितक्याच जिवंतपणे ती प्रकट करते. मूर्तिभंजनात्मक कवितेचा मूळ पाया मुक्तिबोधांच्या कवितेत दिसतो. मूर्तिभंजनाची मूळ प्रेरणाच सामान्य माणूस आहे. सामान्य माणसाची प्रगती हे मूर्तिभंजन कवितेचे उद्दिष्ट आहे. वाङ्मयीन पातळीवर मूर्तिभंजन कवितेवर अनेक आरोप – प्रत्यारोप झाले. मूर्तिभंजन कविता ही मानवाच्या विकासाचे गीत आहे. मुक्तिबोधांची कविता या दिशेनेच चाललेली दिसते. मानवी जीवनातील दु:ख लाथाडून सुख निर्माण करण्याची ऊर्मी या कवितेत दिसते. त्यामुळे मूर्तिभंजनात्मक पातळीवर मुक्तिबोधांची कविता महत्त्वपूर्ण ठरते. मुक्तिबोधांना शोषक आणि शोषित या दोन मानवी प्रवृत्ती दिसतात. शोषक हा नेहमीच ढेकणासारखा असतो. सामान्य माणसाचे रक्त तो नेहमीच शोषत असतो. मुक्तिबोधांनी आपल्या कवितेमधून शोषक प्रवृत्तीवर प्रहार केला. नव्या मानवी जीवनमूल्यांना कवेत घेऊन मुक्तिबोधांची मूर्तिभंजनात्मक कविता निर्माण झाली. भोवतीचे दु:ख पाहून मुक्तिबोधांसारखा कवी विमनस्क होतो. समूहाशी लोकजीवनाच्या उमाळत्या रक्ताशी मुक्तिबोधांचे नाते आहे. मुक्तिबोधांची कविता आत्मप्रेरणेतून निर्माण होते. आत्मजीवन जाणीव ही ह्या कवितेची कक्षा आहे. सामान्य माणसाचे जीवन या कवीने जवळून पाहिले आहे. माणसामाणसांतील विमनस्क वैमनस्य आणि वैषम्य पाहून कवी गर्भगळित होतो. जीवनातील प्रचंड कोलाहल पाहून कवी म्हणतो,

'असे जीवन दिसते आणि कवीला झोप येईनाशी होते.
आक्रंदने मानवता नमभिंती आड
ईश्वराच्या कृतीचा हा दुर्दैवी बिघाड
दोहो वेळ सांधण्याची जेथे पडे भ्रांत
सांगा माझी गळती प्रीत कशी राही शांत?
सुकुमार मानवाचा झाला चोळा – मोळा
नरक नी या जीवनी कुठे तो फरक?'

प्रस्थापित समाजव्यवस्थेमध्ये मानवी मूल्यांची रोज कत्तल होते आहे. 'मानवता' हा बहुमोल शब्द आज गुळगुळीत आणि मुळमुळीत बनला आहे. कवीला मानवतेचे आक्रंदन रोज ऐकू येते आहे. दानवता मानवतेवर रोजच कुरघोडी करीत आहे. म्हणून कवी हवालदिल होतो. 'या जगात 'ईश्वर' आहे असे कुणी जर म्हणत असेल, तर मग ह्या ईश्वराने एकाला तुपाशी नि दुसऱ्याला उपाशी का?' हा प्रश्न कवीला सतावतो. कवीला पडलेला हा प्रश्न मानवी जीवनातील विषमता तर दर्शविणारा आहेच. त्याचबरोबर कवीमध्ये जिवंत असलेली मानवता उलगडणारा आहे. एकीकडे उंच उंच इमारती आहेत, तर दुसरीकडे राहायला झोपडीही नाही अशी विदारक परिस्थिती. मुक्तिबोध या दयनीय

जीवनाकडे पाहून चिंताक्रांत बनतात. 'भूक' ही माणसाची सर्वश्रेष्ठ वासना आहे. भुकेपासूनच माणसाच्या असंख्य प्रश्नांची निर्मिती होते. भुकेतूनच माणसातील माणूसपण हिरावून घेतले जाते. भुकेचे प्रचंड असे आकांडतांडव मुक्तिबोधांनी आपल्या डोळ्यांनी पाहिलेले आहे. भुकेपोटी स्वत:ला पोटचा गोळा विकणारी माणसे पाहून मुक्तिबोधांचे कविमन अस्वस्थ बनते. आधुनिक जगामध्ये विकासाचे चक्र प्रचंड गतीने फिरत आहे. रोज एका नव्या तंत्राचा आणि यंत्राचा मानव शोध लावीत आहे; परंतु हे शोध मूठभर लोकांच्या प्रगतीलाच हितकारक ठरत आहेत. सर्वसामान्य अतिशय खालच्या स्तरातल्या माणसाचे जीवनमान अजूनही उंचावलेले नाही. यंत्रयुगात यंत्र हे मूठभर लोकांचे गुलाम बनले. या यंत्राच्या साहाय्याने प्रचंड अशी संपत्ती मूठभर लोकांनी कमावली; परंतु सर्वसामान्य कामगारांचे जीवन या धनशेटजींनी नरकतुल्य बनविले.

सामान्य माणसाची शोषण करण्याची यंत्रणा आजही या ना त्या रूपात चालूच आहे. कामगारांच्या जीवनावरती भाष्य करताना मुक्तिबोध लिहितात,

'पोर ही
मोतीचुरा उगवून
पोटी काटे भरतात
कारखाने धडकवून
रक्त थुंकीत मारतात किंवा
यांची तनू पिळूनिया
त्यांचे ओठ लाल लाल
यांच्या डोळ्यांतील तारे भरडून
त्यांच्या शहरी लखलखाट'

सामान्य माणसाचे शोषण करणारी ही यंत्रणा फार काळ चालणार नाही, हे मुक्तिबोधांनी ओळखले. कुठल्याही गोष्टीला ठरावीक काळ असतो. त्या गोष्टीचा अतिरेक झाला की, मुळातूनच संपुष्टात येते. कामगारांचे होणारे हे शोषण काही फार काळ टिकणाार नाही. कामगार एक दिवस पेटून उठेल आणि ही सगळी प्रस्थापित भांडवलशाही व्यवस्था उखडून टाकेल. एक दिवस कामगारांचे राज्य येईल, असा मार्क्सचा आशावाद या कवितेत दडला आहे. दु:खातून क्रांतीची निर्मिती होते. 'क्रांती' ही सर्वसामान्य माणसाच्या शक्तीवर निर्माण होत असते. क्रांतीवर मुक्तिबोधांचा अढळ विश्वास आहे. क्रांती जीर्ण – शीर्ण, रूढी – कल्पना, परंपरा, व्यवस्था यांना नेस्तनाबूत करून नवजीवनाची निर्मिती करीत असते. 'क्रांती' ही सर्वसामान्य माणसाच्या प्रगतीची गुरुकिल्ली असते. क्रांतीपासूनच मानव्याचा, मानवतेचा जन्म होत असतो. क्रांती म्हणजेच मूर्तिभंजनाचे एक आगळे रूप. मुक्तिबोधांचा क्रांतीवर प्रचंड विश्वास आहे. दु:खातून क्रांतीचा वणवा फुलणार आहे,

याची मुक्तिबोधांना पूर्ण जाणीव आहे. ही जाणीव प्रभावीपण मांडत असतानाच सर्वसामान्यांच्या या दु:खाशी मुक्तिबोध नाते जोडतात, रक्ताचे नाते जोडतात. रक्त हे शक्तीचा दुसरा आविष्कार आहे. रक्त ही लाल आणि क्रांतीही लाल. रक्त क्रांतीच्या या संघर्षात मुक्तिबोध स्वत:लाही सामावून घेतात. जनसामान्यांच्या दु:खाविषयी त्यांना असलेली आत्यंतिक तळमळ सामान्य जीवनाशी त्यांनी दाखविलेला प्रामाणिकपणा स्पष्ट करीत असताना मुक्तिबोध स्वत:विषयी म्हणतात,

'माझे जीवन संघर्षरत
संघर्षातच पूर्ण जिवंत'

कवीने स्वत:ला संघर्षात झोकून दिले आहे. सामान्य माणसाच्या प्रश्नावरती त्यांच्या जीवन विकासावरती मुक्तिबोधांना निस्सीम प्रेम आहे. संघर्षातूनच शक्तीची प्राप्त होते. ही शक्ती दुष्टांचा, सनातन्यांचा मुक्तिबोधांच्या भाषेत भांडवलशाहीचा नायनाट करण्यासाठीच निर्माण झालेली असते. 'मार्क्सवादी' जीवन जाणीव हा मुक्तिबोधांच्या कवितेचा कणा आहे. जनसामान्यांच्या क्रांतीवरील विश्वास प्रकट करीत असताना मुक्तिबोध लिहितात,

'हुश्शार रे! जन्म घेते काहीसे नवीन
प्रचंडशी जनशक्ती जिंके यामधून'

किंवा

'उद्या कोवळ्या लाल पानात रक्त नुतन
कोटिकोटिश: शरीरातून, नाड्यामधून
नयनातून, हृदयातून धावू लागले प्रकाशतळा'

मुक्तिबोधांनी पाहिलेल्या नव्या पहाटेचे हे स्वप्न सामान्य माणसाच्या शक्तीतून निर्माण होणाऱ्या क्रांतीवरील आहे. मुक्तिबोधांची कविता मार्क्सवादी विचार तत्त्वज्ञान पेरत असताना सामान्य माणसाच्या प्रगतीचे स्वप्न पाहते. हे स्वप्न सामान्य माणसाच्या शक्तीतूनच पूर्ण होणार आहे. त्यासाठी त्याला प्रस्थापित व्यवस्थेशी झुंज द्यावी लागणार आहे. सामान्य माणसाने क्रांतीसाठी तयार झाले पाहिजे, असे सुचवणारी ही कविता प्रामुख्याने मूर्तिभंजनात्मक कविता ठरते. मूर्तिभंजनात्मक कविता ही सामान्य माणसाच्या प्रश्नांची, त्यांच्या आयुष्याची, त्यांच्या स्वप्नांची मांडणी करणारी कविता आहे. मुक्तिबोधांची कविता ही याच वाटेने जाते; म्हणून मुक्तिबोधांच्या कवितेतील मूर्तिभंजन तपासत असताना ती प्रकाशाची कविता आहे, हे मान्य करावे लागते. मुक्तिबोधांची कविता ही संघर्षाची कविता आहे. ही क्रांतिकारी कविता गतीशी, संघर्षाशी नाते जोडणारी कविता आहे. क्रांती करणाऱ्या कवितेची मुक्तिबोधांनी निर्मितीप्रक्रिया मांडलेली आहे. मुक्तिबोधांच्या कवितेचा मूर्तिभंजनात्मक पातळीवर अभ्यास करीत असताना कवी केशवसुतांनी मांडलेले १९०५ च्या पत्रामधील विचार महत्त्वपूर्ण आहेत. ते म्हणतात,

'तुम्हास जगाच्या अंधारात आपल्या बुद्धीचा किरण पाडणे आहे काय? असेल तर तुमचे हृदय उललेले आहे काय? फाटले आहे काय? म्हणून मी विचारतो; कारण हृदयाच्या गाभाऱ्यात तेवत असणाऱ्या नंदादीपाचा प्रकाश जेव्हा फाटलेल्या हृदयाच्या फटीतून अंतर्मुख झालेल्या दृष्टीस पडतो आणि तो प्रकाश जेव्हा बुद्धी परावृत्त करून जगावर पडतो, तेव्हा अंधारात चाचपडणाऱ्यास वाट दिसू लागते.'

मुक्तिबोध हे मुळात विचारकवी आहेत. त्यांचे हे विचारकाव्य त्यांच्या जीवनविषयक आणि काव्यविषयक भूमिकेतून निर्माण झालेले आहे. जीवनाविषयी मुक्तिबोध म्हणतात,

'म्हणा! जीवनाचा नद नाही थांबणार त्यांच्या लाटा
दाही दिशा पोटात घेणार आजचे हे स्वप्न उद्या
वास्तव होणार आकांत का मांडता हो माझे पंचप्राण
सशक्त व्हा, पाय रोवा, उद्याचीच आण
पालटते कुणी विश्व – इतिहास – पान
जीवनाची जय बोला; उंचवा निशाण.'

जीवनाविषयी मुक्तिबोधांना प्रचंड प्रेम आहे. जीवनावरती निस्सीम निष्ठा असलेला हा कवी. सामान्य माणसाच्या जीवनजाणिवा जाणणारा, त्याच्या दुःखात सामील होणारा, त्यांना क्रांतीसाठी उद्युक्त करणारा अशा प्रकारचा आहे. जीवनातील आकांत पाहून कवी थकून जात नाही. सामान्य माणसाच्या या आकांताला कवी नवी शक्ती देण्याचा प्रयत्न करतो, त्यांना पाय रोवण्यास शिकवितो. इतिहासाची साक्ष देऊन कवी सांगतो, इतिहासामध्ये सामान्य माणसाच्या संघटित शक्तीचा नेहमीच जय झालेला आहे. सामान्य माणसानेच इतिहास घडविला. सामान्य माणसाच्या शक्तीवर असलेला हा प्रचंड विश्वास सत्यावर आधारलेला आहे. सत्याशिवाय जगात दुसरे काहीच टिकणार नाही, याची मुक्तिबोधांना मनोमन खात्री आहे. 'सत्य' हे मुक्तिबोधांच्या कवितेचे विचारतत्त्व आहे. सत्यावर अढळ निष्ठा असलेला हा कवी सत्याची अनेक रूपे आपणांसमोर स्पष्ट करतो. विचार थांबलेपणाला कधी स्वीकारीत नसतो. विचार हा कृतिशील, गतिशील असतो. विचार, वाईट, वंगाळ, खोटे यांना छेदणारा असतो. मुळात विचार करायला लावणारा असतो. विचार कुरूप आणि विघातक स्वरूपाचा नसतो. मुक्तिबोधांच्या कवितेतील विचार हा शील, सौंदर्य, प्रेम यांची प्रतिष्ठापना करणारा आहे. मुक्तिबोधांनी आपल्या कवितेमधून विचाराची उपकारकता प्रकट केली. विचाराच्या माध्यमातून मुक्तिबोधांनी आपल्या कवितेमधून विचारकाव्य निर्माण केले. मुक्तिबोधांची कविता जीवनविचार मांडणारी कविता आहे. उज्ज्वलतेकडे जाणारी ही कविता जीवनातील नवनवोन्मेषशालिनी घटकावर प्रकाश टाकण्याचा प्रयत्न करते. विचारानुभवाची प्रगल्भ जाणीव असलेली ही

कविता मानवी दु:खाचे समूळ उच्चाटन करण्याचे स्वप्न बांधते. मानवी जीवनावर अतोनात प्रेम करणारी ही कविता सनातन व्यवस्था झुगारणारी, सामान्य माणसाच्या प्रश्नांची मांडणी करणारी कविता आहे. 'सत्य' हे मुक्तिबोधांच्या कवितेचे मध्यवर्ती सूत्र आहे. प्रस्थापित व्यवस्था नेहमी सत्याला दाबून ठेवण्याचा प्रयत्न करते. असत्याच्या बळावर आपला स्वार्थ साधण्याची स्वार्थांध प्रवृत्ती या प्रस्थापित व्यवस्थेत नेहमीच असते. ही स्वार्थांध प्रवृत्ती फार काळ टिकणारी नसते; कारण एक ना एक दिवस सत्य हे बाहेर येणारेच असते. सत्याला कुणीही थांबवू शकत नाही. सत्य हे असत्याला फाडून नेहमीच बाहेर येत असते. सत्याला कोणीही यातना दिल्या, तरी सत्याला किरणाचे तुरे फुटणारच असतात. मुक्तिबोधांची कविता ही मुळात आशावादी कविता आहे. त्यांच्या आशावादाची प्रचिती त्यांच्या कवितेतील पुढील ओळीवरून येते.

'मला
अंधाराच्या डोंगरातून
सोनेरी पायवाटा गेलेल्या दिसतात
शब्दांचे गरुड बनतात
त्यांच्या पंखाखाली आकाश दबून जाते
जात्यावर मंजुळ ओव्या ऐकू येतात
कारण मीही
अशीच एक ज्योत पाहिलेली आहे
म्हणूनच असा निश्चिंत आहे!!'

वर्षानुवर्षांच्या विषमतेच्या, दारिद्र्याच्या, अंधाराच्या खाईत सापडलेला सामान्य माणूस आता पेटून उठणार आहे. त्याच्यातील आत्मजाणीव, आत्मजागृती त्याला क्रांतिप्रवण बनवीत आहे. सामान्य माणसाची संघटित शक्ती प्रस्थापितांच्या हुकूमशाहीला नेस्तनाबूत करणार आहे.

मुक्तिबोधांच्या कवितेतील जीवनजाणीव ही सामान्य माणसाचा आर्त टाहो आहे. सामान्य माणसाच्या जीवनावर त्यांचे उदंड असे प्रेम आणि विश्वास आहे. भविष्यगर्भाची कहाणी सांगणारी ही कविता काळोखाकडून प्रकाशाकडे वाटचाल करणारी कविता आहे. प्रकाशाचा पूजक असलेला हा कवी मानवी जीवनमूल्यांच्या अनुषंगाने कविता निर्माण करीत असताना जीर्ण – शीर्ण जीवनमूल्यांना उखडून टाकण्याची भाषा करतो. मानवी जीवन हे अखंड संघर्षवाहिनी आहे. मुळात जीवन हा गतीचा प्रवाह आहे. शोषणव्यवस्था आणि सामान्य जनता यांच्या युद्धामध्ये सामान्य जनतेचा विजय निश्चितच होणार आहे. या विचारक्रांतीतून निर्माण होणारा संघर्ष पीडितांच्या जीवन कल्याणासाठी असून या क्रांतीतून नवसमाजनिर्मितीचे स्वप्न मुक्तिबोध पाहतात.

मुक्तिबोधांची कविता अशी सर्वांगाने मूर्तिभंजन स्वीकारणारी कविता आहे. मुक्तिबोधांची कविता प्रेम, निसर्ग या संदर्भांमध्येही आपले भाष्य करीत असताना मान व केंद्रस्थानी मानते. मुक्तिबोधांच्या कवितेला पारंपरिक प्रस्थापित वाङ्मय व्यवस्थेने झिडकारले. प्रस्थापित समीक्षेने मुक्तिबोधांच्या कवितेची नेहमीच द्वेषमूलक भावनेतून अवहेलना केली. मुक्तिबोधांनी आपल्या कवितेच्या माध्यमातून पारंपरिक व्यवस्था, पारंपरिक चौकट नाकारली. ब्राह्मणी साहित्य आणि समीक्षेने नेहमीच मुक्तिबोधांच्या कवितेचे अवमूल्यन केले. मुक्तिबोधांची मूर्तिभंजनात्मक कविता स्वप्न, जीव आणि तळमळ या त्रिवेणीतून निर्माण होते. आपल्या प्रेयसीला ते एके ठिकाणी म्हणतात,

'क्षमा कर! प्रीत तुझी
अगदीच अपुरी आहे;
शमविण्या संथ संथ जळणारी आग ही!
वेगाच्या बळीस अशा तरीही काही ना काही
सांग धाडशील ना?
उरले नसेल काही, उपेक्षाच धाड तू.'

प्रस्थापित समीक्षेने मुक्तिबोधांच्या कवितेची नेहमीच अशी उपेक्षा केली. संथसंथ जळणारा वेगाचा बळी असा हा कवी. मात्र प्रस्थापित व्यवस्थेने या कवीच्या जीवन जाणिवांची कधी कदरच केली नाही. मुक्तिबोधांची कविता ही प्रस्थापित व्यवस्थेच्या चिलखताच्या चिंध्या करणारी कविता आहे. पारंपरिक व्यवस्थेला नकार देणारी कविता मुक्तिबोधांच्या पुढील कवितेमधून स्पष्ट होते.

'तुम्ही तेथले आज्ञेत जेथे
जात पायी लुडबुडे
अन दंभ पोथी धरूनि पुढती
देई नीतीचे धडे...
तुम्ही तेथले मर्जीतले
हळुवारते, सुकुमारते
मी येथला सर्वातला
अतिशय कडू माझे हसे'

ही कविता काही मूठभरांची कविता नाही. शोषितांची, पीडितांची, कष्टकऱ्यांची सर्वांतली ही कविता पारंपरिक दंभ व्यवस्थेला कूटनीतीला नाकारते. प्रस्थापित ब्राह्मणी कविता ही मूठभरांची कविता असते. मूठभराच्या कोमल सुकुमार जीविताचे सुंदर असे चित्रण त्या कवितेत, त्या वाङ्मयात असते. बहुजनांची कविता अशी दुःख, दैन्य, दारिद्र्य, विषमता यांच्या चटक्यातून निर्माण झालेली ही कविता परिवर्तनवादी विचारसरणीचा

पुरस्कार करणारी कविता रंजल्या – गांजल्यांची असते. म्हणून मुक्तिबोधांची कविता मूर्तिभंजनात्मक कविता ठरते. माणसाला गुलाम करणाऱ्या प्रवृत्तींचा नायनाट करणारी मुक्तिबोधांची कविता मनुवादी विचारसरणीचा काव्यात्मक पातळीवर शिरच्छेद करते. आशेचे गाणे गाणारी ही कविता भोवतीच्या दुःखाची, नरकासमान जीवनाची जिवंत चित्रे रेखाटते. परिवर्तननिष्ठ समाजाच्या काव्याचे ध्येय प्रकट करणारी ही कविता चेतनेच्या मृत्युंजय धाडसाचे गीत गाते. विस्थापित समाजाचे नरकतुल्य जीवनजाणीव क्रांतितत्त्वाच्या पातळीवर मांडून मुक्तिबोधांनी आपल्या कवितेला मूर्तिभंजनाचे स्वरूप दिले. नव्या युगाच्या नवप्रकाशाकडे जात असताना तमाचे पट चिरीत उगवतीकडे धावणाऱ्या नव्या जगाचा उत्सव मुक्तिबोधांनी आपल्या कवितेतून मांडला.

मुक्तिबोधांच्या कवितेत आशयनिष्ठा, भौतिकवाद, लढाऊ मानवतावाद, उपेक्षितांशी बांधिलकी, निराशा व नियतीवादाच्या माथ्यावर पाय ठेवणे, केशवसुतांप्रमाणे जुने मरणा लागून जाऊ द्या म्हणणे, शक्तीचा, ऊर्जेचा, प्रकाशाचा जयजयकार करणे, सामान्य माणसाच्या शक्तीवर अढळ निष्ठा आणि विश्वास असणे यांमुळे मुक्तिबोधांची कविता आधुनिक मराठी कवितेतील महत्त्वपूर्ण मूर्तिभंजनात्मक कविता आहे.

शरच्चंद्र मुक्तिबोधांच्या नंतर एक प्रमुख मूर्तिभंजक कवी म्हणून नारायण सुर्व्यांच्या कवितेचा अभ्यास करणे क्रमप्राप्त ठरते. १९६० नंतरच्या मराठी कवितेतील एक प्रमुख कवी म्हणून नारायण सुर्व्यांकडे बघितले जाते. 'ऐसा गा मी ब्रह्म!' पासून त्यांनी सुरू केलेली काव्यक्रांतीची ज्योत अद्याप तेवत आहे. कामगार जीवनाचे जिवंत आणि भव्य असे क्रांतिकारी दर्शन मुक्तिबोधांनंतर नारायण सुर्व्यांच्या कवितेतून झाले. सुर्व्यांनी काव्याची निर्मिती सर्जनशील पातळीवर केली. दुर्बोध, अबोध, अनाठायी कलात्मक असलेली मराठी कविता सुर्व्यांनी सुबोध केली. नवनिर्मितीचे स्वप्न आपल्या कवितेत नारायण सुर्व्यांनी बांधले. सुर्वे ज्या कालखंडात लिहिण्यास प्रारंभ करीत होते ते युग प्रामुख्याने दुर्बोधतेचे युग होते. दुर्बोध काव्याची मोठी मिरास मराठी काव्यप्रांतात माजलेली होती. अनाठायी अशा प्रकारच्या कौतुकामुळे दुर्बोध लिहिणाऱ्या कवींना स्वतःच्या काव्यनिर्मितीचा अभिमान वाटत होता. अशा निरर्थक दुर्बोध काव्य कालखंडाच्या पार्श्वभूमीवर नारायण सुर्व्यांची कविता निर्माण झाली. मानवी मूल्यांवरचा उडालेला विश्वास, नळीतल्या जगाची संकल्पना एकंदरीत निराशावादाचे घुमट स्वर मराठी कवितेत निर्माण होत असताना नारायण सुर्व्यांची कविता जन्म पावली. नियतीवादात आणि निराशावादात गुरफटलेली मराठी कविता नारायण सुर्व्यांच्या कवितेकडे आशावादी दृष्टीने बघू लागली. व्यक्तिकेंद्रता आणि पुनरुज्जीवनवाद या दोन गोष्टींना आपल्या देशात नेहमीच खतपाणी घातले जाते. सुर्व्यांच्या कवितेच्या आरंभी तर या गोष्टीकडे गौरवाने बघितले जात होते. मुळात सुर्व्यांच्या अगोदरची बहुतांश मराठी कविता ही उच्चवर्णीय जीवनजाणिवेचे

प्रकटीकरण करणारी कविता होती. या कालखंडात जी काही परिवर्तनवादी कविता निर्माण होत होती ती दु:खितांच्या, पीडितांच्या, शोषितांच्या अन्यायाला वाचा फोडणारी क्रांतिकारी कविता कुठल्याही विरोधाला, आक्रमणाला न जुमानता विद्रोहीपणे पुढे जात होती. प्रगमनशील विचारांची मांडणी करीत होती. अशाच या संक्रमणशील क्रांतिकालामध्ये सुर्व्यांच्या कवितेने मराठी काव्यजगतात नव्या सृजनांचा प्रारंभ केला. या संदर्भात 'निवडक नारायण सुर्वे'मध्ये कुसुमाग्रज लिहितात. –

"सुर्वे यांच्या कवितेतील जग कामगारांचे, उपेक्षितांचे, हातावर पोट असणाऱ्यांचे आहे. या जगात दैन्य आहे, दु:ख आहे, सुसंस्कृत पांढरपेशांच्या दृष्टीने ते यातनामय आहे. पण ते असाहाय्य नाही. ते लढाऊ आहे. प्रकाशाच्या मार्गावर झेपावणारे आहे. सुर्वे यांच्या कवितेतील जगाच्या या विशेषणांमुळेच आजच्या मरगळलेल्या वास्तवात ही कविता आशावादी म्हणून वेगळी दिसते. या कवितेमागील कविमन या कष्टकऱ्यांच्या, उपेक्षितांच्या बाजूचे आहे असे कविता वाचताना वाटत राहते. अंधारात राहून प्रकाशाचे प्रवासी होण्याचे सामर्थ्य या मनाला मिळते कोठून? आयुष्याच्या या खडतर प्रवासात त्याचे मार्गदर्शक कोण? या प्रश्नांचे उत्तर 'चार शब्द', 'कार्ल मार्क्स', 'जाहीरनामा', 'माझ्या देशाच्या नोंदबुकात माझा अभिप्राय' यांसारख्या कवितांमधून कवीनेच स्पष्ट शब्दांत देऊन ठेवले आहे."

सुर्व्यांच्या कवितेने मराठी कवितेमध्ये मूर्तिभंजनात्मक स्वरूपाच्या संयत संयमशील परंतु प्रखर विचारांची मांडणी केली. कुसुमाग्रजांनी नारायण सुर्व्यांच्या कवितेच्या संदर्भात काढलेले गौरव उद्गार त्यांच्या कवितेतील मूर्तिभंजनाचे स्वरूप स्पष्ट करताना म्हणतात.

"सुर्व्यांची कविता अव्वल दर्जाची आहे आणि मराठीत तिने काही वेगळे आणि नवीन आणून दाखल केले आहे."

सुर्व्यांची कविता ही जिवंत अनुभूतीची कविता आहे. कामगार जीवनजगतातील जिवंत, प्रखर आणि तितकेच प्रभावी अनुभव सुर्व्यांनी आपल्या कवितेमधून मांडले. सुर्व्यांची कविता म्हणजे कुंठित आणि खडतर जीवनाचे भेदक चित्र साकारणारी कविता. सुर्व्यांची कविता केवळ दु:खाचा आलेख मांडून रडत बसणारी कविता नाही तर ती क्रांतीच्या ज्वाला निर्माण करणारी कविता आहे.

"कामगार आहे मी तळपती तलवार आहे
सारस्वतांनो! थोडासा गुन्हा घडणार आहे."

सुर्व्यांनी आपल्या कवितेमधून क्रांतीची भाषा पेरली; पण ही क्रांतिकारी भाषा आक्रस्ताळेपणाची नव्हती. जुलूम, अन्यायाला लाथाडणारी ही कविता सत्त्वनिष्ठ आणि ओजस्वी रूपात प्रकटली. या कवितेतील सत्य आणि सत्त्व पाहून मराठी वाचकाला एका नव्या जीवनदर्शनाचा अनुभव झाला. वाचकाला थरारून सोडणारी, जिवंत जीवनदर्शन

घडविणारी, उजेडाची वाट धरणारी, ओजस्वी प्रेरक कविता सुर्व्यांनी प्रथमच निर्माण केली. आधुनिक मराठी कवितेतील ही कविता मूर्तिभंजनाचा मूतिमंत आविष्कार म्हणावा लागेल. सुर्व्यांची कविता ही संघर्षाची कविता आहे. जीवनसंघर्षाचा उद्रेक प्रामाणिकपणे मांडणाऱ्या सुर्व्यांच्या कवितेसंदर्भात कवी कुसुमाग्रज म्हणतात –

"कोणत्याही काव्यास आवश्यक असा प्रामाणिकपणा आणि उत्कट मानसिक अनुभव तेथे पाहिजे."

प्रामाणिक अनुभवावर सुर्व्यांची कविता बेतलेली आहे. जगातील बेइमान उजेडात वात जपून नेणारी ही कविता सूर्यकुलाची कविता ठरते. मराठी काव्यप्रांतात उजेडाची कविता फुल्यांपासून सुरू होऊन नारायण सुर्व्यांपर्यंत येत असताना विविध प्रकारचे सामाजिक, राजकीय स्थित्यंतरे झाली. सुर्व्यांनी सूर्यकुलाची ही कविता अधिक प्रखर आणि तेजस्वी बनविली. गरिबांच्या, कष्टकऱ्यांच्या दु:खाचा उद्रेक त्यांनी आपल्या काव्यक्रांतीतून केला. या संदर्भात डॉ. ललिता कुंभोजकरांचे म्हणणे अगदी रास्त आहे. त्या 'दलित कविता; एक दर्शन' मध्ये म्हणतात,

"मराठी नवकवितेमध्ये मर्ढेकरांनी मानवी जीवनाचे भकास रूप, यंत्रयुगामुळे आलेली त्रुटितता, खंडितता, विज्ञानयुगातील मनुष्याचे क्षुद्र अस्तित्व आणि भयाण एकाकीपणा यांचे दर्शन कवितेतून प्रथम घडविले. मात्र नारायण सुर्वे यांनी मराठी कवितेमध्ये ज्या स्वत:च्या दुनियेचे दर्शन घडविले ते दर्शन रोखठोक, अस्सल आणि प्रामाणिक होते. सुर्वेपूर्व मराठी कवितेत इतर कवींनी तसे ते दर्शन घडविलेलेच नव्हते. मर्ढेकरांनी कवितेतून जो आशय मांडला किंवा जीवनदर्शन घडविले ते अतिशय रोकड्या स्वरूपाचे होते हे खरे आहे. पण त्या रोकड्या दर्शनानेही सुर्व्यांसारख्या कवींचे अंतरंग स्वस्थ होईना, कारण या दर्शनापलीकडेही माणसाच्या जीवनात असलेली दारिद्र्याची, भाकरीची आग प्रचंड होती आणि या आगीच्या धगधगत्या वास्तवातून या कवीचे जीवन बाहेर आलेले होते. या जीवनामध्ये असलेला संघर्ष, अन्याय, विषमता, पिळवणूक यांमुळे हादरलेले कवीचे मन त्याच्या कवितेतून बोलके होत गेलेले आहे. अनेक व्यथांचे चित्रण हा सुर्वे यांच्या कवितांचा विषय आहे. पण अपूर्व हे की व्यथांचे चित्रण असूनही त्यांची कविता कुठेही नैराश्यपूर्ण, दुबळी किंवा अगतिक झालेली दिसत नाही. पराभवाच्या कसोटीचे अनेक क्षण जीवनात अनेकदा निर्माण झाले, पण त्यातूनही बाहेर पडण्याची एक नवी उमेद, त्याला सामोरे जाऊन जिंकण्याची एक अलौकिक जिद्द आणि जीवनाचा घेतलेला एक रोखठोक अनुभव आपल्याला सुर्वे यांची कविता वाचताना सहजपणे येतो."

सुर्व्यांची कविता ही जीवनप्रकाशाची कविता आहे. जीवन आणि जीवनातील नवी पहाट संघर्षाच्या पातळीवर ते उभी करतात. अगदी सुर्व्यांच्या भाषेत सांगायचे झाले तर त्यांनी आपल्या 'जाहीरनामा' काव्यसंग्रहाच्या प्रस्तावनेत म्हटले आहे –

''ज्याला जसे आयुष्य भोगावे लागते तसा त्याच्या कवितेचा रंग असतो. तशी त्याची बरीवाईट भूमिकाही असते. आणखी खोलात तर प्रत्येक शब्द हा भूमिकाच घेऊन जन्मलेला असतो. नाहीतर ती निरर्थक बडबड होईल. जगातील उत्कृष्ट कलावंतांनी आपली भूमिका कधीच झाकलेली नाही. शिवाय प्रत्येक चांगली कलाकृती त्या त्या युगाची भूमिकाच असते..... तरीही कवी मनाची भूमिका वानावूनच लिहितो असे म्हणण्याचे धाडस मला तरी करता येणार नाही. असा स्वानुभवही नाही. माणसाविषयी आणि माणसासाठीच लिहिणारे आपण आहोत ही भूमिका मी कधीही विसरत नाही. ह्या कोट्यवधी लोकांपासून स्वत:ची नाळ कापून मी अलग होऊ इच्छित नाही. हेच लोक माझ्या रचनेचे विषय आहेत. स्वत: जगताना जे बरे – वाईट अनुभव येतात त्यांचा सजीव आविष्कार, त्यातील संघर्ष, वैश्विक अनुभव ह्यांचे जर जिवंत, कलात्मक आणि यथार्थपणे चित्रण मला करता आले तरी पुष्कळच झाले. म्हणून संघर्ष करीत, पाय घट्ट रोवून उभा राहा, ''भागो नही – बदलो'' असे अनुभवानेच मला शिकविले आहे.''

स्वत: नारायण सुर्वे यांचे वरील उद्‌गार म्हणजे केवळ त्यांची कवितेसंबंधीची भूमिका नव्हे; तर एकूणच नव्या कवितेसाठीची समीक्षा होय. माणसासाठीच लिहिणारा हा कवी माणसांच्या जीवनाचा सर्व पातळ्यांवरून विचार करताना दिसतो. म्हणूनच पिचलेला, तळागाळातला, व्यवस्थेने नाकारलेला माणूस हा त्यांच्या कवितेचा केंद्रबिंदू आहे. या संदर्भाने स. त्र्यं. कुळ्ळी यांचे मत लक्षणीय आहे. ते म्हणतात,

''सुर्वे यांच्या कवितेचे केंद्र माणूस आहे. जीवनात सतत घडणाऱ्या संघर्षातून तिचा उगम आहे. जीवनसंघर्षाच्या दाहक वेदनांनी फुललेली ही लढाऊ कविता आहे. शोषण व शोषितांविरुद्ध विश्वव्यापी विशाल स्तरावर विद्रोह करून उठणारा विद्यमान विसाव्या शतकातला व उद्या येऊ घातलेल्या शतकातील प्रलयंकारी, पण सर्व प्रकारच्या गुलामगिरीतून स्वत:ला मुक्त करून घेणारा झुंजार श्रमिक, उत्पादनक्षम माणूस हा कवी सुर्वे यांच्या कवितेचा मध्यबिंदू आहे. समाजाने नाकारलेला, ठुकरावलेला व माणूस असूनही हीनदीन जीवन जगायला भाग पाडलेला आजच्या अमानुष, पुंजीवादी समाजव्यवस्थेतला पीडित मानव हा सुर्व्यांच्या क्रांतिनिष्ठ कवितेचा नायक आहे. हा कामगार या पुढच्या इतिहासाचा नायक आहे. या नायकाची कविता लिहून सुर्वे यांनी मराठी काव्यप्रांतात एका नव्या ऐतिहासिक युगाचा प्रारंभ केला आहे.''

हा युगारंभ घडविणारा सामान्य माणूस नव्या विश्वाची निर्मिती करणारा आहे. वर्तमान विश्वाला नाकारणारा मूर्तिभंजक आहे. चराचराला शिस्त लावणारा, दिक्कालाच्या गाठी सोडवणारा हा महानायक स्वत:च्या हक्काच्या खोलीलाही लाचार असणारा हा मूर्तिभंजक नव्या विश्वाच्या निर्मितीचा ब्रह्म आहे. नारायण सुर्व्यांनी ही भूमिका आपल्या 'ऐसा गा मी ब्रह्म!'' मध्ये मांडली आहे –

“घालीन मी साऱ्या। ब्रह्मांडास पाठी।
सोडवीन गांठी। दिक्कालांच्या।
विश्वाचे गोकुळ। खेळे माझ्या दारीं।
सूर्यांची लगोरी। टिचवीन॥
ढगांचा गा हत्ती। बांधीन मी दारीं।
भरीन घागरी। अमृताने॥
वाऱ्याची भिंगरी। अंगणीच फिरे।
स्वर्गांची गोपुरें। तिडमीडे॥
उभे करीन मी। वाकल्या आभाळा।
शिक्षा केली त्याला। दंडवीन॥
राईचा पर्वत। पर्वताची राई।
दोन्हीं मज ठायीं। सामावली॥
ऐसा गा मी ब्रह्म। विश्वाचा आधार।
खोलीस लाचार। हक्काचिया॥”

समाजक्रांतीची उपासना करताना येणारा हा मानसिक अनुभव आणि त्यासाठीचा प्रामाणिकपणा सुर्व्यांच्या कवितेतून दिसून येतो म्हणूनच शिरवाडकर ‘‘ऐसा गा मी ब्रह्म’च्या प्रस्तावनेत लिहितात, ‘‘श्री. सुर्वे यांची बरीचशी कविता लढाऊ वृत्तीची, समाजक्रांतीची उपासना करणारी, नव्या आनंदवनभुवनाचे मनोहर स्वप्न पाहणारी आहे. कवी अशा स्वरूपाच्या कविता लिहितो तेव्हा तो कोठल्या पंथाच्या व विचारप्रणालीच्या जाहिराती वाटायला बसलेला नसतो. तो विचार त्याच्या ठिकाणी भावरूपता पावलेला असतो. त्याच्या व्यक्तित्वाचा तो एक अंगभूत भाग होऊन न राहिलेला असतो. प्रेमासंबंधीची, सौंदर्यसंबंधीची व अध्यात्मासंबंधीची भावना जेवढी खरी आणि उत्कट असते तेवढीच हीही असते. तेव्हा काव्याच्या भोवती धाबळ्या लावून या विषयांना मज्जाव करावा असा आग्रह धरण्यात अर्थ नाही. तसा तो कोणी धरला तर कवी तो मानणारही नाहीत. कोणत्याही काव्यास आवश्यक असा प्रामाणिकपणा आणि उत्कट मानसिक अनुभव तेथे पाहिजे. ही एकच गोष्ट खरोखर महत्त्वाची असते.’’

ह्या एकाच गोष्टीमुळे तर नारायण सुर्वे परंपरेला नाकारत नवी मांडणी करण्याचे धाडस करतात. नवी कविता, माणसांची कविता, उपेक्षितांची कविता लिहून साचलेल्या काव्यविश्वातील तुंबलेल्या कविता लिहिणाऱ्या सारस्वतांना स्पष्ट बजावतात,

“एकटाच आलो नाही युगाचीही साथ आहे
सावध असा तुफानाची हीच सुरवात आहे

कामगार आहे मी तळपती तलवार आहे
सारस्वतांनो! थोडासा गुन्हा घडणार आहे.''

ही तुफानाची सुरुवात म्हणजेच मूर्तिभंजक काव्यलेखनाची नांदी, बदलत्या सामाजिक वास्तवातील बदलत्या जीवनाचा वेध घेत प्रस्थापित व्यवस्था आणि प्रस्थापितांना नाकारत लिहिलेली नवी कविता. अशा कवितेतील मूर्तिभंजकतेबद्दल प्रा. गो. म. कुलकर्णी म्हणतात, ''मराठी कवितेचे प्राचीन, अर्वाचीन (आधुनिक) व नव असे स्थूलपणे विभाग पाडले जातात, हे विभाग कालवाचक आहेत, तितकेच ते गुणवाचक किंवा जातिवाचकही. यातून बदलत्या कालप्रवृत्तीइतकेच बदलत्या कला प्रवाहांचेही सूचन होते. विज्ञाननिष्ठा व यंत्रोपासना हे नवयुगाचे लक्षण आहे. तंत्रविषयक विकास (टेक्नॉलॉजिकल डेव्हलपमेंट) दळणवळणाच्या साधनांची वाढ, औद्योगिक भरभराट, शहरीकरण वगैरेसारख्या बाबी या युगाची उजळ बाजू दाखवितात. पण दुसऱ्या बाजूने या युगाकडे दृष्टिक्षेप टाकल्यास साचेबंदपणा, अस्थिरता, अश्रद्धा, बकालपणा यांसारखे घटक या युगाच्या उदरात घर करून बसलेले दिसतात. त्यांनी जीवनाची कोंडी केल्याचे आढळते. ही कोंडी कशी फोडावी, हा आजचा यक्षप्रश्न आहे. परंतु या विश्लेषणाने वा नवनव्या ज्ञानविज्ञानांच्या अवलंबनाने मूर्तिभूंजनाखेरीज अन्य काही अद्यापि तरी हाती आलेले नाही.''('आधुनिक मराठी कविता')

परंतु नारायण सुर्वे यांच्या कवितेने जीवनाची कोंडी तर फोडली आणि त्याबरोबरच मूर्तिभंजनानंतरच्या नव्या विश्वाच्या स्वामित्वावरही हक्क सांगितला आहे. 'युगस्वामी' या कवितेतून ते म्हणतात,

''हलले जर नाही वाऱ्याने तृणपान
पळणारे त्याचे खूर आणीन कापून
उडले न आभाळी जर मेघांचे बगळे
शिवून टाकीन विराट सागर बुधले
नवकोटी दीप जर नाही पेटले वर
ओंजळीत भरोनी उतरेन भूमीवर
जर नाही जुंपिला रथ सूर्याने आपुला
जर बांधून आणीन त्याला या नगरीला
वर दाही दिशांच्या खांबावरचा इमला
अन् सी धरती माझा जमीन जुमला
मज करावयाचे नाही कोणासही दास
धजू नये कराया मज भुरटा आदेश
मी वळणें घेईन तसेच त्यांनी वळावें

मी बैठक ठोकीन तिथेच त्यांनी बसावे
भविष्याचे पांखरू माझ्या खांद्यावरतीं
अन् श्रमणाऱ्यांचा सूर्य आहे सांगाती
तुम्ही अशाश्वतेची उकरून काढा मढीं
मी शाश्वताचीही रोवीन त्यावर गूढी
श्वासाश्वासांतून सुखाची मी पेरीन हमी
घडल्या जाणाऱ्या युगाची मीच खरा स्वामी.''

परंपरा नाकारून शोषणमुक्ती करणारी अशी मूर्तिभंजक कविता सुर्व्यांनी लिहिली. जन्ममरणावर नितांत निष्ठा असलेल्या सुर्व्यांनी मुक्तीपारखी भंपक कल्पना नाकारली आणि 'जनसेवेतच मुक्ती आहे', असा स्पष्ट संदेश दिला.

''माझी खरी शक्ती। आहे जनभक्ती।
तेथेच गा मुक्ती। चिरंतन॥''

सामान्यांच्या, अतिसामान्यांच्या व्यवस्थेतील हक्काची भाषा आणि परंपरेच्या धर्मकर्मकांडाविरोधात प्रखर, प्रकट भूमिका घेऊन येणारी नारायण सुर्वे यांची कविता नवकवितेतील प्रखर मूर्तिभंजन मांडणारी कविता आहे.

आधुनिक कालखंडाच्या अगोदर आणि आधुनिक कालखंडामध्ये शाहिरी वाङ्मयात निर्माण झालेली कविता मूर्तिभंजनाच्या पातळीवरही निर्माण होत होती. पेशवाई कालखंडात शाहिरी काव्याचा उदय झाला, परंतु या कालखंडामधील शाहिरी वाङ्मय प्रामुख्याने रंजनप्रधान असलेले दिसते. आधुनिक कालखंडाच्या दृष्टीने मूर्तिभंजनात्मक कवितेचा अभ्यास करीत असताना महात्मा फुल्यांनी १८६९ मध्ये लिहिलेला 'छत्रपती शिवाजी राजे भोसले यांचा पवाडा' शाहिरी परंपरेतील मूर्तिभंजनात्मक कवितेचा आद्य आणि महत्त्वपूर्ण आविष्कार मानावा लागतो. फुल्यांनी पुरोगामी दृष्टिकोनातून शिवाजी महाराजांची खरीखुरी प्रतिमा जनमानसासमोर आणली. फुल्यांनी शाहिरी परंपरेतील मूर्तिभंजनात्मक कवितेचा विद्रोही आविष्कार प्रस्तुत पवाड्याच्या माध्यमातून पुढे आणला. आधुनिक कालखंडात निर्माण झालेल्या मूर्तिभंजक शाहिरी कवितेमध्ये अमरशेख यांची कविता मूर्तिभंजनात्मक कवितेचा ज्वालाग्रही आविष्कार म्हणावा लागतो. त्यांनी आपल्या कवितेमधून सामाजिक स्थितिशील रूढींचा धिक्कार केला. नवनिर्मितीचे स्वप्न अमरशेखांनी आपल्या कवितेमधून मांडले. अमरशेखांची कविता मानवी जीवनावर प्रचंड प्रेम असलेली कविता आहे. शेवटच्या माणसाचा विचार करणारी ही कविता म्हणते –

''प्रचंड ऐशा निर्मितीपाठी
निर्मिती व्हावी ज्याच्यासाठी

त्याच जीवनाची घ्या माती
आज चालली हातोहाती''

निर्मिती ही मानवी कल्याणासाठी मानवाच्या उद्धारासाठी, प्रगतीसाठी होत असते. परंतु विषमताधिष्ठित समाजव्यवस्थेमध्ये निर्मिती करणारा नेहमीच मातीमोल जीवन जगत असतो. विषमतेची सल असलेली ही कविता सामान्य माणसाच्या विकासाचे स्वप्न बघते. शाहीर अमरशेखांची कविता मानवी हक्काची प्रतिष्ठापना करणारी कविता आहे. हक्काची, माणुसकीची भाषा बोलणारी ही कविता मूर्तिभंजनात्मक विचाराचे प्रकटीकरण करते. अमरशेखांची कविता तेजस्वी शस्त्रासारखी आहे. ही कविता अन्यायावर, अत्याचारावर आपले तेजस्वी शस्त्र चालविते. अमरशेखांनी जीर्ण – शीर्ण विचारांना आपल्या कवितेच्या माध्यमातून धक्का दिला. ते म्हणतात –

"जुनाट इमला झाला सारा पाडून टाका
देऊन धक्का
आज इमारत जुनाट झाली
जीव अकारण मरतील खाली
म्हणूनी आधी या पाडूनी टाका
देऊनी धक्का''

अमरशेखांनी आपल्या कवितेच्या माध्यमातून जीर्ण – शीर्ण चालीरीतींचा रितिरिवाजांचा धिक्कार केला. हजारो वर्षांपासून माणसाला धर्मसंस्थेने गुलाम बनविले. त्या गुलामीला लाथाडण्याची भाषा शाहिरांच्या कवितेत आली. अमरशेखांनी आपल्या कवितेमधून जुन्या परंपरांचा धिक्कार केला. अमरशेखांची कविता स्वातंत्र्यपूर्व आणि स्वातंत्र्योत्तर कालखंडातील मूर्तिभंजक कविता आहे. संयुक्त महाराष्ट्राच्या चळवळीतही शाहीर अमरशेखांचे नाव गौरवपूर्ण घेतले जाते. हिंदी संघराज्याचे अमरशेखांचे गीत प्रसिद्ध आहे. शाहिरी परंपरेतील अमरशेखांच्या कवितेने परिवर्तनाची लाट निर्माण केली. खेड्यापाड्यांतील जनमानसांसमोर अतिशय साध्या – सरळ भाषेत परिवर्तनाचे सूत्र मांडले. सामान्य माणसाला आत्मसन्मानाची जाणीव करून दिली. अमरशेखांच्या शाहिरी कवितेने बंडाचे नवे निशाण उभे केले. हे बंड पारंपरिक व्यवस्थेशी होते. समाजातील विघातक प्रवृत्तींशी होते. सामान्य माणसाच्या आयुष्याची राखरांगोळी करणाऱ्या प्रवृत्तींशी आहे. अमरशेखांनी आपल्या कवितेमधून मूर्तिभंजनात्मक विचाराची पेरणी केली. जुनाट संस्कृतीला कवटाळून न बसता सामान्य माणसाने आधुनिक जीवनजाणिवांचा स्वीकार केला पाहिजे, अशी तीव्र तळमळ त्यांच्या कवितेत दिसते. अमरशेखांनी निर्मिलेली कविता मूर्तिभंजनाचा ज्वलंत आविष्कार आहे. अमरशेखांनी विद्रोही स्वरूपात आपल्या कवितेच्या माध्यमातून मूर्तिभंजनात्मक विचार मांडले. शाहिरी परंपरेतील अमरशेखांची

मूर्तिभंजनात्मक कविता आपले स्वतंत्र अढळ असे स्थान टिकवून आहे. अमरशेख हे मूर्तिभंजनात्मक शाहिरी परंपरेतील एक आगळेवेगळे कवी म्हणावे लागतात. बहुजन समाजातील हा कवी जाती – धर्माच्या, बंधनाच्या पलीकडे जाऊन आपली अस्मितापूर्ण कविता निर्माण करतो. अमरशेखांनी कवितेमधून समता, स्वातंत्र्य, प्रेम, बंधुता, न्याय या तत्त्वांचा पुरस्कार केलेला आहे. अमरशेखांची शाहिरी परंपरेतील कविता मूर्तिभंजनात्मक स्वतंत्र अशी कविता ठरते.

मूर्तिभंजनात्मक कवितेमध्ये शाहिरी परंपरेतील काही कवींचा मूर्तिभंजनाच्या अंगाने अभ्यास करीत असताना आपणास शाहीर अमरशेखांच्या पाठीमागे जाऊनही काही शाहीर कवींचा अभ्यास करावा लागतो. फुल्यांच्या क्रांतिकारी शाहिरी कवितेच्या नंतर डॉ. बाबासाहेब आंबेडकर नावाचा प्रज्ञासूर्य जन्माला आला आणि त्याने उभा आसमंत उजाळून टाकला. आंबेडकरी विचाराने आणि आंबेडकरी चळवळीने संपूर्ण भारतीय समाज ढवळून निघाला. समाज मंथनाची प्रक्रिया सुरू झाली. आंबेडकरांच्या प्रभावाने प्रभावित होऊन जनसामान्य माणूस आपले अस्तित्व शोधण्याचा प्रयत्न करू लागला. आंबेडकरांची चळवळ जनसामान्यांमध्ये रुजविण्यासाठी त्या काळामध्ये दलित शाहिरांनी फार मोठा हातभार लावला. गोपाळबाबा वलंगकरांपासून सुरू झालेली ही मूर्तिभंजनात्मक विचाराची काव्य चळवळ पुढे किसन फागू बनसोड, शाहीर घेंगडे, आण्णाभाऊ साठे, ना. रा. शेंडे नागोराव कव्वाले, केरूबुवा गायकवाड, हरिहरराव सोनुले, बाबुराव मोहोड, दीनबंधू, किशोर काकडे, बाबुराव मेश्राम, वामन कर्डक, भ. ज्ञा. चोपडे, श्रावण यशवंते, वसंत राजस, सुगंधा शेंडे, चोखा कांबळे, विठ्ठल उमप अशा कितीतरी ज्ञात – अज्ञात लोकशाहिरांनी आपल्या शाहिरी काव्याच्या माध्यमातून मूर्तिभंजनात्मक विचाराची मांडणी केली. शाहिरी परंपरेतील कवी हे लोकजीवनातील कवी होते. त्यांची कविता ही लोकजीवनाला वाहिलेली परंतु लोकांमध्ये अस्मितेची जाणीव निर्माण करणारी कविता होती. या संदर्भात 'विद्रोहाचे पाणी पेटले आहे' हे सांगताना प्रा. गंगाधर पानतावणे यांनी लोकशाहीर किसन फागुजींच्या कवितेविषयी म्हटले आहे की –

"किसन फागुंची कविता ही अशी लोकजीवनाचा अंगार ल्यालेली कविता आहे; म्हणून ती भपकेबाज अलंकारसृष्टीत किंवा शब्दाच्या आतषबाजीत रमत नाही. तिला त्याचा सोसही नाही. व्यक्त होण्यासाठी ती जन्मली आहे; कारण तिला कधीही व्यक्त होण्याचा अधिकार नव्हता."

हा अधिकार म्हणजेच परंपरेचे भंजन, म्हणून लढणे आणि लढाऊ बाणा जपणाऱ्या शूरवीर महार जातीबद्दल किसन फागू लिहितात.

"महारासी अंती
नाही लढण्याविण मुक्ती!

ठोकुनिया टाळ – मृदंग
नित्य रमणे भजनी दंग
हा उपाय नाही चांग
शूर वीरा प्रती नाही....!
शिवराज्य स्थापावयाचे वेळी
करीत बसले कोण आंघोळी
कुणी गाजविल्या समशेरी!
रणांगणावरती – नाही.....!
रणमैदान हे तीर्थ – पवित्र
त्यापुढे काय देव – क्षेत्र
हाणा, मारा, ठोका, तोडा गात्र
श्रेष्ठ वीर गर्जती – नाही....!
पूर्वज तुमचे की रणशूर
त्यांचे वंशज भ्याड अधीर
प्राणभये नमवी जो शीर
त्याची मिळे अधोगती – नाही.....!
महारासी अंती नाही
लढल्याविण मुक्ती!!''

टाळ मृदंग, देवदेवता, तीर्थक्षेत्र हे सर्व नाकारून मानवमुक्तीच्या नव्या लढ्यासाठी आव्हान देणारी ही कविता मूर्तिभंजक कवितेचा उत्कृष्ट नमुना आहे.

शाहिरांच्या कवितेमधून दबलेल्या वेदनांचा प्रस्फोट होता. हा प्रस्फोट म्हणजेच मूर्तिभंजनाचा दाहक आविष्कार. शाहिरी काव्याची परंपरा तशी महात्मा फुल्यांपासून सुरू होती परंतु तिचा ज्वलंत आणि जिवंत मूर्तिभंजनात्मक आविष्कार आंबेडकर कालखंडामध्ये झाला. शाहिरी परंपरेमध्ये दलित शाहिरांनी जी काव्यनिर्मिती केली ती मूर्तिभंजन विचाराचा प्रस्फोट करणारी शाहिरी कविता मूर्तिभंजनाचा ज्वलंत आविष्कार होता, हे आपणास श्री. अण्णाभाऊ साठे यांच्या 'प्रबुद्ध भारतातील लेखा' पुढील मतावरून लक्षात येईल.

"त्यांच्या कवनातून अन्यायाविरुद्ध आग पाखडली जाई. दलितांच्या शाहिरीने ब्राह्मणांनाही आपल्यात सामावून घेतले. शाहीर राम जोशी, अनंत फंदी हे महार-मांगात बसून तमाशाचे फड पाहतात म्हणून बहिष्कृत ठरले गेले होते."

मूर्तिभंजनात्मक कवितेच्या आधुनिक अभ्यासामागे शाहिरी काव्याचा झालेला उगम अतिशय महत्त्वपूर्ण म्हणावा लागतो. लोकांना आपल्या कलेने वेड लावणारे, शाहिरीने

भारून टाकणारे कितीतरी शाहीर अंधारात नाहीसे झाले आहेत. ही शाहीर मंडळी जनसामान्य माणसातील असल्यामुळे त्यांना प्रस्थापित व्यवस्थेने कधी वर येऊच दिले नाही. शाहीर मंगरूळकर, तातुबा पेठकर, आबाजी, निर्लेकर गणू, यलप्पा असे कितीतरी शाहीर अंधारयुगामध्ये नाहीसे झाले.

शाहिरी कवितेचा मूर्तिभंजनात्मक पातळीवर अभ्यास करीत असताना प्रामुख्याने फुले आणि आंबेडकरांच्या विचारधारेने निर्माण झालेली शाहिरी ही मूर्तिभंजनाचा प्रखर आविष्कार म्हणावा लागतो. आंबेडकरांच्या काळात आणि त्यांच्या आगे – मागे दलित दीन – दुबळ्या समाजाचे प्रबोधन करणारे अनेक तळमळीचे कवी होऊन गेले. त्यामध्ये किसन फागू बनसोड, कवी दीनबंधू, बाबू, कालीचरण दास, नंदा गवळी, गणेश खांडेकर, पा. र. भटकर, गोपाळबाबा वलंगकर, शिवराम जानबा कांबळे, वामन कर्डक, बंधु माधव, अण्णाभाऊ साठे इत्यादी शाहीर कलावंत मंडळींनी अस्पृश्य समाजामध्ये स्वाभिमानाची, अस्मितेची ज्योत प्रज्वलित करून आंबेडकरी विचारधारणेची पेरणी जनसामान्यांमध्ये करण्याचे महत्त्वपूर्ण कार्य केले. एकंदरीत या शाहीर मंडळींच्या कर्तृत्वाविषयी प्रा. गंगाधर पानतावणे यांचे मत लक्षात घेण्यासारखे आहे. त्यांच्या मते –

''नव्या सामाजिक जाणिवांची चाहूल घेऊन ज्यांनी आत्ममुक्तीचे चिंतन केले अशा दलित स्वातंत्र्याच्या सेनानींच्या खांद्यावर दलित साहित्य उभे आहे. किसन फागू बंदसोडे, वलंगकर, शिवराम कांबळे, दीनबंधू, वामन कर्डक, बंधु माधव यांच्या नव्या जाणिवांनी आजच्या दलित साहित्याला बळ दिले आहे. डॉ. आंबेडकरांच्या मानवी मूल्य देणाऱ्या क्रांतिकारी विचाराची आग त्यांनीच प्रथम प्राशन केली आहे.''

शाहिरांनी आंबेडकरी विचाराचे लोण सर्वसामान्य माणसापर्यंत अतिशय साध्यासोप्या सरळ भाषेत पोचविण्याचे महत्त्वपूर्ण कार्य केले. त्यांनी मांडलेले विचार मूर्तिभंजनात्मक कवितेचा ज्वलंत आणि दाहक आविष्कार ठरतात.

मूर्तिभंजनात्मक कवितेच्या अंगाने आणखी काही कवींच्या कवितांचा विचार करीत असताना आधुनिक कालखंडामध्ये परिवर्तनवादी विचाराने निर्माण झालेली समग्र कविता मूर्तिभंजनात्मक कविता ठरते. आधुनिक कालखंडामध्ये मराठी कविता विविध पातळ्यांवरती बदल स्वीकारून निर्माण होत गेली. मराठी काव्यसरितेच्या प्रदेशात नवविचारांनी, नवजीवनमूल्यांनी निर्माण झालेली कविता मूर्तिभंजनात्मक कविता ठरते.

आधुनिक मराठी कवितेचा मूर्तिभंजनाचा खराखुरा आविष्कार प्रामुख्याने दलित कवितेत झालेला आढळतो. दलित कविता ही शतकानुशतकाच्या दास्य – शृंखलांतून मुक्त होणारी कविता असून या कवितेतून विद्रोहाचा स्फोटक असा आविष्कार झाला. आधुनिक मराठी कवितेच्या मूर्तिभंजनात्मक अभ्यासामध्ये दलित कविता प्रामुख्याने १९६० नंतर निर्माण होण्यास सुरुवात झाली. या अगोदरही दलित कविता निर्माण झालेली

होती; परंतु या कवितेचा स्वतंत्र असा दर्जा वाङ्मय स्वतंत्र दलित साहित्याचे दालन उघडले गेले आणि त्यातून प्रामुख्याने मोठ्या प्रमाणात कविता निर्माण झाली. दलित कवितेचे दुसरे नाव 'विद्रोही कविता' म्हणता येईल. दलित कवितेमधून प्रकट झालेल्या जीवनजाणिवा, त्यातून प्रतिबिंबित झालेले जीवनविचार मानवतेशी निगडित असून आंबेडकरवादाने प्रभावित झालेली ही कविता मूर्तिभंजनात्मक कवितेचे खरेखुरे रूप आहे. आग ओतणारी भाषा दलित कवितेत दिसते.

दलित कविता ही क्रांतीची कविता आहे. दलित जीवन हे व्यवस्थेच्या पावलाखाली तुडविल्या गेलेल्या उपेक्षित – वंचित – अवमानित माणसांचे जीवन आहे. आपल्या रौद्र, भेसूर अशा जीवनाची सुसाट वादळी अभिव्यक्ती दलित कवितेने केली. मुळात दलित साहित्य आणि त्यातही दलित कविता जीवनातल्या काळोखाचे क्रांतिकारी दर्शन आहे. दलित साहित्य हिंदू संस्कृतीने पारंपरिक दैवी नियमाप्रमाणे वाट्यास दिलेल्या काळोखाच्या कैदीचे, शतकानुशतके दलित जीवन भोगणाऱ्या वंचित – उपेक्षिताच्या – भावस्पंदनाचे, दु:खाचे आणि दु:खमुक्तीचे, धर्माने त्यांच्या कोंडलेल्या श्वासाचे आणि मुक्त आशा-आकांक्षांचे चित्रण दलित साहित्याने केले. दलित साहित्याच्या संदर्भात श्री. बाबूराव बागूल यांच्या शब्दांत असे सांगता येईल की, "या कैद्यांचे जीवन, त्यांच्या आशा – आकांक्षा, राग, संताप, संघर्ष म्हणजे दलित साहित्य दलित साहित्याची उत्पत्ती मराठी साहित्याच्या वैचारिक, ललित शाखेत होत नाही, तर ती होते अस्पृश्यतेत. नाहीतर दलित साहित्य जन्माला आले नसते. बाबासाहेबांच्या लढ्यातून आणि त्यातून बनलेल्या गनातून, माणसातून दलित साहित्य जन्माला आले आहे." (दलित साहित्य : एक अभ्यास)

दलित कवितेचा मूर्तिभंजनात्मक दृष्टीने अभ्यास करीत असताना 'निळी पहाट'मध्ये प्रा. रा. ग. जाधव यांनी दलित साहित्याचा उगम आणि जन्मासंबंधात मांडलेला "दलित साहित्याचा जन्म स्वातंत्र्याच्या गर्भातून झाला. तीव्र भावना, उत्कट जाणिवा या नेहमीच काव्यभाषेतून प्रथम व्यक्त होतात; आणि स्वातंत्र्याच्या जाणिवेइतकी ती उत्कट जाणीव दुसरी कोणती असू शकेल? दलितांना ज्या वेळी पुरातन काळापासूनच्या प्रखर परतंत्रतेची तीव्र कल्पना आली नि त्या परतंत्रेचा नि:पात करण्याची अनावर पण न्याय्य आकांक्षा स्फुरली, त्या वेळी पहिला उद्‌गार काव्यभाषेतूनच उमटला." हा विचार निश्चितच महत्त्वाचा आहे.

स्वातंत्र्य, समता, न्याय आणि विश्वबंधुत्व या मूल्यांवर आधारलेली समतेचा पुरस्कार करणारी दलित कविता मराठी वाङ्मयातील खरीखुरी मूर्तिभंजक कविता म्हणावी लागेल. मराठी कवितेला जाणीव नसलेल्या जीवनाची आणि जीवनाच्या तत्त्वज्ञानाची शिकवण दलित कवितेने प्रथम दिली.

नारायण सुर्व्यांनंतर दलित कवितेमध्ये एक प्रमुख दलित कवी केशव मेश्राम यांच्या कवितेचा विचार करावा लागतो. केशव मेश्राम हे दलित कवितेतील एक संवेदनशील कवी म्हणून प्रसिद्ध आहेत. त्यांच्या कवितेने एकंदरीत दलित कवितेला संवेदनशील आणि मूलगामी परिमाण प्राप्त करून दिले. केशव मेश्रामांनी 'उत्खनन' नावाचा कविता संग्रह १९७७ मध्ये प्रसिद्ध केला. 'उत्खनन'मधील मेश्रामांची कविता ही सामाजिक जाणिवेची कविता आहे. केशव मेश्रामांच्या कवितेतून रेखांकित झालेला समाज बदलत्या जीवनमूल्यांचा समाज आहे. मेश्रामांची कविता जुने मानहानीचे, लाचारीचे जीवन सोडून सन्मानाच्या जीवनाची कविता आहे. मेश्रामांच्या कवितेतील मूर्तिभंजन खालील ओळीतून आपल्या लक्षात येईल.

''हे उकळते रक्त.... जागते.... वागवते....
ईर्ष्या, द्वेष, जमल्यास प्रेमही
प्रत्येकजण करतो दुसऱ्याची टवाळी
सारे स्वत:ची, एकमेकांची
व्यभिचाराच्या अमरपट्ट्यावर फिरू लागतो
आयुष्य रोलर, यशापयशाचा धूर ओकतो.''

मेश्रामांच्या कवितेतून प्रकट झालेला मूतिभंजक विचार संयत, शीतल तरीपण झोंबणारा अशा प्रकारचा आहे. केशव मेश्रामांच्या कवितेबद्दल डॉ. भालचंद्र फडके यांनी 'दलित साहित्य : वेदना आणि विद्रोह'मध्ये ''दलित कवींत अगदी वेगळा प्रकृतिधर्म असलेले कवी म्हणजे प्रा. केशव मेश्राम. त्यांच्या कवितेत वेदना आहेत. विद्रोहाचा स्वर आहे, पण त्यापेक्षा कवितेत प्रयत्न चालला आहे तो स्वत:ला शोधण्याचा. नव्याने जागे झालेल्या समाजाला आपण कोण? आपले अस्तित्व कशासाठी? हे प्रश्न कवीला 'मी' मधून येतात''

मेश्रामांची कविता दलित कवींच्या पहिल्या पिढीची कविता आहे. मूर्तिभंजनात्मक कवितेचा पायरव आंबेडकरपूर्व काळातच ऐकायला येतो; पण त्याचे रूप वस्तुस्थिती दर्शन, मुक्तिवाद स्वरूप, अर्ज – विनंतीच्या पद्धतीचे व प्रतीकात्मक निषेध प्रकटीकरणाचे आहे. प्रमुखत: आंबेडकरांच्या नेतृत्वाने आणि इतर आनुषंगिक कारणांनी ही जाणीव अधिक तीव्र झाली. त्यांच्या झंझावाती प्रयत्नांनी प्रश्नांच्या गाभ्याला भिडण्याची आणि मानवाच्या व मानवतेच्या सर्वांगीण शोषणास कारणीभूत असणाऱ्या विविध घटकांचे विश्लेषण करण्याची प्रवृत्ती वाढीस लागली. पराभूत भोवतालावर मात करून मुक्त होणाऱ्या मानसिकतेला वेग आला. आत्मग्लानीची मरगळ झटकली गेली. कडकडून उगवलेल्या सूर्याने खऱ्या अर्थाने अंतरीचा ज्ञानदीप बहाल केला. बाकीच्या चकव्यातून बाहेर पडून आत्मगुंजनाचा खडा आवाज उमटू लागला. दलित कवितेने विद्रोहाचा तुफानी खळाळ,

धर्मपीडित व सन्मानखंडित दलित वर्गातून प्रामुख्याने फुटतो. ज्या धर्मव्यवस्थेने आपणाला दयनीय बनविले त्यावर भीमटोला हाणला पाहिजे हे त्यांनी ओळखले. त्यातूनच केशव मेश्रामांनी परमेश्वराला एक दिवस सरळसरळ आईवरून शिवी दिली,

''एक दिवस मी परमेश्वराला आईवरून शिवी दिली
तो लेकाचा फक्त फक्कन हसला,
शेजारचा जन्मजात बोरूबहाद्दर उगीचच हिरमुसला,
एरंडेली चेहरा करून मला म्हणाला :
''तू असा रे कसा, त्या निर्गुण निराकार
अनाथ जगन्नाथाला काहीतरीच बोलतोस?
एक दिवस मी परमेश्वराला आईवरून शिवी दिली.''

शोषितांनी परंपरेने निर्माण केलेल्या देवाचे मूर्तिभंजन केले. वास्तवाचा जिवंत अनुभव या कवितेने प्रकट केला हा मराठी कवितेतल्या मूर्तिभंजकतेचा शुद्ध साक्षात्कारच होय.

सत्ताधारी वर्गाच्या हितसंरक्षणाचा कलात्मक आविष्कार दलित कवींनी नाकारला. मूर्तिभंजनात्मक कविता लखलखती तळपती कविता ठरते. आपल्या सर्व अनुभूतींसह जाणिवांचे गुंते घेऊन ही कविता झेपावली.

बंद दरवाजे तटातटा उघडून ही कविता जुन्या सरंजामदारी परंपरेवर तुटून पडली.

''त्यांच्या जुनाट वाड्यांचे अजस्र दरवाजे
करकरत बंद होताहेत... अडसर लागताहेत,
माझ्या हाकांना मोकळे आहे रान
आणि मळवट भरलेले तडतडते सरण.''[५८]

विद्रोह, वेदना आणि नकाराची त्रिसूत्री घेऊन निघालेली दलित कविता आजपर्यंतच्या भ्रामकतेतून स्वत:ची आणि स्वत:च्या भविष्य जीवनाची सुटका करण्यासाठी ती स्वाभाविकपणे निर्माण होत गेली. काळाने इतर अनेक विघातक घटकांच्या साहाय्याने जखडलेल्या गुलाम बनविलेल्या माणसांची उसळी म्हणून मूर्तिभंजनात्मक दलित कविता अवतरली. या कवितेने साकळलेल्या धर्मावर, वर्गीय प्रवृत्तीवर, ढोंगी व्यवस्थेवर, कालबाह्य पारंपरिकतेवर, गुलगुलितपणावर आणि स्वैराचारी आविष्करणावर हल्ला चढविला. स्वयंमान्य श्रेष्ठत्वाचा पुकारा करणाऱ्या सर्व दंभाशी तिने उभा दावा पुकारला. साकळलेल्या धर्मसंकेतांशी तिने कायमचेच वाकडे धरले.

केशव मेश्रामांनंतर दलित कवितेतून मूर्तिभंजनात्मक स्वरूपाची कविता विद्रोही आणि उग्र स्वरूपात निर्माण झाली. या कवितेचे स्वरूप प्रस्थापित व्यवस्थेला विषारी वाटले. या कवितेवर या व्यवस्थेने बंदी आणण्याचाही कुटिल प्रयत्न केला; परंतु या कवितेतील सत्यान्वेषण कुणीही नाकारू शकले नाही. मूर्तिभंजनात्मक कवितेची

'मूर्तिभंजनात्मकता' विद्रोही या व्यापक विशेषणाशी निगडित आहे. मूर्तिभंजनात्मक कवितेचा उद्गम धार्मिक, सामाजिक, आर्थिक, राजकीय, सांस्कृतिक अशा कितीतरी घटकांच्या क्रियाप्रतिक्रियांतून स्वाभाविकपणे झालेला आहे. मूर्तिभंजनात्मक कवितेची अनुभवभूमीच संमिश्र व आकूल असल्यामुळे ती फुगून फसफसणाऱ्या कवितेला रद्दबातल ठरविते. त्या कवितेचे वर्षानुवर्षाचे 'ऑडिट' करते.

मूर्तिभंजनात्मक कवितेचा दलित कवीच्या कवितांच्या अनुषंगाने अभ्यास करीत असताना आपणास प्रामुख्याने किसन फागोजी बनसोडे, शरच्चंद्र मुक्तिबोध, अमरशेख, नारायण सुर्वे, केशव मेश्राम, वामन निंबाळकर, नामदेव ढसाळ, नरेशकुमार इंगळे, दया पवार, प्रल्हाद चेंदवणकर, त्र्यंबक सपकाळे, अर्जुन डांगळे, ज. वि. पवार, यशवंत मनोहर, नीलकांत चव्हाण, भीमसेन देठे, रविचंद्र हडसनकर, प्रकाश जाधव, उमाकांत रणधीर, अरुण कांबळे, धर्मराज निमसरकर, माधव, कोंडविलकर, दामोदर मोरे, बबन चहांदे, मीना गजभिये, मल्लिका अमरशेख, रमाकांत जाधव, फ. मुं. शिंदे, केशव बा. वसेकर, राजा ढाले, चोखा कांबळे, सुखराम हिवराळे, रमाकांत जाधव, भाळ पंचभाई अशा काही प्रमुख कवींच्या कवितांमधून मूर्तिभंजनात्मक स्वरूपाची कविता निर्माण झाली. 'शिका, संघटित व्हा आणि संघर्ष करा.' हा फुलेआंबेडकरांपासून मिळालेला प्रगतीचा महामंत्र आहे. ज्यांना ज्या ज्या काळी तो पटला त्या नवयुगानुगामी पिढीनेच ह्या विद्रोही कवितेला जन्म दिला. आणि त्यातून मूर्तिभंजक विचारांची मांडणी केली.

धर्म, कर्मकांड, देवदेवता यांवर कडाडून हल्ला केला. सनातन्यांनी शोषणासाठी वापरलेली 'देव' ही संकल्पना तपासताना दया पवार लिहितात. –

"देवांच्या भाकड कथांचा समुद्र
गढूळलेल्या अपरंपार लाटा
गुडघाभर पाण्यात उभी चिमणी
नाकातोंडात जाते पाणी
कालपरवा शाळेतून ती आली
चिलयाची गोष्ट सांगू लागली
देव येवढे का दुष्ट असतात.
चिलयाचे रक्त मांस मागतात
मी उरी दुभंगतो
अक्राळविक्राळ देवांचा जबडा
चिमणीचा का घास घेतात?

पुराणकथा, देवकथा आणि देवदेवत्वाचे 'भूत' नाकारणारे मूर्तिभंजन अशा रीतीने दलित कवितेने केले.

दलित कवितेने मानवी जीवनाच्या सुखाची स्वप्ने मांडली. दलित कविता मानवमुक्तीचा आविष्कार घेऊन प्रकटली. दलित कवितेने सुसंस्कृतीची स्वप्ने प्रत्यक्षात आणण्यासाठी, स्वयंनिर्मित संस्कृतीचे संवर्धन करण्यासाठी, कालबाह्य विकृतीवर एकवट हल्ला चढविण्याची कामगिरी मूर्तिभंजनात्मक दलित कविता करते. त्यासाठी स्वत: 'गॉड मेकर' समजणारी दलित कविता देवत्वाला हद्दपार करणारी नोटीस देते.

> "आम्ही गॉड मेकर
> देतो नोटीस तुझ्यावर
> निग्लिजन्स ऑफ ड्युटीची
> युवर सर्व्हिस इज नॉट रिक्वायर्ड
> लाल, लाल किरणे पसरली
> उगवत्या सूर्याची
> अर्ध्या जगावर
> हळूच सांगतो तुझ्या कानात
> काल जन्मलेल्या बाळाचे
> थाटात होणार बारसे
> खाली कर जागा तुझी
> त्याच्या पाळण्यासाठी."

ही नोटीस म्हणजेच दलित कवितेने केलेले मूर्तिभंजन आहे.

दलित कवितेतील, मूर्तिभंजनात्मक कविता ज्या जीवनातून ती वाढली, खेळली आहे, तेथले समग्रत्व तिने उठताना उचलले आहे. मुळात दलित कवितेतील मूर्तिभंजनात्मक कविता ज्या जगाच्या वीर्य – रक्तातून, घामा – श्रमातून घडली – घडविली गेली आहे, त्या विश्वाचे या कवितेने भान ठेवले आहे. जेथे आणि ज्यांच्यासोबत वावरायचे त्यांच्या संस्कृतिसंवर्धनातील प्रांजल निष्ठा आणि व्रत स्वीकारतील. तिच्या आणाभाका ह्यांचाही तिला विसर पडत नाही. चेहराच नसलेल्यांना एका सुसंघटित व तेजोमय जगाकडे, ममत्वाने नेणारी ही मूर्तिभंजनात्मक दलित कविता म्हणावी लागेल.

दलित कवितेचा कार्यकाल एवढा विस्तृत आहे की, त्या कार्यकालाचा अभ्यास करणे हे संशोधनाचे एक प्रमुख अंग बनेल. आधुनिक मराठी कवितेतील मूर्तिभंजनात्मक कवितेमध्ये दलित कवितेचा अतिशय महत्त्वपूर्ण वाटा आहे. फुले-आंबेडकरांच्या प्रेरणेतून निर्माण झालेली ही कविता वैचारिक कविता बनली. मानवी जीवनातील साम्य – विरोध स्थळे शोधून या कवितेने मानवाच्या प्रगतीचा महामंत्र जपला. मूर्तिभंजनाची एवढी मोठी प्रक्रिया दलित कवितेच्या अगोदर कधीच झाली नव्हती हे मान्य करावे लागते.

लेखिकापरिचय

प्रा. डॉ. वीणा बबनराव नाखले

* नागपूर येथील धनवटे नॅशनल महाविद्यालयात गेल्या १३ वर्षांपासून मराठीचे प्राध्यापक म्हणून कार्यरत.

* नागपूर विद्यापीठातून मराठी विषयात एम. फील.

* स्वामी रामानंद तीर्थ मराठवाडा विद्यापीठातून पीएच. डी.

* एम. फील. व पीएच. डी. चे मार्गदर्शक म्हणून रा.तु.म. नागपूर विद्यापीठाची मान्यता.

* म. रा. साहित्य व संस्कृती मंडळाची सन्माननीय संहितापरीक्षक म्हणून कार्य. अनेक राज्यस्तरीय व आंतरराष्ट्रीय सेमिनार्समध्ये उपस्थिती आणि निबंधवाचन.

* 'गाडगेबाबांचा पत्रसंवाद आणि समाजप्रबोधन,' तसेच 'आनंदराव टेकाडे यांची कविता' ही पुस्तके प्रकाशनाच्या मार्गावर.